மனமே
நீ உணர்ந்திடு

அறிந்துணர்தலும் தீர்வுகளும்
கவலைகளை (களைதல்)
வெறுமையாக்குதல்...

அ.தி. ராஜ்குமார்

Book Title: Maname Nee Unarndhidu – Arindhunardhalum Theervugalum
மனமே நீ உணர்ந்திடு - அறிந்துணர்தலும் தீர்வுகளும்

Author : AT Rajkumar

First Published 2020
Copyright © A T Rajkumar 2020
All Rights Reserved.

ISBN 978-93-5445-644-2

This book has been published with all efforts taken to make the material error-free after the consent of the author. However, the author and the publisher do not assume and hereby disclaim any liability to any party for any loss, damage, or disruption caused by errors or omissions, whether such errors or omissions result from negligence, accident, or any other cause.

While every effort has been made to avoid any mistake or omission, this publication is being sold on the condition and understanding that neither the author nor the publishers or printers would be liable in any manner to any person by reason of any mistake or omission in this publication or for any action taken or omitted to be taken or advice rendered or accepted on the basis of this work. For any defect in printing or binding the publishers will be liable only to replace the defective copy by another copy of this work then available.

Published by
A.T. RAJKUMAR
16/31, F1, 2nd Block, 'Sri Vari Nest'
Thiruveethi Amman Koil Street,
Koyambedu, Chennai 600 107.
Mobile: 98410 23962
E-mail: itsonlymind01@gmail.com

Pre-press and Print by
COMPUPRINT
Flat C, Aristo, #9, 2nd Street
Gopalapuram, Chennai 600 086
Ph: +91-44-2811 1224 / 6768
E-mail: compuprint@gmail.com
www.compuprint.in

முகவுரை

ஒருவர் நிறைய உடன் பிறப்புகளிடையே பிறந்தால், நிலையான தொடர் ஒப்பீடுகள் காரணமாக எதிர்மறை எண்ணங்கள் மற்றும் பாதுகாப்பின்மை நிறைந்த ஒரு சிக்கலான மனம் கொண்டிருப்பது இயல்பாகவே அமைந்து விடுகிறது. என் குழந்தை பருவத்தில், எனக்கும் அத்தகைய ஒரு நிலை அமைந்தது. இது கடினமான காலங்களில் தலையில் எரியும் உணர்வை எனக்கு ஏற்படுத்தியது.

குழந்தைகளின் வாழ்க்கையில் பெற்றோர்கள் மிக முக்கிய பங்கு வகிக்கின்றனர், குறிப்பாக பருவமடையும் அந்த இளம் பருவத்தில். குழந்தைகளுக்கு நன்றாகப் படிக்கவும், பாடத்திட்டங்களுக்கு வெளியே கூடுதல் நடவடிக்கைகளைத் தொடரவும் அழுத்தம் கொடுத்தபடி இருக்கும் ஒரு சாதாரண பெற்றோராக "இருக்கக்கூடாது" என்பது முக்கியம். ஒரு பெற்றோராக, நம்முடைய ஆசைகளையும் பணிகளையும் அவர்கள் மீது கட்டாயப்படுத்தாது இருப்பது முக்கியம். அவர்கள் தங்கள் சொந்த சுதந்திர உணர்வைக் கொண்ட நபர்கள் என்பதை உணர்ந்து அவர்களை வழி நடத்துவது அவசியம். மிக மோசமான விஷயம் என்னவென்றால், அவர்களை மற்ற குழந்தைகளுடன் ஒப்பிடுவது அத்தகைய ஒப்பிடுதலைத் தவிர்த்தல் அவசியம். ஒரு நண்பராக இருப்பது நல்லது, அவர்களுக்கு முக்கியத்துவம் கொடுப்பது, அவர்களுடன் நேரத்தை செலவிடுவது மற்றும் விஷயங்களைக் கற்றுக்கொள்வதற்கும் அறிந்து கொள்வதற்கும் அவர்களுக்கு வாய்ப்புகளை உருவாக்குதல் மிகவும் சிறப்பான வாழ்வியல் முறையாக அமையும். உடலிலும் மனதிலும் ஏற்படும் திடீர் மாற்றங்கள் இளம்பருவத்திற்கு அல்லது பருவமடைந்த அந்த ஆரம்ப காலத்திற்கு மேலும் சிக்கலான தன்மையையும் குழப்பத்தையும் சேர்க்கிறது. ஆகையால் குழந்தைகள் ஹார்மோன் மாற்றங்கள் குறித்து கற்க வழிவகை செய்ய வேண்டியது அவசியம்.

ஒரு இளைஞனாக, நான் கொண்டிருந்த இந்த சிக்கலான உணர்வுகளை வெல்ல விரும்பினேன். ஆகவே, ஒரு நாள், நான் திடீரென்று எங்கள் காலனியில் உள்ள ஒரு விநாயகர் கோவிலில் நின்று வணங்கத் துவங்கினேன். அதுவரை, நான் ஒரு போதும் அத்தனை உண்மையாகவும் நம்பிக்கையுடனும் வணங்கியது இல்லை. நம் வாழ்வில் சிக்கல்கள் வரும் போது தான் எதாவது ஒரு நம்பிக்கையை

நம் வாழ்வில் நாம் துவங்குகிறோம். இது ஒரு புதிய கண்ணோட்டம், ஒரு உணர்தல், ஒரு நம்பிக்கை மற்றும் தீர்வுகளை வழங்குகிறது. இது நம்மை பலப்படுத்துகிறது. என் மனதில் உள்ள கஷ்டங்களை சமாளிக்க விநாயகர் மீது நம்பிக்கை வைத்தேன். "விருதுநகர் மாரியம்மன்" கோயில் போன்ற சில கோயில்களுக்கும் நான் தினமும் சென்று வந்தேன். விநாயகர் மற்றும் மாரியம்மன் மீதான எனது சந்தேகமில்லா நம்பிக்கை பல விஷயங்களை தீர்க்க உதவுகிறது. இதன் காரணமாக எனக்கு விஷயங்கள் நன்றாக நடக்கும் என்று நான் நம்பினேன். இதிலிருந்து சந்தேகமில்லா முழுமையான நம்பிக்கை நம் வாழ்க்கையில் அதிசயங்களை நிகழ்த்துமென கற்றுக் கொண்டேன்.

18 வயதில், என் மன பிரச்சினைகளை தீர்க்க தியானம் கற்க ஆரம்பித்தேன். 1987 இல், இணைய வசதிகள் இல்லை. அந்த காலத்தில் "மஞ்சள் பக்கங்கள்" (Yellow Pages) எனப் பெயரிடப்பட்டிருக்கும் தொலைபேசி புத்தகத்தில் தேடி அண்ணாநகரில் ஒரு தியான மையம் இயங்குவதை அறிந்து கொண்டேன். நான் மையத்தில் சரியான சமயத்தில் இருக்க தாம்பரத்திலிருந்து அண்ணா நகருக்கு பல பேருந்துகளில் பயணம் செய்தேன். நான் என் பிரச்சினைகளை சமாளித்தேன், தீர்வுகளைக் கண்டேன், என் வாழ்க்கையில் வலுவடைந்தேன்.

கடவுளின் இருப்பு குறித்து இன்னும் பல கேள்விகள் என் மனதில் நீடிக்கின்றன. ஆனால், நம்பிக்கை சில விஷயங்களை நிகழச் செய்தது. எனது கடந்த காலத்தில் என்ன நடந்தது என்பதை ஒரு ஜோதிடர் என்னிடம் சொல்லும் வரை நான் ஜோதிடத்தை நம்பவில்லை. இது எனக்கு நல்ல நேரம், கெட்ட நேரம் மற்றும் ஜோதிடம் ஆகியவற்றை நம்ப வழிவகை செய்தது. நான் இன்னும் ஜோதிடம் மற்றும் நேரம் சார்ந்த பலன் சொல்லுதலை நம்புகிறேன் என்றாலும், நான் அனைத்து நேரத்திலும் அவர்களிடம் செல்வதில்லை, ஏனெனில் வாழ்க்கை சுவாரஸ்யமாகவும் உற்சாகமாகவும் இருக்காது. நம் வாழ்க்கை இது தான் என்று முன்பே கணிக்கப்பட்டால், அது நம் வாழ்வில் உற்சாகத்தை குறைத்து விடும்.

நான் 22 வயது வரை சில மக்களால் பயனற்றவன் என்று அழைக்கப்பட்டேன். என் வாழ்க்கையில் விஷயங்கள் திடீரென்று சிறப்பான மாற்றங்கள் நிகழ்ந்தன.., நல்ல நேரத்தின் விளைவைக் காண்பிப்பது அல்லது நல்லதைக் காண்பது, நேர்மறை சிந்தனைகள், நிகழ்வுகள், உந்துதல் சக்தி நிறைந்திருத்தல், ஆதாரங்கள், வாய்ப்புகள் போன்றவை கிடைக்கப் பெறுதல் போன்றவை. ஆனால், நல்ல

நேரங்களுக்கு நாம் காத்திருக்கத் தேவையில்லை, ஒவ்வொரு கணத்தையும் நல்லதாக மாற்ற முயற்சி செய்யலாம் .

20 வயதில், என் சட்டைப் பையில் ஒரு பைசா கூட இல்லாமல், நான் இந்து நாளிதழில் உள்ள வணிக சலுகைகளைப் பார்த்து, எந்தவொரு தொழிலையும் தொடங்க முடியுமா என்று பார்க்க முயற்சித்தேன். இது முட்டாள்தனமாக தோன்றலாம், ஆனால் நான் ஒரு தொழில்முனைவோராக இருக்க விரும்பினேன். நான் எவரின் கீழும் வேலை செய்ய விரும்பவில்லை. ஒருவரின் கீழ் வேலை செய்யும் போது அடிமை போல் உணர்ந்தேன். இங்கு தான் காட்சிப்படுத்தல் மற்றும் ஈர்க்கும் சட்டம் வேலை செய்தன. நல்ல நேரம் வந்தது.. வாய்ப்புகள் வந்தன.. நான் ஒரு தொழிலைத் தொடங்கி ஒரு தொழில்முனைவோரானேன். இது காட்சிப்படுத்தல் மற்றும் ஈர்க்கும் சட்டத்தை என்னை நம்ப வைத்தது.

என் மனைவி எப்போதுமே எனக்கு சிறந்த ஆதரவாக இருந்தார். அத்தகைய பரந்த மனப்பான்மையும் மற்றும் உண்மையும் ஒரு சேரப் பெற்றப் பெண்ணைப் பார்ப்பது அரிது. நாங்கள் அழகான மற்றும் புத்திசாலித்தனமான இரண்டு குழந்தைகளுடன் ஆசீர்வதிக்கப்பட்டோம். அவர்களின் பெற்றோர்களாக இருப்பதில் எங்களுக்கு பெருமையை அவர்கள் சேர்த்திருக்கிறார்கள். என் அம்மா எனக்கு உத்வேகம் தரும் ஊற்று. அவளுடைய அணுகுமுறை எனக்கு தான் என்ற ஆணவமில்லா மன நிலையை வழங்கியதோடு நல்லுறவுகளை ஏற்படுத்திக் கொள்ளும் திறன்களையும் கற்றுக் கொடுத்தது. சுயஒழுக்கம் நிறைந்த மனிதனாக வாழ என் தந்தை எனக்கு முன்னுதாரணமாக விளங்கினார். மிகவும் சிறப்பான இரண்டு சகோதரிகள் மற்றும் ஐந்து சகோதரர்கள் நிறைந்த ஒரு பெரிய குடும்பத்தில் பிறந்தது எனது வரம் என்றே எனக்கு தோன்றுகிறது.

விஷயங்களை ஆராய்வதில் எனது அனுபவங்களும் அடுத்தடுத்த முடிவுகளும் என்னை நம்ப வைத்தன. எனது அனுபவங்கள் அனைத்தும் இன்று நான் என்னவாக இருக்க வேண்டும் என்று கற்றுக் கொடுத்தன. உங்களிடம் நல்ல எண்ணங்கள், நல்ல அதிர்வுகள், பச்சாதாபம் தரும் தன்மை மற்றும் பிறரிடம் அக்கறை இருக்கும் போது, மக்கள் ஈர்க்கப்படுவார்கள். பயனுள்ள தியானம் மற்றும் கிரியாஸ் பயிற்சிகள் அனைத்தையும் எனக்கு வழங்கிய மகரிஷி மகேஷ் யோகி மற்றும் ஸ்ரீ ஸ்ரீ ரவிசங்கர் ஆகியோருக்கு நான் நன்றி சொல்ல வேண்டும். இந்த நடைமுறைகள் மற்றும் கற்றல்களைப் பயன்படுத்தி, நான் என்னை மேலும் அறிந்து உணர்ந்தேன்...

நாம் இந்த மண்ணில் பிறந்த தருணத்திலிருந்தே மறுக்க முடியா பந்தயமொன்றில் நாம் பங்கேற்கத் துவங்கி விடுகிறோம். அந்தப் பந்தயம் ஒரு நல்ல பள்ளியில் சேருதல், நல்ல மதிப்பெண்கள் பெறுதல், நல்ல கல்லூரியில் படித்துப் பட்டம் பெறுதல், நல்ல ஊதியம் பெறும் வேலையில் தேர்வு செய்யப்படுதல், திருமணம் செய்துகொள்வது, குழந்தைகளைப் பெறுதல், சொந்தமான ஒரு பெரிய கார் வைத்திருத்தல், அழகான வீடு, சமூக சேவையைச் செய்வது என முடிவிலியாக தொடர்கிறது. இந்த பொருள்சார்ந்த விஷயங்கள் அனைத்தையும் நாம் நிறைவேற்றிய பிறகும், நாம் அதிருப்தியோடு இருப்பது அதிசயத்திலும் அதிசயம் தானே? ஏதோ முழுமையடையா ஒரு தேடல் இருந்து கொண்டே இருக்கிறது நமக்குள்ளே... இதற்கு காரணம் என்ன?

நம்முடைய இலக்குகளை அடைவதற்கான பயணத்தில் நாம் நிறைய அழுத்தங்கள், சவால்கள், போராட்டங்கள், எதிர்மறை எண்ணங்கள், மனச்சோர்வு, பதட்டம் போன்றவற்றிற்கு ஆளாவது தவிர்க்க முடியாத ஒன்றாகிவிடுகிறது. எதிர்மறையான விஷயங்கள் அனைத்தும் ஒருநாள் நம் வாழ்வில் மீண்டும் வரும் என்ற அச்சமும் நமக்குள்ளே தொடர்ந்து கொண்டே இருக்கிறது. அந்த மோசமான சூழ்நிலைகளையும் கடினமான நேரங்களையும் மீண்டும் எதிர்கொள்ள வேண்டுமோ என்று நாம் கவலைப்படுகிறோம். இந்த சூழ்நிலைகளையும் எதிர்மறை உணர்ச்சிகளையும் மீண்டும் அனுபவிக்க நாம் நிச்சயமாக விரும்பவில்லை. நமக்குத் தேவையான எல்லா இலக்குகளையும் அடையும்போது நாம் ஒரு அமைதியான வாழ்க்கையை வாழவே விரும்புகிறோம்.

நம்மில் பலரும் சந்நியாசியாக, சுவாமிஜியாக அல்லது ஆன்மீக குருவாக மாறுவதன் மூலம் மட்டுமே அமைதியான வாழ்க்கையை வாழ முடியும் என்று நம்பியிருக்கலாம். குடும்பங்கள், உணர்ச்சிவயப்படுதல் மற்றும் பிற பிணைப்புகள் இல்லாததால் இது அவர்களுக்கு எளிதாக சாத்தியம் என்றும் நினைக்கலாம். உண்மை ஏறக்குறை அதற்கு மிக அருகில் தான் இருக்கிறது இவை அனைத்திலிருந்தும் நாம் விலகி இருந்தால், நிச்சயமாக நாம் அமைதியான வாழ்க்கையை அடைவதற்கான தடைகள் குறையாக இருக்கலாம். ஆனால் ஆன்மீக குருக்களும் கூட அமைதியை அடைய சில வகையான மூச்சுப் பயிற்சிகள் மற்றும் தியானப் பயிற்சிகளை தொடர்ந்து செய்வதின் மூலமாகவே நாம் அனைவரும் விரும்பும் அமைதியான வாழ்வை சாத்தியமாக்குகிறார்கள்.

நன்கு கவனித்தால், ஏன் இந்த இயற்கை அல்லது இறைவன் இந்த மனித வாழ்க்கையை குடும்பங்கள், உறவுகள் மற்றும் உணர்ச்சிகள் உள்ளடக்கியதாக வடிவமைத்து உள்ளது? / உள்ளார்? என்ற வினா எழக்கூடும். உண்மையில் இது தான் மனித வாழ்க்கையின் சாராம்சமோ? இந்த வகையில் சிந்திக்கையில் மனித வாழ்க்கை என்பது குடும்பம், உறவுகள், உணர்வுகள், விருப்பு வெறுப்புகள், சொத்து, சமூக பங்களிப்பு என அனைத்தும் நிறைந்த ஒன்றாகவே இருக்க முடியும் என்றும் தோன்றுகிறது. அத்தகைய வாழ்க்கையையும் அமைதியான ஒரு மனநிலையோடு வாழ்ந்திட தேர்ச்சி பெற வேண்டும் என்பதும் புலப்படுகிறது.

இதைப் புரிந்துகொண்டு, உலக வாழ்வை வாழும் அதே தருணத்தில், என் வாழ்க்கையில் முக்கிய இலக்கை நான் வடிவமைத்தேன் – அது உணர்வுகளைப் பற்றிய முழு புரிந்துணர்தல் அடைந்த எப்பொழுதும் அமைதியாகத் திகழும் மனதைப் பெறுவதே ஆகும். சுவாசப் பயிற்சிகள் மற்றும் தியானங்களை தவறாமல் பயிற்சி செய்யததன் வாயிலாக அத்தகைய நிலையை அடைந்தேன். இது நான் எனது குடும்ப வாழ்க்கையை முழுமையாக வாழ வழிவகை செய்ததென்றால் மிகையாகது. இந்த பாதையில் பதில்களைத் தேடும் அனைவருடனும் இந்த உணர்தல்களையும் நுட்பங்களையும் பகிர்ந்து கொள்ள விரும்புகிறேன். அது அனைவருக்கும் முழுமையான வாழ்வை வாழ வழிவகை செய்யும் என்றும் நம்புகிறேன்.

வாழ்த்துகளுடன்
அ.தி. ராஜ்குமார்

பொருளடக்கம்

நம் எண்ணங்களையும் உணர்ச்சிகளையும் புரிந்துகொள்வது 13

1. மனதை அறிந்துணர்தல் 14
2. தேவையற்ற விஷயங்களில் கவனம் செலுத்தாமை 16
3. ஒருமுகப்படுத்தப்பட்ட எண்ணங்களை உருவாக்குதல் 17
4. உணர்ச்சிகளைக் கட்டுப்படுத்துதல் 18
5. உணர்ச்சிபூர்வமான முடிவுகளை தவிர்த்தல் 19
6. உணர்ச்சி மற்றும் பகுத்தறிவு மனதின் சரியான பயன்பாடு 22
7. உணர்வுப்பூர்வமான மனதின் சக்தி 25
8. ஆசைகளும் மகிழ்ச்சியும் 26
9. மகிழ்ச்சியின் ரகசியத்தை அறிதல் 28
10. மனநிலை மோசமடைதலை சமாளித்தல் 30
11. உயர்விற்கும் தாழ்விற்கும் இடையில் ஊசலாடுதல் 31
12. மகிழ்ச்சியைக் காத்தல் 32
13. கோபத்தைக் குறைத்தல் 34
14. பொறாமையை கையாள்வது 36
15. பொறாமையை வெல்வது 38
16. கவலை மற்றும் பதட்டத்தை வெல்லுதல் 41
17. சரியான மனநிலை மனச்சோர்விலிருந்து பாதுகாக்கிறது 43
18. மனச்சோர்வை பரப்புதல் குறித்த அச்சம் 45
19. நம் மனம், நம் எண்ணங்கள் மற்றும் நம் உணர்ச்சிகள் 47
20. நம் எண்ணங்களுக்கு பொறுப்பேற்றல் 49
21. மனதின் இயல்பு - தேவையற்ற எண்ணங்கள் 50
22. மாற்றத்தை செயல்படுத்துவதற்கான வளைந்து கொடா தன்மை 52
23. மனநிலையை அளவிடுதல் 54
24. மனச்சோர்வை வெல்லுதல் 55
25. அறியப்படாத காரணங்களுக்காக வருந்துதல் 57
26. எதிர்மறை சிந்தனையின் மட்டுப்படுத்தப்பட்ட பயன்பாடு 59
27. இது எனக்கு ஏன் நடக்கிறது? 60
28. போராட்டங்கள் குறித்த பார்வை 61
29. நம்மை மற்றவர்களுடன் ஒப்பிடுவது 63

9

30. கவலை தொடர்பான உடல்நலப் பிரச்சினைகளை குணப்படுத்துதல்	65
31. மனச்சோர்வை அனுபவித்தல்	66
32. இழந்து விட்ட மற்றும் சோகமாக உணர் நிலை	68
33. வீண் பழியை பொறுத்தல்	69
34. எதிர்கால பயத்தைப் போக்க	70
35. கசப்பான விஷயங்களில் கிட்டும் இனிமையை அனுபவித்தல்	72
36. மௌனத்தை அனுபவிக்க விரும்புவது	74
37. கெட்ட பழக்கங்களைக் கட்டுப்படுத்துதல்	75
38. அதீத சிந்தனையும், சொந்த எண்ணங்களில் முரண்படுவதும்	77

சிறந்த உறவுகளை வளர்ப்பது 79

39. சுயகௌரவம் மற்றும் உறவுகள்	81
40. பச்சாதாபத்தை புரிந்துகொள்வது	83
41. அறிவார்ந்த மற்றும் உணர்ச்சி பச்சாதாபத்தை வேறுபடுத்துதல்	84
42. சமமாக இருத்தல்	86
43. மற்றவர்களுக்காக மகிழ்ச்சியாக இருத்தல்	88
44. கோபத்தைப் புரிந்துகொள்வது	90
45. தனியாக இருப்பது போன்ற உணர்வுகளை முறியடிப்பது	92
46. பிரச்சினைகளை உணர்தல்	93
47. பிரிவுக்குப் பின் ஒன்றிணைதல்	96
48. உடைமை போன்ற உணர்வு	98
49. மகிழ்ச்சி மற்றும் சோகத்தின் துருவங்கள்	100
50. மற்றவர்களின் மனதைக் கட்டுப்படுத்துதல்	102
51. தடைகளைத் தாண்டுவது	103
52. அழகு மற்றும் அசிங்கத்தின் உணர்வுகள்	106
53. உறவை முறித்தல்	107
54. உணர்ச்சிகளை நேர்மையாக வெளிப்படுத்துவது	109
55. எதிர்பார்ப்புகளை கட்டுப்படுத்துதல்	111
56. பழிவாங்குவது தீங்கு விளைவிக்கும்	113
57. தீர்க்கப்படாத மோதல்களின் தொல்லை	116
58. அன்புக்குரியவரிடம் அடிமையாதல்	117
59. தீவிர நடவடிக்கைகளை எடுப்பது	118
60. வெற்றி மற்றும் தோல்வியைக் கையாளுதல்	119
61. மக்களை அதீத பகுப்பாய்வு செய்வதை விட்டு வெளியேறுதல்	123

62. ரகசியங்களைப் பகிர்வது	124
63. மற்றவர்கள் என்ன நினைக்கிறார்கள் என்பதைப் பற்றி அக்கறை கொள்வது	125
64. இரட்டைத் தன்மை கொண்டிருப்பது	126
65. குழப்பமான செய்திகளைப் பற்றி விவாதித்தல்	127
66. மனநல பிரச்சினைகளால் பாதிக்கப்பட்ட இளைஞர்கள்	129
67. திருமணத்தை வளர்ப்பது	131
68. உணர்ச்சிகளைக் கட்டுப்படுத்த தனித்து வாழ்தல்	133
69. ஆரோக்கியமான பெற்றோர்-குழந்தை உறவு	134
70. பெற்றோருக்கு செவி சாய்ப்பதில்லை	136
71. உணர்ச்சிகரமான வலியைச் சமாளித்தல்	138
72. நெருங்கிய உறவுகளில் தவறான புரிதல்	140
73. நேசித்தவரை இழந்த பின்னர் மனச்சோர்வை சமாளித்தல்	142
74. என்னைப் பற்றிய மற்றவர்களின் கருத்துக்களை மாற்றுவது	144
75. நோய் அறிகுறிக்கான தகவல்களை இணையத்தில் தேடும் மனப்பாங்கு	145
76. பைத்தியமாகும் இரசிகர்கள்	146
77. பணக்கார மற்றும் ஏழை மக்களின் மனநிலை	147
78. புகைப்படங்களும் இரு வேறு உணர்வுகளும்	149
79. ஆன்மீக குருக்களுக்கு அன்பும் மரியாதையும்	150
80. இளமைக் காலத்து உறவுகள்	152
81. பிரிவைத் தவிர்த்தல்	154
82. மதிப்பு மிகுந்த நேரமா? அதிக அளவு நேரமா?	156
83. பச்சாத்தாப்புத்துடன் தொடர்பு கொள்வது	157
84. பிணைப்புகளை விட்டு விடுவது	158
85. துரோகத்தின் கோபத்தை சமாளிப்பது	160
86. பிரிவால் ஏற்படும் காயம், கோபத்தை வெல்லுதல்	161
87. பிரிவுக்குப் பிறவு சமாளித்தல்	163
வேலை மற்றும் படிப்புகளில் செயல்திறனை உருவாக்குதல்	**165**
88. முக்கியமான விஷயங்களில் கவனம் செலுத்துங்கள்	167
89. கவனம் செலுத்தும் பகுதியைத் தேர்ந்தெடுப்பது	169
90. பணிகளை நினைவில் கொள்வது	171
91. செயல்பாடுகளில் ஆர்வத்தைத் தக்கவைத்தல்	173
92. மீண்டும் மீண்டும் செய்யும் வேலையில் சலிப்பைக் குறைத்தல்	174
93. மனதின் மறதி	175

94. சார்புத்தன்மையை கையாள்வது	176
95. சுய ஒழுக்கமாக இருப்பது	177
96. ஒழுக்கமாக இருப்பதன் மன அழுத்தத்தைக் குறைத்தல்	179
97. நம்பிக்கையையும் ஒழுக்கத்தையும் ஒப்பிடுவது	181
98. வெற்றிக்கான பழக்கங்களை வளர்ப்பது	182
99. போதுமான நேரத்தைக் கண்டறிதல்	183
100. நன்கு படிப்பதற்கான ரகசியங்கள்	184
101. படிப்பில் கவனம் செலுத்துதல்	186
102. தேர்வில் சிறப்பாக செயல்படுவது	187
103. நல்ல வேலையைச் செய்வது	189
104. வேலையின்மை விரக்தியை நீக்குதல்	191
105. தனக்குத் தானே உத்வேகம் அளித்தல்	193
106. நெருக்கடி காலங்களில் தொடர்ந்து பணியாற்றுவது	195
107. தவறுகளைச் செய்வதற்கான கவலையை நீக்குதல்	197
108. சமுதாயத்தில் உங்கள் கடமைகளைச் செய்வது	198

மகத்துவத்தை அடைதல் — 199

109. அன்றாட வாழ்க்கையில் உற்சாகத்தைக் கண்டறிதல்	201
110. மன ஆரோக்கியத்தின் முக்கியத்துவம்	203
111. உடல்-மனதை அமைதிப்படுத்தும் நடைமுறைகளின் முக்கியத்துவம்	204
112. தியானத்திலிருந்து பலன்களைப் பெறுவது	206
113. திறம்பட வழிபடுதல்	208
114. அமைதி என்பது ஒரு பயணம்	209
115. ஒருவரின் வாழ்க்கையை மாற்ற நடவடிக்கை எடுப்பது	210
116. உடல் நலம் குறித்த விழிப்புணர்வு	212
117. மகத்துவத்தை அடைதல்	213
118. மனப்பான்மையை மாற்றுதல் - குணநலனை மாற்றுதல்	214
119. கடினமான காலங்களைக் கடப்பது	216
120. நேர்மறையான எண்ணங்கள் மற்றும் காட்சிப்படுத்தல் பயிற்சி	
121. கவனம் செலுத்துவதன் மூலம் மன அழுத்தத்தைக் குறைத்தல்	219
122. தியான பயிற்சி	220

நம் எண்ணங்களையும்
உணர்ச்சிகளையும்
புரிந்துகொள்வது

மனதை அறிந்துணர்தல்

கே: நம் எண்ணங்களையும் உணர்ச்சிகளையும் எவ்வாறு கட்டுப்படுத்த முடியும்?

நம் எண்ணங்களைக் கட்டுப்படுத்த, முதலில் நாம் நம் மனதை எவ்வாறு கட்டுப்படுத்துவது என்பதைக் கற்றுக்கொள்ள வேண்டும். நம் மனதில் கட்டுப்பாட்டைப் பெற்றவுடன், நம்மை சிக்கலுக்கு இட்டுச்செல்லும் எதிர்மறை அல்லது தேவையற்ற எண்ணங்களை எளிதில் தவிர்க்கலாம். நம் மனதைக் கட்டுப்படுத்த, நம் எண்ணங்களைப் பற்றி விழிப்புடன் இருப்பது அவசியம்.

இரண்டு வகையான எண்ணங்கள் உள்ளன - ஒன்று எதிர்மறையான சூழ்நிலைகளிலிருந்து அல்லது உங்கள் மனதின் பலவீனத்திலிருந்து பிறந்த ஒரு நேரடி, எதிர்மறை சிந்தனை. இரண்டாவது வகை என்பது கடந்த காலத்தின் நேர்மறையான நினைவுகளாகத் தொடங்கும் எண்ணங்கள் அல்லது நீங்கள் பெரிய விஷயங்களை அடையும்போது மற்றும் பாராட்டுகளைப் பெறும்போது மற்றவர்களை விட உயர்ந்தவர்களாக உங்களை கற்பனை செய்துகொள்வது. இந்த எண்ணங்களில் உங்கள் மனதை அதிக நேரம் இருக்க அனுமதிப்பது சம்பந்தப்பட்ட நபர்கள் மற்றும் சூழ்நிலைகளின் எதிர்மறை நினைவுகளுக்கு வழிவகுக்கும்.

சுவாச அடிப்படையிலான பிராணயாமாக்கள் உங்கள் உடலை அமைதிப்படுத்தும். அமைதியான உடல் தான் உங்கள் மனதை அமைதிப்படுத்த அடித்தளம். உடல் அமைதியாகிவிட்டால், நீங்கள் தியானத்தை மிகவும் திறம்பட பயிற்சி செய்யலாம். பிராணயாமா மற்றும் தியானத்தின் சரியான கலவையானது உங்களை முற்றிலும் அமைதியாகவும் மன அழுத்தத்திலிருந்து விடுவிக்கவும் செய்கிறது. உங்கள் மனம் நிறைய உணர்தலில் இறங்குகிறது, எல்லாமே உங்களுக்கு எளிதாகவும் சிரமம் அற்றதாகவும் தோன்றத் தொடங்குகின்றன. இந்த மனநிலையுடன், நீங்கள் ஒருபோதும் உணர்ச்சிகளால் இயக்கப்பட மாட்டீர்கள். நீங்கள் உணர்ச்சிகளை அழகாகக் கட்டுப்படுத்தவும், சரியான அமைதியான வாழ்க்கையை நடத்தவும் முடியும். உங்களுக்கு ஏற்ற சரியான முடிவுகளையும் தேர்வுகளையும் நீங்கள் எடுக்கவும் முடியும்.

தேவையற்ற விஷயங்களில் கவனம் செலுத்தாமை

கே: நான் கவனச்சிதறலைக் குறைப்பது மற்றும் செய்ய வேண்டிய விஷயங்களில் கவனம் செலுத்துவது எப்படி?

தேவையற்ற எண்ணங்களுக்குள் செல்வது மனதின் இயல்பு என்பதை நாம் அறிந்திருக்கிறோம், அதே சமயம் ஒரு பயனுள்ள சிந்தனைக்குள் பயணிக்க பெரும் முயற்சி எடுக்க வேண்டிய அவசியம் ஏற்படுகிறது. நேரத்தின் பயன், உங்கள் மதிப்பு மற்றும் லட்சியங்களைப் பற்றி நீங்கள் விழிப்புடன் இல்லாவிட்டால், தேவையற்ற எண்ணங்களால் நிரம்பி வழியும் நிலை ஏற்படுகிறது, அது உங்களை எங்கு வேண்டுமானாலும் அழைத்துச் செல்லும் வல்லமை படைத்தும் இருக்கிறது.

இன்றைய நிலையில் கவனச்சிதறல்கள் ஏற்படுவதற்கு மிகப் பெரிய முக்கிய மூலமாக சமூக ஊடகங்கள் விளங்குகிறது. நீங்கள் பேஸ்புக், வாட்ஸ்அப், யூடியூப் அல்லது ட்விட்டரைத் திறந்தவுடன், அது உங்கள் மனதை திசை திருப்பும் தேவையற்ற படங்கள், காணொளிகள் மற்றும் தகவலுடன் உங்களை இணைக்கிறது. நீங்கள் சிறிது நேரத்தில் எதற்காக அதில் நேரம் செலவிடுகிறீர்கள் என்ற குறிக்கோளின்றி உங்களை நேரத்தையும் உங்களையும் இழந்து விடுகிறீர்கள். மிக மோசமான விஷயம் என்னவென்றால், இந்த தேவையற்ற தாக்கங்களால் உங்கள் மனம் பெரும் மாற்றத்திற்குள்ளாகி சிதைவடைகிறது.

உங்கள் மதிப்பு, நேரம் மற்றும் லட்சியம் குறித்து கவனமாக இருப்பது முக்கியம். இது பயனுள்ள விஷயங்களில் மட்டுமே கவனம் செலுத்த உங்களை வழி நடத்தும். நீங்கள் குறிக்கோளுடன் பணியில் இருக்கும் போது, உங்கள் மனம் ஒருமுகப்பட்டு செயல்படுகிறது. இச்சமயத்தில் தேவையற்ற எண்ணங்கள் உங்கள் மனதில் நுழைய வாய்ப்பில்லை. சும்மா இருக்கும் போது, நேர்மறையாக சிந்திக்க முயற்சிகள் எடுக்கப்படாவிட்டால், தேவையற்ற எண்ணங்களை நோக்கிச் சென்று மனம் தாழ்ந்து போகும் இயல்பான போக்கைக் கொண்டுள்ளது. உங்கள் மனதை சும்மா விடாதீர்கள். வேலை மற்றும் நேர்மறையான எண்ணங்களுடன் அதை இணைத்து வைத்திருங்கள். கற்பனை அல்லது கடந்தகால நினைவுகளின் எண்ணங்களை ஊக்குவிக்காதீர்கள், ஏனெனில் அது சோம்பலுக்கு வழிவகுக்கிறது மற்றும் தற்போதைய தருணத்தை நன்முறையில் பயன்படுத்த இயலாமல் செய்து விடுகிறது.

ஒருமுகப்படுத்தப்பட்ட எண்ணங்களை உருவாக்குதல்

கே: என் மனம் எப்போதும் பல எண்ணங்களால் நிறைந்து வழிகிறது. ஒரு நேரத்தில் ஒரு விஷயத்தில் நான் எவ்வாறு கவனம் செலுத்த முடியும்?

பல எண்ணங்கள் இருப்பது மனதின் இயல்பு நிலை தான். நம் மனதில் எப்போதுமே சில சிந்தனைகள் இருந்து கொண்டே தான் இருக்கும். அதை நம்மால் தடுக்க முடியாது. ஒரே நேரத்தில் பல விசயங்களில் எண்ணங்கள் இருப்பதைத் தவிர்ப்பதே இதனை வெல்ல உதவும். நீங்கள் ஒரு விஷயத்தைப் பற்றி சிந்திக்கும்போது, அதே நேரத்தில் வேறு எதையும் பற்றி சிந்திக்காமல் இருப்பது நல்லது. இது ஒரு நேரத்தில் ஒரு விஷயத்தில் கவனம் செலுத்த உதவும் நற்பயிற்சியாக அமையும்.

இத்தகைய ஒருமுகப்படுத்தப்பட்ட நிலை, நமது சிந்தனையையும் செயலையும் திறம்பட மாற்றுவதுடன், உற்பத்தித் திறனை அதிகரிக்கிறது மற்றும் ஆக்கபூர்வமான நிலைக்கு வழிவகுக்கிறது. ஒரு குறிப்பிட்ட சிந்தனை அல்லது குறிப்பிட்ட விசயத்தைப் பற்றி சிந்திப்பது அல்லது கவனம் செலுத்துவது அந்த விசயத்தில் அதிக தெளிவையும் படைப்பாற்றலையும் தருகிறது.

ஒரு நேரத்தில் ஒரு விஷயத்தில் கவனம் செலுத்த தியானம் நமக்கு உதவுகிறது. தியானத்தின் போது கூட, உங்களுக்கு பல எண்ணங்கள் இருக்கும், மேலும் தியானத்தின் போது பயன்படுத்தும் மந்திரத்திற்கு கவனத்த்டைக் கொண்டு வர முயற்சிகள் எடுக்க வேண்டியிருக்கும். மந்திரத்தை உச்சரித்துக் கொண்டு இருப்பதும் ஒரு சிந்தனையே. நீங்கள் முற்றிலும் சிந்திக்காமல் போகும் போதுதான் மிகவும் பயனுள்ள தியானம் நிகழ்கிறது. ஆனால் அந்த சமயத்தில், நீங்கள் உங்கள் நனவான மனதில் இருந்து விலகி இருப்பீர்கள். தியானம் செய்வதற்கான நமது நடைமுறை, நம் எண்ணங்களை மீண்டும் தெளிவுபடுத்துவதும், கவனம் செலுத்துவதும், பயனுள்ளதும், ஆக்கபூர்வமானதுமான உருவாக்குவதே ஆகும்.

உணர்ச்சிகளைக் கட்டுப்படுத்துதல்

கே: எனது உணர்ச்சிகளை எவ்வாறு கட்டுப்படுத்துவது?

ஒரு நல்ல மற்றும் நேர்மறையான காரணத்திற்காக உணர்ச்சிகள் இருந்தால், அது சரி. ஆனாலும், அவை குறைவாக மதிப்பிடப்படாமல் இருக்க ஒரு கட்டுப்பாட்டுக்குள் இருக்க வேண்டும்.

உதாரணமாக, நீங்கள் ஒருவருடன் நெருக்கமான உறவை ஏற்படுத்த விரும்புகிறீர்கள் என்றால், அதை அடைய நீங்கள் நேர்மறையான உணர்ச்சிகளைப் பயன்படுத்துகிறீர்கள். ஆனால் அது அதிகப்படியான அல்லது செயற்கையானதாக இல்லாமல் பார்த்துக் கொள்ளுங்கள். அந்த நபர் அதைப் பற்றி அறிந்தால், அது எதிர் விளைவை ஏற்படுத்தக்கூடும். ஒரு நபரிடம் காட்டப்படும் ஏராளமான மற்றும் உண்மையான அன்பு கூட மற்றவரை எரிச்சலடையச் செய்யக்கூடாது அல்லது உங்கள் உணர்வுகளை குறைத்து மதிப்பிடும்படி செய்து விடக்கூடாது. இந்த உணர்ச்சிகள் இயல்பானதாகவும், பாராட்டத்தக்கதாகவும் இருக்க வேண்டும். நபரின் இயல்பு, விருப்பு வெறுப்புகளைப் புரிந்துகொண்டு அதற்கேற்ப செயல்படுங்கள். இந்த அறிவை சரியான அளவு உணர்ச்சிகளுடன் பயன்படுத்துவது ஒருவருடன் நெருக்கமான உறவை ஏற்படுத்துவதில் வெற்றி அடைய உதவும். வணிகத்தை மேம்படுத்த பெரும் நிறுவனங்களில் இந்த உத்திகள் மிகவும் வெற்றிகரமாக பயன்பாட்டில் இருந்து வருகின்றன.

ஆனால் சில விதிவிலக்குகள் இருக்கலாம் - ஒரு தாய்க்கும் அவளுடைய குழந்தைகளுக்கும் இடையிலான அன்பை அளவிடவும் கட்டுப்படுத்தவும் முடியாது. பெரும்பாலான சந்தர்ப்பங்களில், இது எதிர்பார்ப்புகள் இல்லாமல் இயற்கையானதாக இருக்கிறது. குழந்தைகள் அதைப் புரிந்து கொள்கிறார்கள், குறைத்து மதிப்பிட மாட்டார்கள். சில சமயங்களில் குழந்தைகள் கூட தாயின் ஏராளமான அன்பின் மீது எரிச்சலடைகிறார்கள், ஆனால் ஒரு தாய் அதை ஒருபோதும் கவனிக்க மாட்டார்.

உணர்ச்சிகள் எதிர்மறையான விளைவுகளை ஏற்படுத்தப் போகின்றன என்றால், அதை முற்றிலும் தவிர்க்கலாம். உதாரணமாக, கோபத்தின் உணர்ச்சி அல்லது உறவுக்கு சேதம் விளைவிக்கும் ஒரு எதிர்வினை தவிர்க்கப்படலாம். மற்ற நபரின் நேர்மறைகளைப் பற்றி சிந்தித்துப்

பாருங்கள். இது உணர்ச்சியைக் கட்டுப்படுத்த உதவும். ஆனால் சில சமயங்களில் நம் கருத்துக்களை வெளிப்படுத்த வேண்டிய அவசியம் இருக்கும் போது, அதை ஒரு முறை வெளிப்படுத்தலாம், அதை அத்தோடு விட்டுவிடலாம். உணர்வுகள் மற்றும் உணர்ச்சிகளின் வெளிப்பாடு அமைதியாகவும் நம்பிக்கையுடனும் செய்யப்பட வேண்டிய ஒன்றாகும். இது இந்த முறையில் செய்யப்பட்டால், மற்றவர்கள் கேட்பதற்கு சிறந்த வாய்ப்புகள் உள்ளன. சில சந்தர்ப்பங்களில், அத்தகைய உணர்வுகள் ஏற்படக்காரணமான நபர்களைத் தவிர்ப்பது நல்லது. அவர்களிடமிருந்து விலகி இருப்பது அவர்கள் மீதான நமது உணர்ச்சிகளைக் கட்டுப்படுத்த உதவும். அவர்களிடம் இருந்து விலகி இருத்தல் அவர்களைப் பற்றிய சிந்தனைகள் உணர்ச்சிகளில் இருந்து விலகி இருக்க உதவும் என்பதால் இந்த வழிமுறையைப் பயன்படுத்தியும் நம் உணர்ச்சிகளை நம் கட்டுக்குள் வைக்க முடியும்.

உணர்ச்சிபூர்வமான முடிவுகளை தவிர்த்தல்

கே: சில நேரங்களில் நான் உணர்ச்சிவசப்பட்டு ஒரு முடிவை எடுப்பேன், அதனால் பல பின் விளைவுகளை எதிர்கொள்கிறேன். முடிவெடுக்க சரியான நேரம் அல்லது மனநிலை என்ன?

மிகவும் உணர்ச்சிமயமான ஒரு திரைப்படத்தைப் பார்க்கும்போது நீங்கள் எப்படி உணருகிறீர்கள் என்பதை நீங்கள் எப்போதாவது கவனித்திருக்கிறீர்களா? நீங்கள் மாலையில் ஒரு திரைப்படத்தைப் பார்க்கிறீர்கள், அது உங்கள் உணர்ச்சிகளுடன் விளையாடுகிறது. அதைப் பார்த்த பிறகு, எல்லாவற்றையும் விட்டு விட்டு சமூக சேவையைச் செய்வது போல் நீங்கள் உணரலாம், அல்லது உங்கள் நண்பர்களை அழைத்து ஒன்றாக ஏதாவது செய்ய வேண்டும் என்று நீங்கள் நினைக்கலாம். நீங்கள் வழக்கமாக உங்கள் பெற்றோருடன் இணக்கமான உறவில் இல்லாமல் இருந்திருந்தாலும், அந்த படத்தில் சித்தரிக்கப்பட்டுள்ள சில காட்சிகள் உடனடியாக அவர்களுக்காக எதையும் செய்ய வேண்டும் என்று உங்களைத் தூண்டக் கூடும். திரையுலகம் தப்பிப் பிழைப்பதற்கும், திரையுலக நாயகர்களும் நாயகிகளும் கடவுளின் நிலைக்கு உயர்த்தப்படுவதற்கும் இதுவே காரணம். பொதுவாக, அடுத்த நாள் காலையில் தூக்கத்திலிருந்து எழுந்த பிறகு நீங்கள் கவனித்துப் பார்த்தீர்களேயானால், ஏதாவது செய்ய வேண்டும் என்ற தீவிரமான நேற்றைய முடிவு குறைந்து விடும். மெதுவாக, அதுவும் கூட மறக்கப்பட்டு விடும்.

நீங்கள் அதிக உணர்ச்சி மட்டத்தில் இருக்கும்போது, பெரும்பாலான நேரங்களில் நடைமுறைக்கு மாறான தவறான முடிவுகளை நீங்கள் எடுக்க முனைகிறீர்கள். எதிர்மறையான சூழ்நிலையைப் பற்றி நீங்கள் நினைக்கும் போது, நீங்கள் மிகவும் உணர்ச்சிவசப்படுகிறீர்கள் - உதாரணமாக, உங்களை விமர்சித்த சிலரைப் பற்றி நீங்கள் சிந்தித்தால், உடனடியாக அவரை அடித்து வீழ்த்துவது போல் உணர்வீர்கள். அந்த நபர் உங்களுக்கு முன்னால் இருந்தால், உங்கள் எண்ணங்களை நீங்கள் செயல்படுத்தினால், அது சில கடுமையான விளைவுகளுக்கும் நிரந்தர உறவு முறிவுக்கும் வழி வகுக்கும். ஆனால் சிறிது நேரம் கழித்து நீங்கள் அவ்வளவு உணர்ச்சிவசப்படாத போது, நீங்கள் அதைப் பற்றி சிந்தித்தால், அந்த நபரைத் தாக்குவது மதிப்புள்ளதா என்பதைப் பற்றி நீங்கள் இருமுறை யோசிப்பீர்கள். எனவே, நீங்கள் அதிக

உணர்ச்சிவசப்படும் போது முடிவுகளை எடுக்காமலிருப்பது நல்லது. பெரும்பாலும், இது போன்ற முடிவுகள் தவறாகப் போகின்றன.

வலுவான உணர்ச்சிகளில் இருந்து எழும் ஒரு முடிவை எடுத்து ஒரு சிலர் வெற்றிபெறலாம். அந்த சூழ்நிலையில் விரைவான முடிவு தேவைப்பட்டு எடுக்கப்பட்டதே இதற்குக் காரணம். உணர்ச்சிகளில் இருந்து பிறந்த சில முக்கியமான முடிவுகள் உடனடியாக எடுக்கப்பட வேண்டும். உதாரணமாக - விபத்தில் பாதிக்கப்பட்டவர்களுக்கு உதவுதல். இதுபோன்ற எடுத்துக்காட்டுகள் மிகக் குறைவு. ஒட்டுமொத்தமாக சொல்வதென்றால், நீங்கள் அதிக உணர்ச்சிவசப்படும் போது முடிவுகளை எடுக்காமலிருப்பது நல்லது.

மனம் சீராகவும் அமைதியாகவும் இருக்கும் போது முடிவெடுப்பதற்கான சரியான நேரம். உடனடியாக முடிவு செய்து செயல்படுத்தவும். முடிவெடுக்காமலே காலம் தாழ்த்துதல் அல்லது தள்ளிப்போடுதல் எந்த ஒரு செயலையும் செயல்படுத்துவதற்கு அதிக சக்தியை வீணடிக்கச் செய்துவிடும். ஆகையால் உடனடியாக முடிவு செய்து செயல்படுத்தவும்.

உணர்ச்சி மற்றும் பகுத்தறிவு மனதின் சரியான பயன்பாடு

கே: உணர்ச்சி மற்றும் பகுத்தறிவு மனதுக்கு இடையிலான வேறுபாடு என்ன?

ஒரு உணர்ச்சிப் பூர்வமான மனம் உண்மைகளை ஆராயாது. இது சில நேரங்களில் உங்களை சிக்கலுக்கு இட்டுச் செல்லக்கூடும். ஒரு பகுத்தறிவு மனம் உண்மைகளை ஆராய்ந்து பெரும்பாலான நேரங்களில் வெற்றி பெறுகிறது. இருப்பினும், இது அந்த நபர், அப்போதைய நிலைமை மற்றும் உணர்ச்சிகளின் தேவை ஆகியவற்றைப் பொறுத்தது. ஒரு பகுத்தறிவு மனம் 90% சூழ்நிலைகளை வெல்கிறது, ஆனால் சூழ்நிலைகளை வெல்ல உணர்ச்சி மனதைப் பயன்படுத்த வேண்டிய இடங்களும் உள்ளன என்பதனை மறுப்பதற்கு இல்லை. இரு மனங்களின் சரியான பயன்பாட்டிற்கான எடுத்துக்காட்டு இங்கே:

குமார் பெருவணிக வாய்ப்பைப் பெறுவதற்காக ஒரு நிறுவனத்துடன் பெரிய ஒப்பந்தத்தை மேற்கொள்வதற்காக சென்று கொண்டிருந்தார். அவர் செல்லும் வழியில், அவர் ஒரு விபத்தை கண்டார். அதில் பாதிக்கப்பட்டவர் தனது உயிருக்கு போராடிக் கொண்டிருந்தார். அவரை மருத்துவமனைக்கு அழைத்துச் செல்ல எந்த வாகனமும் இல்லை. குமார் தனது பகுத்தறிவு மனதில், உதவி செய்வதற்காக நிறுத்தினால், அவரால் சரியான நேரத்திற்கு சென்று சேர இயலாது மற்றும் ஒப்பந்தத்தையும் இழக்க நேரிடக்கூடும் என நம்பினார். ஆகையால், உதவி செய்ய வேண்டாம் என்று முடிவு செய்து தனது வழியில் சென்று தொழில் தொடர்பான அந்த ஒப்பந்த்தாரர்கள் கூட்டத்தில் கலந்து கொண்டார். மற்றொரு ஒப்பந்தக்காரர் ராஜா அந்த நிகழ்வில் கலந்து கொள்ள வரவில்லை. குமார் 50 கோடி மதிப்புள்ள ஒப்பந்தத்தை பெறுகிறார். அந்த வெற்றியின் மூலமாக அவர் மிகவும் உற்சாகம் அடைகிறார்.

வீட்டிற்கு செல்லும் வழியில், விபத்து நடந்த இடத்தில் சாலையில் ரத்தக் கறைகளை குமார் பார்க்கிறார். உதவி செய்யாததற்காக அவர் தன்னையே குற்றவாளியாக உணர்கிறார் மற்றும் உதவி செய்ய

இயலாமைக்காக தனக்குத் தானே நியாயப்படுத்த முயற்சிக்கிறார். பாதிக்கப்பட்டவரைப் பற்றி விசாரித்த அவர், ஒருவர் தனது காரில் பாதிக்கப்பட்டவரை மருத்துவமனைக்கு அழைத்துச் சென்றதை அறிந்து கொள்கிறார். அவர் உதவி செய்யாதது குறித்து மிகவும் குற்ற உணர்ச்சியுடன் இருக்கிறார், அது உண்மையில் அவரின் மன அமைதியைக் கெடுத்துக் கொண்டே இருக்கிறது.

உண்மையில் விபத்தில் பாதிக்கப்பட்டவரை மருத்துவமனைக்கு அழைத்துச் சென்றவர் வேறு யாருமல்ல, தொழில்முறை நிகழ்வினை தவறவிட்ட மற்ற ஒப்பந்தக்காரரான ராஜாவே தான். விபத்துக்குள்ளானவரைப் பார்த்து ராஜா உணர்ச்சிவசப்பட்டு, ஒப்பந்தத்தை இழந்தாலும் பரவாயில்லை என அவரை மருத்துவமனைக்கு கொண்டு சென்று உதவ முடிவு செய்திருந்தார். அதனால் பாதிக்கப்பட்டவர் உயிர் தப்பினார், பாதிக்கப்பட்டவரை சரியான நேரத்தில் மருத்துவமனைக்கு கொண்டு வந்ததற்காக ராஜாவை மருத்துவர்களும் பாராட்டினார். பாதிக்கப்பட்டவரின் உயிரைக் காப்பாற்ற உதவியதில் ராஜா மிகவும் மகிழ்ச்சியடைந்தார், ஆனால் தொழில்முறை ஒப்பந்தத்தை இழந்துவிட்டதை எண்ணி வருத்தப்பட்டார்.

மாதங்கள் உருண்டன, ஒப்பந்தக்காரர்கள் இருவரும் மற்றொரு தொழில் முறை ஒப்பந்த்தாரர்களுக்கான சந்திப்பில் சந்தித்தனர். ராஜா, 50 கோடி ஒப்பந்தம் மற்றும் அத்தொழில் எவ்வாறு முன்னேறுகிறது என்று விசாரிக்கத் தொடங்கியபோது குமார் மிகவும் வருத்தமடைந்தவராகக் காணப்பட்டார். திடீரென செலவுகள் அதிகரித்ததாலும், நிறுவனத்தின் மோசமான வரவு செலவு பரிவர்த்தனைகளாலும் அத்தொழிலில் தான் இழப்புகளைச் சந்திப்பதாக அவரிடம் சொல்லத் தொடங்கினார். நிறுவனத்தால் எந்தவொரு கட்டணத்தையும் செலுத்த முடியவில்லை, இதனால் அவருக்கு 5 கோடி இழப்பு ஏற்பட்டது என்பதையும் பகிர்ந்து கொண்டார். குமாரின் துயரங்களைக் கேட்டு, அந்த ஒப்பந்தத்தை பெறாததற்காக ராஜா கடவுளுக்கு நன்றி தெரிவித்தார்.

இதற்கிடையில், 100 கோடி புதிய ஒப்பந்தத்திற்காக, குமார் முன்மொழிந்த ஒப்பந்தத் தொகை மிகக் குறைவு ஆகையால் ஒப்பந்தம் அவருக்கே வழங்கப்பட்டிருக்க வேண்டும். ஆனால் திடீரென்று, ராஜா அழைக்கப்பட்டு, அவர் மேற்கோள் காட்டிய ஒப்பந்தத் தொகையிலிருந்து சற்றே குறைவான ஒரு குறிப்பிட்ட தொகையில் ஒப்பந்தத்தை செய்து தர இயலுமா? எனக் கேட்கப்பட்டார். ராஜாவும் சம்மதித்ததால் ஒப்பந்தம் ராஜாவுக்கே வழங்கப்பட்டது. இந்தப் புதிய நிறுவனம் நல்ல முறையில் ஒப்பந்தத்தொகை மற்றும் பணப்பரிவர்த்தனைகள்

செய்யக்கூடியதாகவும் மேலும் அந்த ஒப்பந்தத்தில் ஒரு நல்ல இலாபம் கிடைக்க வாய்ப்பு இருந்ததாலும் குமார் மேலும் வருத்தப்பட்டார்.

குமாரை விட மேற்கோள் அதிகமாக இருந்தபோதிலும், அவருக்கு ஏன் ஒப்பந்தம் வழங்கப்பட்டது என்பதை அறிய ராஜா ஆர்வமாக இருந்தார். இந்த ஒப்பந்தத்தில் முடிவெடுக்கும் அதிகாரியாக இருந்த நிறுவனத்தின் பொது மேலாளரை அவர் சந்தித்தார். பொது மேலாளர், விபத்தில் பாதிக்கப்பட்டவரின் உறவினர் என்பதனை அறிந்து பெரும் இன்ப அதிர்ச்சிக்கு உள்ளானார். அவர் தன் மருமகனைக் காப்பாற்றியவர் ராஜா என்பதனை அறிந்து கொண்டு நன்றி கூறியதுடன், தனது மருமகனின் உயிரைக் காப்பாற்றியதற்காக நன்றியைத் திருப்பிச் செலுத்துவதற்கான வழி இது என்று நம்புவதாகவும் கூறினார். இதைக் கேட்டு ராஜாவின் மெய் சிலிர்த்தது. மேலும் பெரும் உற்சாகம் பிறந்தது.

இந்த நிகழ்வுகளின் மூலம், பகுத்தறிவு மனம் 90% வெற்றியைப் பெற்றுத்தரும் வல்லமை நிறைந்ததாக இருந்த போதிலும், நல்ல விளைவுகளை ஏற்படுத்தக் கூடிய செயல்கள் சில சமயங்களில் உணர்ச்சிவசப்பட்ட மனதின் மூலமாக எடுக்கப்பட்டாலும் மாபெரும் வெகுமதிகளையும் வெற்றிகளையும் பெற்றுத் தரும் என்பதனை அறிந்து கொள்ள முடிகிறது.

உணர்வுப்பூர்வமான மனதின் சக்தி

கே: தர்க்கரீதியான மனதை விட உணர்ச்சி மனம் சக்திவாய்ந்ததா?

ஒரு நபர் ஏதாவது ஒரு விசயத்தை உணர்ச்சியுடன் இணைத்தவுடன், அந்த உணர்ச்சியை வெல்வது மிகவும் கடினம் என்பதனை அனுபவித்து உணர்ந்துள்ளோம். உதாரணமாக, பெரும் தொழில் நிறுவனங்கள், அரசியல் கட்சிகள் மற்றும் வீட்டில் உள்ளவர்கள், உணர்ச்சிகளைப் பயன்படுத்தி முறையே தலைவர்களாக, ஆட்சியை கைப்பற்றியவர்களாக, அதிகாரம் மிகுந்தவர்களாக வளர்ந்து நீண்ட காலம் அப்பதவியையும் தக்க வைத்துக் கொள்கிறார்கள்.

இந்தியாவின் பெரும்பாலான மாநிலங்களில், ஒரு ஆளும் கட்சி அடுத்த முறை பதவிக்கு திரும்புவதில்லை. ஆட்சிக்கு எதிரான மனப்பாங்கே இதற்கு ஒரு காரணியாகும். அந்த ஆட்சிக் காலத்தில் நடக்கும் நிகழ்வுகள் தொடர்பாக மக்கள் தங்கள் பகுத்தறிவு மனதைப் பயன்படுத்துகிறார்கள். எதிர்மறையான நிகழ்வுகளுக்கு ஆளும் கட்சியை அவர்கள் குறை கூறுகிறார்கள். அதன்படி மாற்று கட்சிக்கு ஆதரவாக தங்கள் வாக்குகளை மாற்றுகிறார்கள். உண்மையில், மக்கள் தங்களை மாற்றிக் கொள்ள வேண்டும், ஆனால் ஆட்சியாளரின் மாற்றம் நேர்மறையான சூழ்நிலைகளைக் கொண்டு வரக்கூடும் என்று அவர்கள் நினைக்கிறார்கள். ஒரு பகுத்தறிவு மனம் அதன் சொந்த நலனுக்காக ஒரு மாற்றத்தை உருவாக்க இங்கு ஓரளவிற்கு பயன்படுத்தப்படுகிறது. ஆனால் அவர்கள் எந்தவொரு தலைவருடனும் அல்லது ஒரு கட்சியுடனும் உணர்வுப் பூர்வமாக இணைக்கப்படவில்லை.

ஆனால் தமிழ்நாடு போன்ற சில மாநிலங்களில், எம்.ஜி.ஆரின் ஆளும் கட்சி அவர் இறக்கும் வரை ஒருபோதும் தோற்கடிக்கப்படவில்லை. மேற்கு வங்கத்தில், ஜோதி பாசுவின் கம்யூனிஸ்ட் கட்சி தொடர்ச்சியாக 20 ஆண்டுகளுக்கும் மேலாக ஆட்சி செய்தது. காரணம், மக்களை கவர்ந்திழுக்கும் தலைவர் அல்லது கட்சியின் சித்தாந்தத்துடன் உணர்வுபூர்வமாக மக்கள் இணைந்திருந்தனர். இங்கே உணர்ச்சிப்பூர்வமான மனம் பகுத்தறிவு மனதை விட முன்னுரிமை பெற்றிருக்கிறது.

முக்கியமானது என்னவென்றால், உணர்ச்சிகளைப் பயன்படுத்தி அதிகாரத்திற்கு வரும்போது, அதிகாரத்தில் உள்ளவர்கள் தங்கள் உணர்ச்சி நுண்ணறிவைப் பயன்படுத்தி நல்லதைச் செய்ய வேண்டும், மேலும் மக்களுக்கு சாதகமான விஷயங்களை உருவாக்க வேண்டும்.

ஆசைகளும் மகிழ்ச்சியும்

கே: நம் மகிழ்ச்சி நம்மிடம் உள்ள விஷயங்களுடன் தொடர்புடையதா அல்லது அது நம்மில் நிறைந்து இருக்கிறதா?

இதை ஆராய்வோம் - நீங்கள் இப்போது ஒரு புதிய காரை வாங்கியுள்ளீர்கள், மக்கள் உங்களைப் பாராட்டுகிறார்கள். காரைப் பற்றி நீங்கள் ஏற்கனவே மகிழ்ச்சியடைகிறீர்கள், மேலும் மக்கள் உங்களைப் பாராட்டுகிறார்கள். நீங்கள் இப்போது மிகவும் மகிழ்ச்சியாகவும் உற்சாகமாகவும் இருக்கிறீர்கள். மனம் எப்போதுமே இல்லாததை அடைந்திட விரும்புகிறது. உங்களிடம் கார் இல்லாததால், ஒன்றை வாங்க உங்கள் மனதில் விருப்பம் இருந்தது. நீங்கள் அதை வாங்கி அனுபவித்து வருகிறீர்கள். ஒரு குறிப்பிட்ட காலத்தில், உங்கள் காரின் மீதான ஆர்வம் குறையத் தொடங்குகிறது, ஏனெனில் இது எல்லா நேரமும் உங்களுடன் இருப்பதாலும், நீங்கள் எல்லா வகையான கார் பயணங்களையும் அனுபவித்து விட்டதாலும். நிச்சயமாக, நீங்கள் ஆரம்பத்தில் கொண்டிருந்த ஆர்வம் குறைந்து விடுகிறது.

உங்கள் பக்கத்து வீட்டுக்காரர் ஒரு விலையுயர்ந்த காரை வாங்குகிறார், அந்த வாகனம் விலை உயர்ந்தது மற்றும் உங்கள் காரை விட அதிக அம்சங்களைக் கொண்டுள்ளது. இப்போது எல்லோரும் அவரது காரைப் பார்த்து, அவரைப் புகழ்ந்து பேசத் தொடங்கிவிட்டனர். அவர் பாராட்டப்படுகிறார் என்று உங்கள் மனம் நினைக்கத் தொடங்குகிறது, திடீரென்று உங்கள் கார் உங்களுக்கு அவ்வளவு அழகாகத் தெரியவில்லை. உங்கள் அண்டை வீட்டாரை விட சிறந்த அம்சங்களுடன் அதிக விலை கொண்ட காரை வாங்க உங்கள் மனம் நினைக்கிறது. உண்மை என்னவென்றால் நீங்கள் அதிக பாராட்டுக்களைப் பெற விரும்புகிறீர்கள்.

கொஞ்சம் யோசித்துப் பாருங்கள் இந்த அண்டை வீட்டுக்காரர் உங்களை விட உயர்ந்த, விலை மதிப்புமிக்க காரை வாங்கிய நிலைமை ஏற்படவில்லை என்றால் மனம் வேறு எதையாவது தேடி அலையத் துவங்கி இருக்குமல்லவா? உதாரணமாக, உங்கள் குடும்பத்தை ஒரு பண்ணை இல்லத்திற்கு அழைத்துச் சென்று வார இறுதி நாட்களை மகிழ்சியுடன் களித்திருக்க விரும்பி இருப்பீர்கள். தற்போது, கார் ஒரு சலிப்பான பொருளாகிவிட்டது. நீங்கள் பண்ணை வீட்டைக் கட்டும் பணியைத் துவங்க விரும்புகிறீர்கள். மனம் எப்போதுமே தற்போது

இல்லாததை அல்லது அடைய விரும்புவதை நோக்கி அலைபாய்கிறது. இது ஒருபோதும் முடிவதில்லை. எனவே நீங்கள் ஒருபோதும் பொருள் சார்ந்த விஷயங்களில் நிரந்தரமாக மகிழ்ச்சியாக இருக்க முடியாது.

உங்களிடம் உள்ளவற்றில் நீங்கள் திருப்தியும் மகிழ்ச்சியும் கொண்டிருந்தால், மகிழ்ச்சி நிரந்தரமாக உங்களிடம் இருக்கும். நீங்கள் பொருள்களை முதன்மைப் படுத்தும் விஷயங்களை நோக்கிச் செல்லலாம், ஆனால் உங்கள் மகிழ்ச்சி ஒருபோதும் பொருள் முதல்வாத விஷயங்களைச் சார்ந்து இருக்கக்கூடாது. அதை அடைந்த பிறகும், உங்கள் மனதை நடுநிலையாகவும் அமைதியாகவும் வைத்திருங்கள். இது உங்களை எப்போதும் மகிழ்ச்சியுடன் வாழ வழிவகை செய்யும்.

மகிழ்ச்சியின் ரகசியத்தை அறிதல்

கே: மகிழ்ச்சியின் ரகசியம் என்ன?

மகிழ்ச்சி நம் வாழ்வில் அடிக்கடி வருகிறது. ஆனால் மனம் பாதுகாப்பற்றதாகவும், எதிர்மறையாகவும், கவலையாகவும், குழப்பமாகவும் இருக்கும் போது, மகிழ்ச்சியான தருணங்களை அனுபவிக்க முடியவில்லை. இது அச்சத்தை உருவாக்குகிறது. ஆகையால் மகிச்சியான தருணத்தில் எல்லாம் மகிழ்ச்சியை இழக்க நேரிடுமோ என நாம் பயப்படுகிறோம். பின்னர், மகிழ்ச்சியற்ற மன நிலை மகிழ்ச்சியான சூழலுடன் இணைந்தே ஏற்படத் துவங்குகிறது, மேலும் மகிழ்ச்சியை நாம் முழுமையாக அனுபவிக்க முடியாமல் போய்விடுகிறது. நிச்சயமாக அத்தகைய மனதுடன், மகிழ்ச்சியை புதிராகவும் தற்காலிகமாகவும் மட்டுமே உணர முடியும்.

நம் அன்றாட வாழ்க்கையில் ஒரே நேரத்தில் மகிழ்ச்சி மற்றும் சோகம் இரண்டையும் அனுபவிக்கிறோம். காலையில் எழுந்தவுடன் நாம் மகிழ்ச்சியைத் தேடுகிறோம். தூக்கத்திற்குப் பிறகு மனம் நன்றாக ஓய்வெடுத்ததாக விளங்குகிறது. நாம் ஆனந்தமாக உணர்கிறோம், மகிழ்ச்சியாக உணர விரும்புகிறோம். வழக்கமாக, காலையில் நாம் கவலைப்பட அதிகம் எதுவும் இல்லை. ஆனால் நாம் கவலைப்பட ஒன்றுமில்லை என்று நினைக்கும் போது, கடந்த காலத்திலிருந்து பழைய பிரச்சினைகள் நினைவுக்கு வரத் தொடங்குகின்றன. மனம் அதைத் தேடுகிறது. எனவே, காலையில் மகிழ்ச்சியைத் தேடாமல் இருப்பது நல்லது. ஆனந்தமான மற்றும் அமைதியான மனதைக் கவனித்து அதை அனுபவிப்பது நல்லது.

மகிழ்ச்சியைப் பற்றி மிகவும் உணர்வுப் பூர்வமாக சிந்திக்க வேண்டாம், அப்படி செய்கையில் மனம் கவலைகளையும் தேடுகிறது. அவ்வாறு தேடும்போது, மகிழ்ச்சி மற்றும் கவலை இரண்டையும் நாம் கண்டுபிடிக்க நேரிடுகிறது. அதைத் தேடாமல் இருப்பதே மகிழ்ச்சியின் ரகசியம். நாம் நல்ல விஷயங்களைத் தேடும்போது, மோசமானவற்றைக் கூட கண்டுபிடிப்போம், ஏனென்றால் நாம் முழுமையாக தேடுகிறோம்.

வெற்றி பெறும் போது நாம் மகிழ்ச்சியடைகிறோம். அந்த உற்சாகத்தைத் தக்க வைத்துக் கொள்ள நாம் நமக்கே அழுத்தம் கொடுக்கிறோம். உணர்ச்சிகளுடன் கலந்த எதிர்பார்ப்புகளை நாம் கொண்டிருக்கையில்,

மேலும் அதில் அச்சங்கள் சேர்க்கப்படுகின்றன. பயம் இந்தக் கலவையில் சேரும்போது, அந்த எண்ணங்களை நாம் வெறுமையாக்காவிட்டால் அது பயமுறுத்தும் விஷயங்களைச் செய்யும். எனவே, நாம் மோசமான சூழ்நிலைகளை சந்திக்க நேரிடுகையில், மோசமாக தாழ்வான மன நிலைக்குச் சென்று எதிர்மறை எண்ணங்கள் காரணமாக நம் மகிழ்ச்சியை இழக்கிறோம். எனவே நாம் அதை சமப்படுத்த வேண்டும். நாம் வெல்லும் போது, மனதை அமைதியாகவும் நடுநிலையுடனும் வைத்திருக்க கற்றுக் கொள்ள வேண்டும், இதனால் இழக்க வேண்டிய நேரம் வரும் போது, நம் மனதை எளிதில் சமநிலையில் வைத்திருக்க நம்மால் இயலும்.

அதிக உணர்ச்சிகள், எதிர்பார்ப்புகள் மற்றும் தேவையற்ற விஷயங்களுக்கு எதிர்வினையாற்றாமல் அமைதியான மற்றும் புரிந்துணர்ந்திட்ட மனதை வளர்த்துக் கொள்ளுங்கள். மகிழ்ச்சி என்பது அமைதியைத் தவிர வேறில்லை. வெற்றியடைந்த சூழலிலும் மகிழ்ச்சியை நீங்கள் அமைதியாகவும் சமநிலையுடனும் அனுபவித்தால், எதிர்மறையான சூழ்நிலையிலும் கூட நீங்கள் அமைதியாக இருப்பீர்கள். நீங்கள் அமைதியான நிலையில் இருக்க முடிந்தால், அதை மகிழ்ச்சியாக கருதுங்கள்.

மனநிலை மோசமடைதலை சமாளித்தல்

கே: எனது மனநிலை அடிக்கடி மோசமடைகிறது. எனவே என்னால் மிக நீண்ட காலம் மகிழ்ச்சியாக இருக்க முடிவதில்லை. அது ஏன்? நான் இனி மகிழ்ச்சியாக இருப்பது எப்படி?

மனநிலை என்பது உங்கள் மனதின் நிலையைத் தவிர வேறில்லை. ஒரு நல்ல மனநிலை மகிழ்ச்சியான மனதின் விளைவாகும். இது நிகழ்காலத்தில் நிகழும் சில மகிழ்ச்சியான சூழ்நிலையின் விளைவாகும். நாட்கள், மாதங்கள் அல்லது ஆண்டுகளுக்கு முன்பு நிகழ்ந்த சில நேர்மறையான சூழ்நிலைகளைப் பற்றி சிந்தித்ததன் விளைவாகவும் இது இருக்கலாம். நேர்மறை மற்றும் எதிர்மறை சூழ்நிலைகளைப் பற்றி ஒரே நேரத்தில் சிந்திக்கும் தன்மை நம் மனதிற்கு உண்டு. உங்கள் மனநிலை திடீரென மோசமடைய இதுவே காரணம்.

உங்கள் மனம் மகிழ்ச்சியாக இருக்கும்போது, உங்களுக்கு இன்னும் சில சிக்கல்கள் இருப்பதால் நீங்கள் மகிழ்ச்சியாக இருக்க முடியாது என்று அது நினைக்கிறது. மனம் சிக்கல்களைத் தேடுவதால் அவற்றை நிச்சயமாக கண்டுபிடிக்கும். நாம் அனுமதித்தால் மறந்து போன சிக்கல்களைக் கூட நிகழும் நிகழ்காலச் சிக்கல்களாக மாற்றும் தன்மை இதற்கு உண்டு.

மனநிலை மாற்றங்களைச் சமாளிப்பதற்கான தீர்வு:

1. உங்கள் மனதை சமநிலையுடன் வைத்திருங்கள். ஒரு நேர்மறையான நிகழ்வைப் பற்றி அதிகமாக உற்சாகமடைய வேண்டாம் அல்லது ஒரு நேர்மறையான நிகழ்வைப் பற்றி தொடர்ந்து நீண்ட நேரம் சிந்திக்க வேண்டாம். அதிலிருந்து வேகமாக வெளியே வாருங்கள். எதிர்மறையான சூழ்நிலையிலிருந்து விரைவாக வெளியே வர இந்த நடைமுறை உங்களுக்கு உதவும்.

2. தியானத்தைக் கற்றுக் கொள்ளுங்கள். உங்களுக்கு தேவையற்ற எதிர்மறை எண்ணங்கள் இருக்கும்போது மனம் மோசமடைகிறது. தேவையற்ற, எதிர்மறை எண்ணங்களை எளிதில் வெளியேற்ற தியானம் உங்களுக்கு உதவுகிறது. எளிய தியானத்தின் அடிப்படையானது கொடுக்கப்பட்ட மந்திரத்தில் கவனம் செலுத்துவதும், குறிப்பிட்ட வகையான மனநிலையை உண்டாக்கும் தேவையற்ற எண்ணங்களிலிருந்து விலகுவதும் ஆகும்.

உயர்விற்கும் தாழ்விற்கும் இடையில் ஊசலாடுதல்

கே: சில நேரங்களில் நான் உயர்வாக உணர்கிறேன், இந்த உலகத்தை ஆள முடியும் என நினைக்கிறேன். ஆனால் ஒரு குறுகிய காலத்திற்கு பிறகு என்னால் ஒன்றும் செய்ய முடியாது என நினைக்கிறேன். இத்தகைய நிலையை சமாளிக்க நான் என்ன செய்ய வேண்டும்?

நேர்மறையான சூழ்நிலைகளிலும், எல்லாமே நடக்கும் போதும் பெரும்பாலான மக்கள் இந்த நம்பிக்கையைப் பெறுகிறார்கள். வாழ்க்கை சுமார் 50 சதவீதம் நேர்மறை மற்றும் 50 சதவீதம் எதிர்மறை நிகழ்வுகள் நிறைந்ததாகவே இருக்கிறது.

நேர்மறையான சூழ்நிலைகள் நிகழும்போது, சிலர் அதன் உச்சத்திற்குச் சென்று உற்சாகமடைகிறார்கள், அதிக நம்பிக்கையை அனுபவிக்கிறார்கள், ஒரு பெரிய சுயகௌரவத்தை உருவாக்குகிறார்கள், சிலர் தன்னடக்கத்தையும் இழக்கிறார்கள். இது வெளிப்படையாக ஒரு வகையான வினைப்பயனே. எனவே, ஒரு எதிர்மறை சூழ்நிலை அதன் வலிமையைக் காட்ட ஒரு சந்தர்ப்பத்திற்காக காத்திருக்கும். அது நடக்கும்போது, நீங்கள் மோசமாக தாழ்வான மன நிலைக்குப் போகிறீர்கள்.

எப்போதும் உங்கள் மனதை நடுநிலையாக வைத்திருங்கள். சலனமற்று இருங்கள். நேர்மறையான சூழ்நிலைகள் நிகழும்போது, அமைதியாக இருங்கள், எதிர்வினையாற்றாமல் இருங்கள், அதிக உற்சாகமடைய வேண்டாம். காரியங்களை செய்து முடியுங்கள், அதே சமயம் அமைதியாக இருங்கள், எல்லாவற்றையும் சர்வவல்லவருக்கு அர்ப்பணித்திடுங்கள். இந்த மனநிலையை நீங்கள் வளர்த்துக் கொண்டால், எதிர்மறையான சூழ்நிலையில் நீங்கள் அமைதியாக இருப்பீர்கள், ஆகையால் நீங்கள் அத்தகைய சூழலிலும் செயலாற்ற இயலும்.

சமநிலையுடனும் அமைதியாகவும் இருக்கும் தெளிவான மனமே வாழ்க்கையின் இறுதிக் குறிக்கோள். மூச்சுப்பயிற்சிகள் மற்றும் தியானத்தின் ஒருங்கிணைந்த பயிற்சியைப் பயன்படுத்தி அந்த மனதை அடையுங்கள்.

மகிழ்ச்சியைக் காத்தல்

கே: என் வாழ்க்கையில் எனக்கு ஏதேனும் சிக்கல் இருந்து கொண்டே இருப்பதாகத் உணர்கிறேன். நான் எப்படி மகிழ்ச்சியாக இருக்க வேண்டும் அல்லது மகிழ்ச்சியாக வாழ வேண்டும் என்பதை மறந்துவிட்டேன். நான் என்ன தவறு செய்கிறேன்?

நம் மனம் நியூட்டனின் விதிக்கு ஓரளவு ஒத்திருக்கிறது - ஒவ்வொரு செயலுக்கும் சமமான மற்றும் எதிரான எதிர்வினை இருக்கிறது. ஆகவே, சில நேர்மறையான நிகழ்வுகள் குறித்து உங்கள் மனம் உற்சாகமாக இருக்கும்போது, நீங்கள் மிகுந்த மகிழ்வுடன் இருக்கிறீர்கள். உங்கள் மனம் நீண்ட காலத்திற்கு அந்த நிலையில் இருக்க விரும்புகிறது. அத்தகைய எதிர்பார்ப்புகள் நுழைந்ததும், அதே நிலையை நீங்கள் தக்க வைத்துக் கொள்ள முடியுமா? என்ற கவலையாக இது மாறுகிறது.

மதிப்பை / அதிகாரத்தை தக்க வைத்துக் கொள்வதில் மனம் கவலையும் பயமும் அடைகிறது, மேலும் நீங்கள் ஏதேனும் எதிர்மறையான சூழ்நிலைக்கு வந்து விடுவீர்களோ என்ற கவலை உருவாகிறது. மனம் அதைப் பற்றி அதிகம் சிந்திக்கத் தொடங்குகிறது, அத்தகைய சிந்தனையால் அந்த எதிர்மறை சூழ்நிலைக்கு உண்மையிலேயே வருவதற்கான வாய்ப்பு மிக அதிகமாகிறது. நம் வாழ்க்கையில் நாம் நேர்மறை அல்லது எதிர்மறையாக நினைத்தாலும், இரண்டும் அந்தந்த காலங்களில் விதியின் படி நடக்கும் என்பதை நினைவில் கொள்வது அவசியம்.

உங்களுக்கு 3 சிக்கல்கள் இருப்பதாகக் வைத்துக் கொள்வோம் – அ, ஆ, இ. உங்கள் மனம் எப்போதும் அவற்றைப் பற்றி சிந்தித்து சிந்தித்து அழுத்தத்திற்கு உள்ளாகி விடும். இப்போது உங்களுக்கு சில மகிழ்ச்சியான சூழ்நிலைகள் ஏற்பட்டாலும், உங்கள் மனதில் சிறிது நேரம் மட்டுமே மகிழ்ச்சியாக இருக்கும் போக்கு இருக்கும். ஏதேனும் கவலைகள் இருக்கிறதா? என்று மனம் தொடர்ந்து சோதிக்கிறது. மனம் அ, ஆ, இ சிக்கல்களைப் பற்றி மீண்டும் சிந்திக்கத் தொடங்குகிறது. நீங்கள் பிரச்சினைகளை உணரும்போது, மகிழ்ச்சியாக இருக்க முடியாது என்று உங்கள் மனம் நினைக்கிறது. இந்த பிரச்சினைகள் அனைத்தும் தீர்க்கப்பட்ட பின்னரே நீங்கள் மகிழ்ச்சியாக இருக்க முடியும் என்று அது நம்புகிறது. மகிழ்ச்சியான சூழ்நிலை என்பதே

மறந்து போய்விடுகிறது. அதைத் தொடர்ந்து அனைத்து சிக்கல்களும் உங்கள் மனதில் மீண்டும் வந்து குடி புகுந்து விடுகின்றன.

எல்லா சிக்கல்களும் முடிந்த பின்பும் நீங்கள் மகிழ்ச்சியுடன் இருக்க முடியும் என்று நிச்சயமாக சொல்ல இயலாது என்பதை இங்கே நாம் நினைவில் கொள்வது அவசியம். ஆகையால், உங்களுக்கு நூற்றுக்கணக்கான பிரச்சினைகள் இருந்த போதிலும், நிகழ்காலத்தில் நடக்கும் எந்தவொரு நேர்மறையான அல்லது மகிழ்ச்சியான சூழ்நிலைக்கு முக்கியத்துவம் கொடுத்து மகிழ்ச்சியாக இருக்க நாம் கற்றறிந்து கொள்ள வேண்டும்.

உணர்வுபூர்வமாக மகிழ்ச்சியாக இருப்பதற்கு பதிலாக, அமைதியை அனுபவிக்கவும். அந்த அமைதியை அனுபவிக்க நீங்கள் "அந்த குறிப்பிட்ட தருணத்தில்" இருக்க வேண்டும். நேர்மறையான அல்லது எதிர்மறையான நிகழ்வைப் பொருட்படுத்தாமல் - முழுவதும் அமைதியாக இருப்பதே பதில். எதிர்வினை புரியாமல் சமநிலையுடன் இருங்கள், அமைதியாக இருங்கள்.

ஒவ்வொரு நேர்மறையான நிகழ்வுகளையும் இறைவனுக்கு அர்ப்பணிக்கவும். அதன் மூலம், எதிர்மறையான சூழ்நிலை வந்தாலும் கூட, சர்வவல்லமையுள்ளவர் அதைக் கவனித்துக் கொள்வார் என்ற மன நிலை கிட்டும், அச்சூழலால் நீங்கள் பாதிக்கப்படாமல் இருக்க உதவும்.

இந்த அணுகுமுறையை நீங்கள் வளர்த்துக் கொண்டால், ஒரு கட்டத்தில், உங்களுக்கு எந்தப் பிரச்சினையும் இல்லை என உணருவீர்கள். எல்லா சிக்கல்களும் வெறுமனே நம்மால் பிரச்சினைகளாக மாற்றப்படுகின்றன. ஆனால் அவை ஒவ்வொன்றிற்கும் ஒரு தீர்வு இருக்கிறது. அதைக் கையாள அல்லது ஏற்றுக்கொள்ள ஒரு வழி இருக்கிறது. வெளிப்படையான தீர்வு இல்லை என்றால், ஏற்றுக்கொள்வது சரியான தீர்வாகும். நீங்கள் ஏற்றுக்கொள்ளலை வளர்த்துக் கொண்டால், நீங்கள் ஒரு பிரச்சனையற்ற மனிதராக இருக்க முடியும்.

கோபத்தைக் குறைத்தல்

கே: சில சமயங்களில் மற்றவர்களிடம் நான் மிகவும் கோபமாக உணர்கிறேன், அதைக் கட்டுப்படுத்த முடியவில்லை. இது எனது உறவுகளை அழிக்கிறது. என் கோபத்தை குறைக்க நான் என்ன செய்ய முடியும்?

உங்கள் கோபத்தை குறைக்க 5 வழிமுறைகள் :

1. நபர்களுடனும் சூழ்நிலைகளுடனும் பச்சாதாபம் கொள்வது உங்கள் கோபத்தைக் குறைக்கும். இதன் பொருள் என்னவென்றால், அவர்கள் செய்வதை அவர்கள் ஏன் செய்கிறார்கள், என்று நீங்கள் பகுப்பாய்வு செய்ய வேண்டும். ஒரு செயலைச் செய்ய ஒருவருக்கு வழி வகுப்பது வெறுப்பு மற்றும் சுயநலம் என்ற இரண்டு காரணிகள் என்று நாம் பொதுவாக நினைக்கிறோம். இப்படி நினைப்பது நம்மில் கோபத்தை உருவாக்குகிறது. ஆனால், அவர்கள் ஏன் செய்தார்கள், அதைச் செய்ய வழி வகுத்த சூழ்நிலைகள் மற்றும் காரணிகள் என்ன என்பதை நாம் ஆழமாகப் பார்த்தால், அது நம் கோபத்தைக் குறைக்கும்.

2. நபரின் நேர்மறைகளைப் பற்றி அல்லது நபர் உங்களுக்காகச் செய்த நல்ல விஷயங்களைப் பற்றி சிந்திப்பது அவர்கள் மீதான உங்கள் கோபத்தை குறைக்கும்.

3. எதையும் கோபமான முறையில் தெரிவித்தால், அது மற்றவரின் சுயமரியாதையைப் பாதிக்கும் என்பதால் அச்சொற்கள் கேட்கப்படாது என்பதையும் நினைவில் கொள்வது நல்லது. கோபமான முறைக்கு பதிலாக அமைதியான முறையில் அவர்களுக்கு செய்தியை தெரிவிப்பது மக்கள் அச்செய்தியினை கேட்கும் வாய்ப்புகளை அதிகரிக்கிறது.

4. கோபத்தை அடிப்படையாகக் கொண்ட எண்ணங்கள் தோன்றும் போதெல்லாம் அவற்றை மனதிலிருந்து அகற்றி விடுங்கள். அது தோன்றும் போதெல்லாம் அதைத் தொடர்ந்து அகற்றி விடுவது இந்த எண்ணங்கள் உங்கள் மனதில் இருந்து இயல்பாகவே மங்கிவிடும் நிலைக்கு வழிவகுக்கும்.

5. கோபப்படும்போது உங்கள் சுவாசத்தை அமைதிப்படுத்துவது கோபத்தை உடனடியாகக் குறைக்க உதவுகிறது. வழக்கமாக, கோபம் உங்கள் சுவாசத்தை ஒழுங்கற்றதாகவும், சுமூகமற்றதாகவும் ஆக்குகிறது. நீங்கள் கோபப்படும்போது, ஆழ்ந்த மூச்சை உணர்ந்து குறைந்தபட்சம் 5 முறை சுவாசிக்கவும்.

இதையெல்லாம் செய்யுங்கள், உங்கள் கோபம் பறந்து விடும்...

பொறாமையை கையாள்வது

கே: எனது நண்பர்கள் மற்றும் அயலவர்கள் என்னால் செய்ய முடியாத அல்லது பெற முடியாத ஒன்றை அவர்கள் அடையும்போது அல்லது பெறும்போது சில சமயங்களில் நான் பொறாமைப்படுகிறேன். நான் ஏன் அவர்கள் குறித்து மகிழ்ச்சியாக இல்லை? பொறாமையை வெல்ல நான் என்ன செய்ய முடியும்?

பொறாமை என்பது ஒரு வகையான பாதுகாப்பின்மை, உங்களை விட மற்ற நபருக்கு அதிக முக்கியத்துவம் கொடுக்கப்படுவதாக நீங்கள் உணர வைக்கும். அயலவர்கள், நண்பர்கள், உறவினர்கள், சகாக்கள் போன்றவர்களிடம் பொறாமை ஏற்படக்கூடும். பொறாமை பற்றி நீங்கள் எவ்வளவு அதிகமாக நினைக்கிறீர்களோ, அவ்வளவு அதிகமாக உங்கள் வாழ்க்கையில் அதைக் காண இயலும். அதனால், நீங்கள் பதற்றம், மன அழுத்தம், எரிச்சல் அடையக்கூடும் மற்றும் மற்றவர்கள் மேல் கோபம் கொள்ளக் கூடும்.

நீங்கள் பொறாமைப்படும் போது, மற்றவரை நீங்கள் வெறுக்கிறீர்கள் என்று பொருளாகிவிடாது. நீங்கள் மற்றவரின் பிரபலத்தை வெறுக்கலாம் அல்லது மற்றவருக்கு அதிக முக்கியத்துவம் கொடுக்கப்படுமா என்பது குறித்து பாதுகாப்பற்றவராக உணரலாம். இது பாதுகாப்பின்மை மற்றும் சுயமரியாதை அல்லது சுயகௌரவம் பற்றியது. இதனால் உருவாகும் எதிர்மறை எண்ணங்களை நீங்கள் வெல்ல முடியாது. இந்த உண்மையை உணர்ந்து கொள்ளுங்கள், நீங்கள் பொறாமை உணர்வை வெல்வீர்கள். இதை நீங்கள் புரிந்து கொண்டால், நீங்கள் நிச்சயமாக மற்ற நபரைப் பற்றி சிந்திப்பதை நிறுத்துவீர்கள்.

பொறாமையை வெல்ல, எல்லா உயிரினங்களும் சமம் என்று நீங்கள் உறுதியாக நம்ப வேண்டும். ஒவ்வொருவரையும் சமமாக நடத்துங்கள், இதனால் நீங்களும் சமமாக நடத்தப்படுவீர்கள். இது வினை-வினைப்பயன் விதியின் அடிப்படையிலானது. இது உங்களுக்கும் கடவுளுக்கும் இடையில் உள்ளது என்று நம்புங்கள். எல்லா மனிதர்களும் சமமான திறமை வாய்ந்தவர்கள் என்று நம்புங்கள், உங்கள் சாதனைக்கு கடவுள் உங்களுக்கு சரியான வாய்ப்பை அளிப்பார். பணிவாய் இருக்க கற்றிடுங்கள். சாதனைகள் மற்றும் வெகுமதிகள் உங்கள் சமநிலையை இழக்கச் செய்ய அனுமதிக்காதீர்கள்.

வெற்றி பெறும் போது அல்லது சாதகமான சூழ்நிலைகள் ஏற்படும் போது, உற்சாகமடைந்து சத்தமாக கொண்டாட வேண்டாம். அமைதியாக இருங்கள். சர்வவல்லமையுள்ளவருக்கு அந்த வெற்றியை அர்ப்பணிக்கவும். பின்னர், எதிர்மறையான சூழ்நிலை ஏற்படும் போது நீங்கள் அமைதியாக இருப்பீர்கள்.

பணம், பதவி, புகழ் போன்றவற்றில் மனிதர்கள் வெற்றியை வரையறுத்துள்ளனர். சர்வவல்லவரின் பார்வையில், வெற்றி என்பது பணம் சம்பாதிப்பது, அதிகாரம் அல்லது புகழ் பெறுவது அல்ல. சர்வவல்லவரின் பார்வையில், வெற்றி என்பது நீங்கள் எடுக்கும் உண்மையான முயற்சிகள், பல்வேறு சூழ்நிலைகளில் நீங்கள் கடைபிடிக்கும் வாழ்க்கை நெறிமுறைகள் மற்றும் மற்றவர்களுக்காக நீங்கள் செய்கிற சேவையின் அளவு பற்றியது.

பொறாமையை வெல்வது

கே: வாழ்க்கையில் அல்லது வேலையில் யாராவது என்னை விட சிறப்பாக செயல்படும்போது, நான் பொறாமைப்படுகிறேன். ஆனால், நான் பொறாமை சக்தியைப் பயன்படுத்தி என்னை வெற்றி பெறச் செய்கிறேன். அவ்வாறு செய்வதில் பிரச்சனை ஏதும் உள்ளதா?

வாழ்க்கை மிகவும் எளிமையானது மற்றும் எளிதானது. நாம் அதை கடினமாக்குகிறோம். முதலாவதாக, எல்லோரும் ஏதோ ஒரு வகையில் தனித்துவமானவர்கள், வேறு யாரையும் விட யாரும் பெரியவர்கள் அல்ல என்பதை நாம் நம்ப வேண்டும். உங்களை விட யாராவது சிறந்தவராக இருக்கும்போது மற்றவர்கள் உங்களை இழிவாகப் பார்ப்பார்கள் என்று நீங்கள் பயப்படலாம். நாம் பாதுகாப்பற்ற நிலையில் இருக்கும்போது, நம்மை விட மற்றவர்களுக்கு அதிக முக்கியத்துவம் கொடுக்கப்படுவதை ஏற்றுக்கொள்ள முடியாமல் போகும்போது பொறாமை நமக்குள் ஏற்படுகிறது. நமக்கு ஒரு தாழ்வு மனப்பான்மை அல்லது உயர்வான மனப்பான்மை இருப்பதற்கு இதுவே முக்கிய காரணம்.

பொறாமை உங்களை வெற்றிபெறச் செய்தால், பரவாயில்லை. ஆனால் வாழ்க்கையில், தோல்விகளும் இருக்கும் என்பதே உண்மை. ஒருவர் மீது நீங்கள் கொள்ளும் பொறாமை உங்களுக்கு வெற்றியைப் பெற்றுத் தரவில்லை என்றால் அதுவும் சிக்கலே. இதனால் மிகவும் தாழ்வான மன நிலைக்கு நீங்கள் செல்ல வேண்டியதாகும். அதோடு உங்கள் முந்தைய வெற்றிகளும் பொருளற்றுப் போகும்.

மனம் எப்போதுமே இல்லாததை நாடுகிறது என்பதை நினைவில் கொள்ளுங்கள். மனம் வழக்கமாக தன்னிடம் இல்லாததை விரும்புகிறது அல்லது பெற முடியாமல் போனதற்காக போராடுகிறது, அதுவும் தேவையா இல்லையா என்பதைப் பொருட்படுத்தாமல் இத்தகைய விருப்பத்தில் உள்ளது. உதாரணமாக, நம் நண்பர்களில் ஒருவருக்கு வேலைக்காக வெளிநாடு செல்ல வாய்ப்பு கிடைத்தால், நாம் பொறாமை மற்றும் தாழ்வு மனப்பான்மையை உணரலாம். நாம் அவர்களாக இருக்க விரும்பலாம். சிறிது காலம் கழித்து அவர்கள் சலித்து, வீட்டிற்கு திரும்பி வருவதைப் போல உணரக்கூடும் என்று நாம் கருதுவதில்லை. உண்மையில், சிறிது காலம் கழித்து, அவர்கள் தங்கள் சொந்த ஊரின்

அல்லது கிராமத்தின் கலாச்சாரத்திற்கு ஈர்க்கப்படுகிறார்கள், வீட்டிற்கு திரும்பி வருவதைப் போல உணர்கிறார்கள். அவர்கள் வீட்டில் இருப்பவர்களின் வாழ்க்கையின் மீது பொறாமைப்படுகிறார்கள். அவர்கள் திரும்பி வந்ததும், அவர்கள் வீட்டிற்கு வந்த படங்களை மிகவும் பெருமையுடன் சமூக வலைதளங்களில் பகிர்ந்து கொள்கிறார்கள். அவர்கள் வீட்டிற்கு வர முடியாவிட்டால், வீட்டிலிருந்து படங்களை யார் இடுகையிடுகிறார்களோ அவர்கள் மீது பொறாமைப்படுகிறார்கள்.

இக்கரைக்கு அக்கரை பச்சை என்பது நாம் நன்கறிந்த பழமொழி ஆகும். இதை நீங்கள் உணர்ந்து அதற்கேற்ப செயல்பட வேண்டும். இது உண்மையிலேயே தேவைப்படும் அல்லது அவசியமான ஒன்று என்று நீங்கள் உணர்ந்தால், சிறந்த முயற்சிகளில் ஈடுபட்டு அதைப் பெறுங்கள். அது தேவையில்லை என்றால், அதை விட்டு விடுங்கள். நீங்கள் உங்கள் வாழ்க்கையை மற்றவர்களுடன் ஒப்பிட்டு அவர்களின் செயல்களுக்கு அடிபணிந்தால், அது உங்கள் வாழ்க்கையை வழி நடத்த அவர்களை அனுமதிப்பது போன்றது. ஒருவரைப் பற்றி பொறாமைப்படுவதற்குப் பதிலாக, அவரது நல்வாழ்வுக்காக மகிழ்ச்சியாக இருங்கள். இது உங்களில் நேர்மறையான அதிர்வுகளை உருவாக்குகிறது மற்றும் சில விஷயங்களை அடைய உதவுகிறது.

இந்த எண்ணங்களையும் நம்பிக்கைகளையும் வளர்ப்பது பொறாமை மற்றும் பொறாமை உணர்வை சமாளிக்க உதவும் :

1. பணம், புகழ் மற்றும் அதிகாரம் ஆகியவற்றைப் பொருட்படுத்தாமல் அனைத்து உயிரினங்களும் சமம் என்று உறுதியாக சிந்தியுங்கள். இது 100% உண்மை. வாய்ப்புகள், சந்தர்ப்பம் மற்றும் சூழ்நிலைகள் காரணமாக மக்கள் வெற்றி பெறுகிறார்கள். தோல்வியுற்றவர்கள் ஏதுமியலாதவர்கள் என்று ஒருபோதும் நினைக்க வேண்டாம். ஏனெனில் அவர்கள் மேலே குறிப்பிட்ட எதுவுமில்லாதவர்களாகக் கூட இருக்கலாம்.

2. வெற்றி என்பது புகழ், பணம் மற்றும் அதிகாரம் பற்றியது அல்ல. அது, எடுக்கப்பட்ட உண்மையான முயற்சிகள், செய்யப்படும் கடமைகள் மற்றும் பிறருக்கு வழங்கப்படும் சேவைகள் மற்றும் மிக முக்கியமாக கடைபிடிக்கப்பட நெறிமுறைகள் பற்றியது. உண்மையில், பணம், புகழ் மற்றும் அதிகாரம் ஆகியவற்றின் அடிப்படையில் மனிதர்கள் வெற்றியை தவறாக மதிப்பிட்டுள்ளனர்.

3. மற்றவர்களை உண்மையாகப் பாராட்டத் தொடங்குங்கள். அவ்வாறு செய்வதன் மூலம் நீங்கள் தாழ்ந்தவர்களாக மாறப் போவதில்லை என்பதை நினைவில் கொள்ளுங்கள். மக்கள்

ஒருவரை மிகவும் பாராட்டி, அவர்களை பெரியவர்களாக மதித்தால் / உருவாக்கினால், அவர் எல்லோரையும் விட பெரியவர் என்று அர்த்தமல்ல.

4. உங்களுக்காக ஒரு இலக்கை நிர்ணயித்து அதை அடையத் தொடங்குங்கள். உங்கள் சாதனைகள் ஒருவரை வெல்லும் நோக்கில் செய்யப்படக் கூடாது. மாறாக, உங்களை மன நிறைவடையச் செய்யப்பட வேண்டும்.

கவலை மற்றும் பதட்டத்தை வெல்லுதல்

கே: என் வாழ்க்கையில் எல்லா நேரத்திலும் நான் கவலைப்படுகிறேன். சிறிய விஷயங்கள் கூட எனக்கு மிகப்பெரிய மன அழுத்தத்தைக் கொடுக்கிறது, மேலும் எளிய விஷயங்களைக் கூட என்னால் செய்ய முடியவில்லை. அதைச் சமாளிக்க நான் என்ன செய்ய முடியும்?

கவலை எல்லா வருத்தங்களுக்கும் அடிப்படையாக உள்ளது. இரண்டு வகையான கவலைகள் உள்ளன - ஒன்று உங்கள் எதிர்காலத்தைப் பற்றியது அல்லது எந்தவொரு சிக்கலையும் பற்றியது, இது உங்கள் நிலையான எதிர்மறை சிந்தனை, உணர்ச்சிகள் அல்லது எதிர்பார்ப்புகளிலிருந்து பிறக்கிறது. எதிர்மறை, பலவீனமான எண்ணம் மற்றும் அதிக உணர்ச்சிகளைக் கொண்ட நபர்களுக்கு இந்நிலை ஏற்படுகிறது. இது உருவாக சிறிது காலம் எடுக்கும் என்பதும் கவனிக்கத்தக்கது.

இரண்டாவது, கவலை நேர்மறை மற்றும் எதிர்மறை எண்ணங்களைக் கொண்டவர்களுக்கு ஏற்படலாம் மற்றும் வலுவான அல்லது பலவீனமான எண்ணம் கொண்டவராக இருப்பவர்களுக்கு ஏற்படக்கூடும். இது சூழ்நிலையைப் பொறுத்தது. உதாரணமாக, ஒரு விபரீத விபத்து நிகழ்கிறது அல்லது திடீரென்று உங்களுக்கு நெருக்கமான ஒருவர் மோசமாக நோய்வாய்ப்படுகிறார். இந்த விஷயத்தில், ஒரு நேர்மறையான அல்லது எதிர்மறையான, வலுவான அல்லது பலவீனமான எண்ணம் கொண்ட நபர் கவலைப்படக்கூடும், அது வருத்தமாகவும் மாறக்கூடும்.

கவலை என்பது நமது வாழ்வில் நிகழும் விசயங்கள் நமது விருப்பப்படி நிகழாமல் போகும் என்ற ஒரு எதிர்மறையான மனப்பான்மையுடனான அணுகுமுறையால் பிறக்கிறது. நான் நினைத்தபடி விஷயங்கள் நடக்க வேண்டுமென விரும்பினால், நாம் என்ன ஆக விரும்புகிறோம் அல்லது அந்த நிகழ்விலிருந்து நாம் எதை அடைய விரும்புகிறோம் என்பதைப் பற்றி நேர்மறையாகக் காட்சிப்படுத்தத் தொடங்க வேண்டும். நாம் விரும்பியதை அடைய இது நமக்கு வளங்களையும் வாய்ப்புகளையும் உருவாக்கும். அதை நோக்கி உங்கள் உண்மையான முயற்சிகளில் ஈடுபடுங்கள். ஆனால் அது நடக்கவில்லை என்றால், அதை ஏற்றுக்கொள்ளுங்கள். "ஏற்றுக்கொள்வது" பதட்டத்தை சமாளிக்க சரியான தீர்வாகும்.

அ.தி.ராஜ்குமார்

தற்போதைய தருணத்தில் / நிகழ் காலத்தில் கவனம் செலுத்துவதும் பதட்டத்தை சமாளிக்க ஒரு சிறந்த தீர்வாகும். எடுத்துக்காட்டாக, அடுத்த ஞாயிற்றுக்கிழமை வெளியாகவிருக்கும் சில தீர்ப்பைப் பற்றி நீங்கள் பயப்படுகிறீர்கள் என்றால், அது உங்கள் விருப்பப்படி நடக்குமா என்பதை அறிய உங்கள் மனம் ஆர்வமாக இருக்கலாம். அடுத்த ஞாயிற்றுக்கிழமை வரை, ஒவ்வொரு கணமும் உங்களுக்கு பதட்டமும் மன அழுத்தமும் இருக்கும். அந்த நாள் வரை கவலைப்படுவதற்குப் பதிலாக, தற்போதைய தருணத்தில் கவனம் செலுத்தத் தொடங்கி, அந்த நாளில் மட்டுமே பிரச்சினையை எதிர்கொள்ளுங்கள். நீங்கள் தொடர்ந்து கவலைப்படவோ அழுத்தமாகவோ இருக்க வேண்டியதில்லை. வழக்கமாக, அந்த குறிப்பிட்ட நாள் வரும்போது, அது உங்களுக்கு சாதகமாகத் தோன்றும் அல்லது மிகவும் எளிமையாகத் தோன்றும். இது எதிர்மறையாக மாறினாலும், அது உங்களுக்கு எளிமையாகத் தோன்றும்.

சரியான மனநிலை மனச்சோர்விலிருந்து பாதுகாக்கிறது

கே: ஒரு நெறிமுறை மற்றும் தகுதியான மனநிலையைக் கொண்டிருப்பது மன அழுத்தத்திலிருந்து நம்மைப் பாதுகாக்குமா?

நெறிமுறை மற்றும் சரியான விஷயங்களைச் செய்யும் ஒரு மனநிலைக்கு கூட உணர்ச்சிகளின் காரணமாக ஏற்படும் பல எதிர்மறை தாக்கங்கள் மற்றும் நிகழ்வுகள் மிகப்பெரிய அளவில் சவாலாக அமைந்து விடும் . எடுத்துக்காட்டாக, பின்வரும் சூழ்நிலைகளைப் பார்ப்போம்:

நிலைமை 1: நீங்கள் செல்வந்தர், சக்திவாய்ந்தவர், நல்ல சுத்தமான பழக்கங்களைக் கொண்ட தூய்மையான மனம் கொண்டவர், உங்கள் வாழ்வை இவ்வாறு வாழ்கிறீர்கள் என்று வைத்துக் கொள்வோம். திடீரென்று, நிலைமை மாறுகிறது - நீங்கள் பணம், பதவி, அதிகாரம் போன்றவற்றை இழக்கிறீர்கள். இதற்குப் பிறகும் நீங்கள் அப்படியே நீங்களாகவே இருக்கிறீர்கள். ஆனால் வெளிப்புற காரணிகள் வித்தியாசமாகத் தெரியத் துவங்குகிறது. உங்களைச் சுற்றியுள்ளவர்கள் மாறக்கூடும். அவர்கள் உங்களைப் பற்றி வேறுபட்ட கண்ணோட்டத்தை உருவாக்கிக் கொள்ளக்கூடும். அவர்களிடம் அந்தக் கண்ணோட்டம் இல்லையென்றாலும், நீங்கள் உளவியல் ரீதியாக அவ்வாறு சிந்திக்க வேண்டிய கட்டாயத்தில் இருப்பீர்கள். இத்தகைய சூழலில் தான் நீங்கள் உணர்வுபூர்வமாக பாதிக்கப்படுவீர்கள்.

நிலைமை 2: நீங்கள் உங்கள் குழந்தைகளுடன் மிகவும் பிரியமாயிருக்கிறீர்கள். நீங்கள் அவர்கள் மீது அன்பைப் பொழிகிறீர்கள். அவர்களை வளர்க்கும் போது, உங்கள் மதிப்புகளை வளர்ப்பதற்கு அவர்களை நல்ல முறையில் கட்டுப்படுத்துகிறீர்கள். அவர்களும் உங்கள் பேச்சைக் கேட்கிறார்கள். விஷயங்களை உங்கள் கட்டுப்பாட்டில் செயல்படுத்த நீங்கள் சிறிது வாய்மொழி சக்தியைப் பயன்படுத்துகிறீர்கள். நீங்கள் அவர்களை முழு மனதுடன் நேசிக்கிறீர்கள், அவர்களும் உங்களை நேசிக்கிறார்கள். உங்களுக்கு வயதாகி விடும் பொழுது திடீரென்று உங்கள் நடவடிக்கைகள் குறையத் துவங்குகின்றன. உங்கள் குழந்தைகள் சுறுசுறுப்பாகவும் சுதந்திரமாகவும் செயல்படத் துவங்கி விட்டார்கள். அவர்கள் எப்போதும் ஏதேனும் ஒரு பணியில் இருக்கிறார்கள், உங்களுக்கு

என்று அதிக நேரம் அவர்களிடம் இல்லை. ஆற்றல் நிலைகள் வேறுபட்டிருப்பதால், உங்களுடன் உட்கார்ந்து பேசுவதற்கான ஆர்வம் அவர்களுக்கு குறைகிறது. அவர்களின் முன்னுரிமைகள் மாறுகின்றன. இது இயற்கையாகவே நிகழ்கிறது. அவர்கள் இன்னும் உங்களை நேசிக்கிறார்கள் என்றாலும், அவர்களுக்காக நீங்கள் செய்த தியாகங்கள் அனைத்தையும் மீறி அவர்கள் உங்களைப் பற்றி கவலைப்படுவதில்லை என்று உங்கள் மனம் நினைக்கத் துவங்குகிறது. இதனால் நீங்கள் உணர்ச்சி ரீதியாக பெரிய அளவில் பாதிக்கப்படலாம்.

மேற்சொன்ன இரண்டு சூழ்நிலைகளில், தகுதிவாய்ந்த மற்றும் தூய்மையான நெறிமுறை மனப்பான்மை இருந்தபோதிலும், சில நேரங்களில் உணர்ச்சிகள் மற்றும் எதிர்பார்ப்புகளின் காரணமாக, நீங்கள் மனச்சோர்வடைந்து பாதிக்கப்படுவீர்கள். எனவே, நீங்கள் சலிக்காத, பாதிக்கப்படாத அமைதியான மனதை உருவாக்க வேண்டும் என்பது முக்கியம். ஆன்மீக பயிற்சிகளான சுவாச அடிப்படையிலான கிரியாக்கள் மற்றும் தியானம் போன்றவற்றை தவறாமல் செய்வது அமைதியான மனதை அடைய உதவும். இத்தகைய பயிற்சிகள் உங்கள் மனதை உணர்ச்சிகளின் கட்டுப்பாட்டில் மாட்டிக் கொள்ளாமல் வைத்திருக்கவும், எதிர்பார்ப்புகள் இல்லாமல் இருக்கவும், உங்கள் நன்மைக்காக இது நடப்பது போல் விஷயங்களை ஏற்றுக்கொள்ளவும் ஒரு புரிந்துணர்தலை உருவாக்கித் தரும்.

மனச்சோர்வை பரப்புதல் குறித்த அச்சம்

கே: நான் மன அழுத்தத்தால் பாதிக்கப்பட்டுள்ளேன். நான் தனியாக உணர்கிறேன், இதை ஒருவருடன் பகிர்ந்து கொள்ள விரும்புகிறேன், ஆனால் என்னைப் பற்றி தவறான கண்ணோட்டம் ஏற்பட்டு விடுமோ என்று பயப்படுகிறேன். இது குறித்து என்னால் என்ன செய்ய முடியும்?

பொதுவாக, உங்கள் மனச்சோர்வின் நிலையை ஒருவருடன் பகிர்ந்து கொள்வதில் நீங்கள் கவலை, வெட்கம் மற்றும் தன்மானக் குறைவாக உணரலாம். ஒரு நல்ல மற்றும் நம்பகமான நபராக நீங்கள் கருதும் ஒருவருடன் உங்கள் எண்ணங்களைப் பகிர்ந்து கொள்ளலாம். அதைப் பகிர்வதன் மூலம், அந்த நபர் உங்களைப் பற்றி குறைவாக சிந்திக்கலாம் அல்லது உங்களை குறைத்து மதிப்பிடலாம் என்று நீங்கள் நினைக்கலாம். மக்கள் உங்களை அனுமானித்தல், அனுதாபம் கொள்ளுதல் அல்லது உங்களுடன் அலட்சியமாக இருப்பதைப் பற்றி நீங்கள் கவலைப்படுகிறீர்கள் என்றால், அதைப் பற்றி கவலைப்பட வேண்டாம். உங்களைப் பற்றிய விஷயங்களை நீங்கள் பகிர்ந்து கொள்ளாவிட்டாலும் பெரும்பாலான மக்கள் அவற்றைச் செய்து கொண்டு தான் இருப்பார்கள். உங்களைப் பற்றி அவர்களுக்கு சில கருத்து இருக்கும். எனவே பகிர்ந்து கொள்வதற்கு தயங்காதீர்கள். குறைந்தபட்சம், உங்கள் சுமை குறைக்கப்படும். சில நேரங்களில் ஒரு தீர்வையும் இந்த வழியில் கண்டுபிடிக்கலாம்.

நீங்கள் அதைப் பகிர விரும்புகிறீர்கள், ஆனால் அவ்வாறு செய்யத் தயங்கினால் அதைப் பின்வருமாறு செயலாக்குங்கள், நீங்கள் பகிர்ந்து கொள்ள விரும்பும் அனைத்தையும் ஒரு காகிதத்தில் அல்லது தொலைபேசியில் ஒரு செய்தியாக எழுதுங்கள். மனம் எப்போதும் ஊசலாடியபடியே தான் இருக்கும். அதைப் பகிர நீங்கள் தயாராக இருப்பதாக நீங்கள் நினைக்கும் காலம் வரும். அந்த நேரத்தில், நீங்கள் உடனடியாக செய்தியை அனுப்பலாம். நன்கு கவனித்தால், நாம் முடிவெடுக்காமல் தாமதம் செய்கிறோம், முடிவு செய்தாலும் முடிவுக்கும் செயல்படுத்தலுக்கும் இடையே நேர தாமதம் செய்கிறோம். இவ்விரண்டிற்கும் இடையில் அதிக நேரம் கொடுக்க வேண்டாம். உங்கள் செய்தியைத் தயாராக வைத்திருங்கள், செயல்படுத்தத் தயாராக இருக்கும்போது, அதை அனுப்புங்கள் அல்லது உடனடியாக செயல்படுத்துங்கள்.

அ.தி.ராஜ்குமார்

உங்களின் மன அழுத்தத்தைப் பகிர்ந்து கொள்ள யாரும் இல்லையென்றால் அல்லது பகிர விரும்பவில்லை என்றால் - உங்கள் மன அழுத்தத்தை வெறுமனே எழுதலாம். வெறுமனே அதை எழுதுவது ஒருவருடன் பகிர்வது போன்றது, மேலும் இந்தச் செயல் மன அழுத்தத்தின் தீவிரத்தை குறைக்கும். முயற்சி செய்து பாருங்களேன்.

நம் மனம், நம் எண்ணங்கள் மற்றும் நம் உணர்ச்சிகள்

கே: நம் எண்ணங்களுக்கும் உணர்ச்சிகளுக்கும் என்ன தொடர்பு? எவை நல்ல எண்ணங்கள் மற்றும் கெட்ட எண்ணங்கள்?

நம் கருத்து காரணமாக எண்ணங்கள் தோன்றும். ஒரு சிந்தனையை நல்லது அல்லது கெட்டது, குழப்பமானது அல்லது தெளிவானது என குறிப்பிடலாம். நீங்கள் எதிர்மறையான மனநிலையைக் கொண்டிருக்கும்போது எண்ணங்கள் மோசமானவை என்று கூறலாம். நீங்கள் நேர்மறையான மனநிலையைக் கொண்டிருக்கும்போது இது நல்லது என்று கூறலாம். நீங்கள் கவனத்தை இழக்கும்போது, குழப்பமானதாக அல்லது திசை திருப்பப்படுவதாகக் கூறலாம். நீங்கள் உனர்வுப்பூர்வமாக எதிர்வினை புரியும் போது அது கோபமாக வெளிப்படலாம். நீங்கள் குழப்பமடையும் போது எரிச்சலாக இருக்கும். உங்கள் மனம் மிகவும் மனச்சோர்வடைந்தால் அது தற்கொலைக்குரியது போல் மாறிவிடும். உங்கள் மனம் அமைதியாக இருக்கும் போது அது பச்சாதாபமாகவும் எதிர்வினையாற்றாமலும் இருக்கலாம். உங்கள் எண்ணங்கள் அனைத்தும் உங்கள் மனதின் நிலையைப் பற்றியது. இவை அனைத்தும் மனதைப் பற்றியது.

எண்ணங்கள் நேர்மறை மற்றும் எதிர்மறை உணர்ச்சிகளிலிருந்தும் உருவாகின்றன. உணர்ச்சிகள் நன்றாக இருந்தால், அது நேர்மறையான எண்ணங்களை உருவாக்குகிறது. இந்த நேர்மறையான எண்ணங்களுக்காக உடனடியாக நடவடிக்கை எடுக்கலாம். அதைத் தள்ளிப் போட வேண்டாம். நீங்கள் நன்றி சொல்ல விரும்பினால் அல்லது நீங்கள் ஒருவருக்கு உதவ விரும்பினால், அதைச் செய்யுங்கள். உங்கள் சாதனைகளில் மக்கள் உங்களைப் பாராட்டும்போது, அந்த உணர்வை அனுபவிக்கவும், நன்றி சொல்லவும், அதிலிருந்து வெளியே வரவும் கற்றுக் கொள்ளுங்கள்.

உணர்ச்சிகள் மோசமாக இருந்தால், அது எதிர்மறை எண்ணங்களை உருவாக்குகிறது. கோபமும் வெறுப்பும் இருந்தால், பழிவாங்குவது போன்ற நடவடிக்கைகளை எடுக்க நீங்கள் நினைக்கலாம். நீங்கள் மனச்சோர்வுக்கு கூட செல்லலாம். இத்தகைய எண்ணங்கள் மனதை ஆக்கிரமித்து இருக்கையில் உடனடியாக செயல்பட வேண்டாம். இந்த எண்ணங்களில் மூழ்கி இருக்க வேண்டாம். தேவையற்ற எண்ணங்கள்

வரும்போதெல்லாம் அவற்றை வெறுமையாக்குங்கள். அவைகள் வரும்போதெல்லாம் தொடர்ச்சியாக அவற்றை வெற்றாக்கிட கற்றிடுங்கள். தொடர்ந்து இவ்வாறு செயல்படுவதன் மூலமாக இந்த எண்ணங்கள் உங்கள் மனதில் இருந்து மங்கி மறைந்து விடும் ஒரு கட்டத்திற்கு நாம் சென்றிட இயலும்.

நம் எண்ணங்களுக்கு பொறுப்பேற்றல்

கே: என்ன காரணிகள் நம் மனதையும் எண்ணங்களையும் பாதிக்கின்றன? நம் மனம், எண்ணங்கள் மற்றும் செயல்களுக்கு நாம் எவ்வாறு பொறுப்பேற்க முடியும்?

நம் மனதையும் எண்ணங்களையும் ஆதிக்கம் செய்வதில் முக்கிய பங்கு வகிக்கும் சில விஷயங்கள் உள்ளன. அவற்றில் சில - உணர்ச்சிகளின் நிலை, நேர்மறை அல்லது எதிர்மறை அதிர்வுகள், நம்மைச் சுற்றியுள்ள மக்களின் மனநிலை, எதிர்பார்ப்புகளின் நிலை, உடனடி ஆனால் தற்காலிக இன்பங்களின் தேவை, நிரந்தர தீர்வுக்காக காத்திருப்பதில் இருக்கும் பொறுமை நிலை, கோபம், உடல் தகுதி மற்றும் உணவு. இந்த அனைத்து அம்சங்களிலும் நாம் பணியாற்ற முடியும். இது மனதைக் கட்டுப்பாட்டில் வைக்கவும், எல்லா விஷயங்களிலும் நம்முடைய சிந்தனைகளுக்கும், நம்முடைய தெரிவுகளுக்கும் பொறுப்பேற்க உதவும்.

சோம்பல், பொறுமையின்மை, உடனடி மனநிறைவு ஏற்பட வேண்டும் என்ற தேவை மற்றும் உடனடி இன்பங்களை வெல்ல இயலாமை ஆகியவற்றால், நம்முடைய எண்ணங்களையும் செயல்களையும் பொறுப்பேற்க முடியாமல் போய்விடுகிறது, இதற்காக நம்மைத் தவிர வேறு யாரையும் குறை சொல்ல முடியாது. தெளிவாக நாம் அறிந்த கொள்ள வேண்டிய விசயம் என்னவென்றால் நாம் என்ன சிந்திக்கிறோம்? எப்படி சிந்திக்கிறோம்? என்பதற்கும், நம் வாழ்க்கையில் நமக்கு என்ன வேண்டும் என்பதற்கும்.. நாமே முழு பொறுப்பு.

நமக்கு எதிர்மறையான சூழ்நிலைகள் இருக்கும்போது, மனம் நம்மை எதிர்மறை சிந்தனைக்கு இட்டுச் செல்லும். ஆனால் இவை எல்லாம் சர்வவல்லமையுள்ளவர், நாம் வாழ்வை அறிந்து உணர்தலுக்கும் நேர்மறையாக சிந்திப்பதற்கும் தந்த வாய்ப்புகளாகவே எண்ணிட வேண்டும். நம் எண்ணங்களுக்கு பொறுப்பேற்பதன் மூலம், நம் வாழ்க்கையை நேர்மறையாகவும் நமக்குச் சாதகமாக மாற்ற முடியும்.

மனதின் இயல்பு - தேவையற்ற எண்ணங்கள்

கே: என் மனம் ஏன் அடிக்கடி தேவையற்ற எண்ணங்களை நினைக்கிறது?

இயல்பாகவே தேவையற்ற எண்ணங்களுக்குள் செல்ல மனம் வடிவமைக்கப்பட்டுள்ளது. இந்த தேவையற்ற எண்ணங்களில் இறங்க நாம் ஏதும் சிறப்பு முயற்சி செய்ய வேண்டியதில்லை. ஆனால் நேர்மறையான எண்ணங்களை உருவாக்க முயற்சிகள் எடுக்க வேண்டும்.

நம் மனம் இயற்கையாகவே பெருமிதம் கொள்வது மற்றும் அகங்காரமானது. பெரும்பாலும், நாம் நம்மைப் பற்றி மட்டுமே சிந்திக்கிறோம். மக்களிடம் பெற்ற பாராட்டு மற்றும் குற்றச்சாட்டுகள் இரண்டையும் நாம் கவனிக்கிறோம். நாம் பாராட்டுகளில் மகிழ்ச்சியடைகிறோம், ஆனால் குற்றச்சாட்டுகளில் மிகவும் வருத்தம் அடைகிறோம். எடுத்துக்காட்டாக, உங்களிடம் 8 பேர் பாராட்டி, 2 பேர் உங்களை குற்றம் சாட்டியிருந்தால் மனம் ஒருபோதும் 8 நேர்மறைகளைப் பற்றி சிந்திப்பதில்லை, 2 எதிர்மறைகள் குறித்துச் சிந்தித்து தொந்தரவு செய்கின்றது. அது நம் சக்தியெல்லம் அதற்கென செலவிடுகிறது. இது 8 பாராட்டுக்களை அழிக்கும் ஒரு மிக முக்கியமான விஷயமாக உருவாகிறது. இரண்டு குற்றச்சாட்டுகள் முழு மனதையும் ஆக்கிரமித்து, இந்த எண்ணங்கள் தேவையற்ற எண்ணங்களின் மேலும் கிளைகளை உருவாக்குகின்றன.

மனதைப் பயிற்றுவிக்கவும் கட்டுப்படுத்தவும் கற்றுக்கொள்வது அவசியமற்ற மற்றும் தேவையற்ற எண்ணங்களைத் தவிர்க்க கற்றுக்கொள்வதைத் தவிர வேறில்லை. மக்கள் அவர்களைத் தொந்தரவு செய்யும் இத்தகைய எண்ணங்களிலிருந்து விலகி இருக்க விரும்புகிறார்கள். சிக்கலைத் தீர்ப்பதன் மூலமோ அல்லது நியாயப்படுத்துவதன் மூலமோ மட்டுமே அதை அடைய முடியும் என்று அவர்கள் பொதுவாக நினைக்கிறார்கள், ஆனால் அது தேவையில்லை.

தற்போதைய தருணத்தில் முக்கியமானது என்று நீங்கள் கருதும் எந்தவொரு செயலிலும் கவனம் செலுத்துங்கள். சிறிது நேரம் கழித்து, நீங்கள் அவசியமற்ற மற்றும் தேவையற்ற எண்ணங்களை மறந்து விடுவீர்கள். தேவைப்படும் போதெல்லாம் இதைச் செய்தால், நீங்கள் என்ன செய்ய விரும்புகிறீர்களோ அல்லது செய்கிறீர்களோ அதில்

கவனம் செலுத்தலாம். இது மனதைக் கட்டுப்படுத்துதல் என்று அழைக்கப்படுகிறது. இந்த முறையின் மூலம் தேவையற்ற நபர்களை அல்லது தேவையற்ற விஷயங்களை மறக்க ஒரு அழகான வழி மனதிற்கு கிடைத்துள்ளது.

பின்வருவனவற்றைச் செய்ய நாம் நம் மனதைப் பயிற்றுவிக்க வேண்டும்:

- தேவையற்ற அல்லது எதிர்மறையான எண்ணங்கள் வரும்போதெல்லாம் அவற்றை வெறுமை செய்திட வேண்டும்.

- கடந்தகால நினைவுகள் அல்லது எண்ணங்களைப் பற்றி நீண்ட நேரம் யோசிக்காதீர்கள், உங்களைப் பாராட்டும் விஷயங்களைக் கூட.

- நீங்கள் மற்றவர்களை விட உயர்ந்தவராக இருக்கிறீர்கள் போன்ற சூழ்நிலைகளைப் பற்றி அதிகம் கற்பனை செய்வதைத் தவிர்க்கவும்.

- உங்கள் குறிக்கோள்களுக்கான நல்ல எண்ணங்களையும் விளைவுகளையும் காட்சிப்படுத்துங்கள் மற்றும் நேர்மையான முயற்சிகளால் அவை ஆதரிக்கப்படுவதற்கான ஆதாரங்களை உருவாக்குங்கள்.

மாற்றத்தை செயல்படுத்துவதற்கான வளைந்து கொடா தன்மை

கே: நான் ஏதோ தவறு செய்கிறேன் என்று அறிந்திருந்தாலும் அல்லது மாற்ற விரும்புகிறேன் என்று எனக்குத் தெரிந்தாலும் அந்த மாற்றங்களை என்னால் செயல்படுத்த முடியவில்லை. எனக்கு உதவ முடியுமா?

சரியான வழியை நாம் புரிந்து கொண்டாலும், மாற்றத்தை செயல்படுத்த முடியாமல் இருப்பதற்கான காரணங்கள் சுய முன்னிலைப்படுத்தல் மற்றும் பாதுகாப்பின்மையே. நாம் தவறு என்று நமக்குத் தெரிந்தாலும், மாற்றத்தை செயல்படுத்த நாம் தயாராக இல்லை. முழு மற்றும் உச்ச அனுபவத்தை அனுபவிக்கும் பொறுமை நமக்கு இல்லை.

நாம் நம்மை மிகவும் நேசிக்கிறோம், அது நம்மை குருடாக்குகிறது. உதராணத்திற்கு நீங்கள் விரும்பும் எந்தவொரு நபரையும் எடுத்துக் கொள்ளுங்கள், அது ஒரு திரை பிரபலமாக இருந்தாலும் அல்லது விளையாட்டு ஆளுமையாக இருந்தாலும், அவர்களை ஆதரிக்க எந்த அளவிற்கும் செல்வீர்கள். நீங்கள் ஒரு நபரை விரும்பும்போது, அவர் என்ன செய்தாலும் அது உங்களுக்கு சரியாகத் தெரிகிறது. இதுதான் மனிதர்களின் இயல்பு. அதேபோல், நான் என்னை மிகவும் நேசிப்பதால், என் தவறுகளை நியாயப்படுத்தவும், நான் எதைச் செய்தாலும், அது சரியா அல்லது தவறா என்பதைப் பொருட்படுத்தாமல் எந்த அளவிலும் என்னால் செல்ல முடியும். இது நம்மை மாற்றுவதற்கு வளைந்து கொடுக்காத தன்மையை நம்முள் ஏற்படுத்தி விடுகிறது.

சில நேரங்களில், மாற்றம் நடைமுறைக்கு வருவதற்கு பொறுமையாக இருக்க நாம் காத்திருக்க விரும்பவில்லை. குற்றச்சாட்டுகளை விரைவாக அகற்ற விரும்புகிறோம் அல்லது உடனடியாக பாராட்டுகளைப் பெற விரும்புகிறோம். நம்மைப் பற்றிய ஒருவரின் எதிர்மறையான பார்வை விரைவாக மாறாது, ஆனால் அது உடனடியாக, வலுக்கட்டாயமாகவாவது நடக்க வேண்டும் என்று நாம் விரும்புகிறோம். பாராட்டுகளை உடனடியாக வலுக்கட்டாயமாக பெற வேண்டும் என்று நாம் விரும்புகிறோம். வாழ்க்கையை நமக்கு சாதகமாக மாற்ற விஷயங்களை வலுக்கட்டாயமாக செயல்படுத்த முயற்சிக்கிறோம். மற்றவர்களை காயப்படுத்துவதன் மூலமோ அல்லது குற்றம் சாட்டுவதன் மூலமோ அதை கட்டாயப்படுத்த

நாம் முயற்சி செய்யலாம். இந்த விரைவான திருத்தங்கள் அல்லது பலவந்தமான செயல்களால் உடனடியாக நிவாரணம் அல்லது இன்பம் பெறலாம், ஆனால் இந்த மாற்றங்களின் விளைவுகள் தற்காலிக இயல்புடையதாக இருக்கும். புதிய மாற்றங்கள் நிகழும்போது அவற்றை மாற்றியமைக்கவும், புதிய மற்றும் சவாலான சூழ்நிலைகளின் கோரிக்கைகளை பூர்த்தி செய்யவும் உங்கள் எண்ணங்கள் மற்றும் பார்வைகளுடன் நெகிழ்வாக இருப்பது எப்போதும் நல்லது.

இங்கே ஒரு நிகழ்வு: நான் எப்போதும் ஒரு வாளி மற்றும் குவளையைப் பயன்படுத்தி குளிக்கிறேன். குழந்தை பருவத்திலிருந்தே இது என் பழக்கமாக இருந்து வருகிறது. எனது வீட்டில் மிக நீண்ட காலத்திற்கு முன்பு புதிய தூவாலைக்குழாய் அறிமுகப்படுத்தப்பட்டு நிறுவப்பட்டிருந்தாலும், என் மனம் மிகவும் கடினமானதாக இருந்தது, அதை முயற்சிக்க விரும்பவில்லை. என் வாளி மற்றும் குவளை மிகவும் வசதியாக இருந்தது. உண்மையில், தண்ணீரை குனிந்து வளைந்து எடுக்கும் போது இது எனக்கு ஒரு சிறிய உடல் பயிற்சியைக் கொடுக்கிறது என்று நான் உறுதியாக நம்பினேன். எனவே, எனது தேர்வில் நான் மிகவும் விடாப்பிடியாக இருந்தேன்.

ஆனால், அப்போது, எங்கள் நகரத்தில் கடுமையான நீர் பற்றாக்குறை ஏற்பட்டது. வாளி மற்றும் குவளை முறையுடன் ஒப்பிடுகையில் குறைந்த தண்ணீரை உட்கொள்ள தூவாலைக்குழாய் பயன்படுத்த பரிந்துரைக்கப்பட்டது. நான் நிறைய தயக்கத்துடன் தூவாலைக்குழாயைப் பயன்படுத்த வேண்டிய கட்டாயம் ஏற்பட்டது. ஆனால் மெதுவாக, நான் அதைப் பயன்படுத்த ஆரம்பித்தேன். உண்மையில், நான் முன்பை விட மிகவும் வசதியாக உணர ஆரம்பித்தேன். நான் கூட அத்தகைய குளியலை ரசிக்க ஆரம்பித்தேன். இதற்கு முன்பு நான் ஏன் இவ்வளவு கடினமாக இருந்தேன், இதை முயற்சிப்பதில் இருந்து என்னைத் தடுத்தது எது என்று நான் ஆச்சரியப்பட்டேன்.

மேற்கண்ட நிகழ்விலிருந்து, சில சிந்தனை செயல்முறைகள், பழக்கவழக்கங்கள் அல்லது சம்பிரதாயங்களுடன் கடினமான அல்லது அகங்காரமாக இருப்பது ஒரு சிறந்த யோசனை அல்ல என்பதை நான் விளக்க விரும்புகிறேன். சூழ்நிலைகள், போக்குகள் மற்றும் விதிகளில் மாற்றம் ஏற்பட்டால், உலகின் சமீபத்திய நிகழ்வுகளின்படி, அது நன்மை பயக்கும் என்றால், அதற்கேற்ப உங்களை மாற்றிக் கொள்ளுங்கள். புதிய மாற்றங்களை நீங்கள் ஏற்றுக்கொண்டால், முன்பை விட நீங்கள் மிகவும் வசதியாக இருப்பீர்கள் என்பதை அறிந்து நீங்கள் ஆச்சரியப்படுவீர்கள்.

மனநிலையை அளவிடுதல்

கே: நம் மனதின் நிலையை அளவிட ஒரு வழி இருக்கிறதா?

உங்கள் மனநிலையை அளவிடாமல் இருப்பது நல்லது. நீங்கள் எந்த மனநிலையில் இருக்கிறீர்கள் என்பதைக் கண்டுபிடிக்க முயற்சிக்கும் போது, மனதின் எதிர் நிலையும் உருவாகுகிறது. நீங்கள் அமைதியான, மகிழ்ச்சியான மனதுடன் காலையில் எழுந்தவுடன், உங்கள் மனம் சில கவலைகளையும் சிக்கல்களையும் தேடுகிறது. எனவே உணர்வுபூர்வமாக, உங்கள் மகிழ்ச்சியான நிலையைப் பற்றி யோசிக்க வேண்டாம் அது உண்மையில் கவலைப்படும் நிலை வந்து விடுமோ என்ற பயத்திற்கும் வழிவகுக்கிறது என்பதால். நீங்கள் மகிழ்ச்சியாக இருப்பதாக மனம் கூறும்போது, நீங்கள் மகிழ்ச்சியாக இருக்க முடியாது என்று சொல்ல எதிர் சிந்தனை வருகிறது.

உங்கள் மனம் அமைதியாக இருப்பதாக நீங்கள் உணரும்போது, அதை அப்படியே விட்டுவிடுங்கள். உங்கள் மகிழ்ச்சியை அல்லது அமைதியை அளவிட முயற்சிக்காதீர்கள். நீங்கள் கவலை அடிப்படையிலான அல்லது எதிர்மறை எண்ணங்களைப் பெறும்போது, அதை வெறுமைப்படுத்தி விடுங்கள். அதை மேலும் வளர்த்தெடுக்க வேண்டாம்.

தியானம் மற்றும் தேவையற்ற எண்ணங்களை வெறுமையாக்குவது உங்கள் மனதை அமைதியாக வைத்திருக்க உதவும் எளிய வழிகள்.

மனச்சோர்வை வெல்லுதல்

கே: நம் வாழ்க்கையில் மனச்சோர்வை எவ்வாறு வெல்வது?

மனச்சோர்வை சமாளிக்க சில நடைமுறை குறிப்புகள்:

1. மனச்சோர்வு ஏற்படும்போது குழப்பம் மற்றும் எரிச்சல் இருப்பதால் நீங்கள் முதலில் உங்கள் மனதை அமைதிப்படுத்த வேண்டும்.

2. உங்கள் மனம் தற்போதைய தருணத்தில் இல்லாத மனச்சோர்வடைந்த எதிர்மறை எண்ணங்களுடன் ஆக்கிரமிக்கப்பட்டிருந்தால், தற்போதைய தருணத்தில் கவனம் செலுத்தக் கற்றுக்கொள்ளுங்கள்.

3. நீங்கள் தேவையற்ற எண்ணங்களைக் கொண்டிருந்தால், அவற்றை வெறுமையாக்கி, அந்த எண்ணங்களிடமிருந்து விலகிச் செல்லுங்கள். அவை வரும்போதெல்லாம் தொடர்ச்சியாக அவற்றை வெறுமையாக்கி விடுவது இந்த எண்ணங்கள் உங்கள் மனதில் இருந்து முழுவதுமாக மங்கிவிடும் ஒரு கட்டத்திற்கு வழிவகுக்கும்.

4. மேற்கூறிய அனைத்தையும் செய்வதற்கு, சுவாச அடிப்படையிலான பிராணயாமாக்கள் மற்றும் தியானம் செய்வது ஒரு எளிய தீர்வாகும். சுவாச அடிப்படையிலான பிராணயாமாக்கள் உங்கள் உடலை அமைதிப்படுத்துவதோடு, பயனுள்ள தியானம் செய்வதற்கான தளத்தையும் அமைக்கும்.

5. தியானத்தை பயிற்சி செய்யுங்கள், இது உங்கள் மனதை அமைதியான நிலையில் வைத்திருக்க உதவும். கொடுக்கப்பட்ட மந்திரத்தில் கவனம் செலுத்துவதே தியானத்தின் எளிய பயிற்சி. தற்போதைய தருணத்தை மையமாகக் கொண்டு வாழ கற்றுக்கொள்ள இது உதவுகிறது.

6. தியானம் தற்போதைய தருணத்தில் இருக்க உங்களுக்கு உதவுவது மட்டுமல்லாமல், நிதானமாகவும் தேவையற்ற எண்ணங்களிலிருந்து விலகவும் உதவுகிறது. இதன் மூலம், நீங்கள் தேவையற்ற எண்ணங்களை எளிதில் வெறுமை செய்யலாம்.

7. ஒவ்வொரு நாளும் கையில் இருக்கும் பணிகளை எடுத்து அவைகளுக்கென அந்த நாளைத் திட்டமிட்டு அந்த பணிகளை நடைமுறைச் சாத்தியமாக்குவதில் முழுக்கவனத்தையும் செலுத்துங்கள். தனிப்பட்ட முறையிலும் அலுவல் ரீதியாகவும் நீங்கள் செய்ய வேண்டியதை ஒரு திட்டமாக உருவாக்கி எழுதி வையுங்கள். ஒவ்வொரு நாளும் குறிப்பிட்ட நாளில் செய்ய வேண்டிய காரியங்களைத் தேர்ந்தெடுத்து அதைச் செய்யத் தொடங்குங்கள் அல்லது குறைந்தபட்சம் முயற்சி செய்யுங்கள். நீங்கள் 100 சதவிகிதம் வெற்றிகரமாக மாறுவீர்கள். பணிகள் மற்றும் சாதனைகள் நிறைந்த வாழ்க்கை நீங்கள் மனச்சோர்விலிருந்து முற்றிலும் வெளியேற உதவும்.

அறியப்படாத காரணங்களுக்காக வருந்துதல்

கே: சமீபத்தில், நான் அறியப்படாத காரணங்களால் வருத்தமடைகிறேன். என்ன செய்வது என்று எனக்குத் தெரியவில்லை. இது எனது வேலை மற்றும் உறவுகளை பாதிக்கிறது. இது ஏன் நடக்கிறது?

அறியப்படாத காரணங்களால் நீங்கள் வருத்தப்படுகிறீர்கள் என்றால், உங்களைச் சுற்றி எதிர்மறையான விஷயங்கள் நடப்பதாக நீங்கள் கருதுவதைச் சரிபார்க்கவும். உதராணத்திற்கு, தொற்றுநோய் பரவுதல் போன்ற உலகில் சிக்கலான சூழ்நிலைகள் இருந்தால், அது எரியும் நெருப்பில் எரிபொருளை சேர்ப்பது போலாகிவிடும். இது எல்லாம் உங்கள் மனதைப் பொறுத்தது.

நூற்றுக்கணக்கான பிரச்சினைகளுக்கு மத்தியில் கூட, ஒரு நபர் சரியான மனநிலையை வைத்திருந்தால் மகிழ்ச்சியுடன் வாழ முடியும். அதே சமயம், ஒரு நபருக்கு எந்தப் பிரச்சினையும் இல்லை, ஆனால் எதிர்மறையான மனதுடன் வாழ்ந்தால் அந்த நபர் ஒரு சாதாரண நிகழ்வைக் கூட ஒரு சிக்கலான சூழ்நிலையாக மாற்றி விடுவார். இவை எல்லாம் நாம் நினைக்கும் விதத்தின் அடிப்படையில் நிகழ்கின்றன. நீங்கள் எதையும் ஒரு பிரச்சனையாக நினைத்தால், அது ஒரு பிரச்சினையாக மாறும். ஒரு சிக்கலை ஒரு நேர்மறையான விஷயமாக நீங்கள் நினைத்தால், அது ஒரு பிரச்சினையாக இருக்காது.

எடுத்துக்காட்டாக, 2 நாட்களுக்குப் பிறகு ஒரு சிக்கல் வரும் என்பதை நீங்கள் அறிந்திருந்தால், அதைப் பற்றி கவலைப்படத் தொடங்கி, அது முடிந்தவுடன் மட்டுமே நீங்கள் மகிழ்ச்சியாக இருக்க முடியும் என்று நினைத்தால், இந்த வகையான மனநிலையானது சிக்கலை உருவாக்கும். அந்தப் பிரச்சினை தீர்க்கப்பட்ட பின்னரும், மனம் நடக்கும் வேறு எதையும் எடுத்துக்கொண்டு அதை இன்னொரு பிரச்சினையாக மாற்றிவிடும். ஆனால் நிறைய பிரச்சினைகள் இருந்தாலும், அதை ஒரு நேர்மறையான கண்ணோட்டத்தில் பார்க்கும் நபர், நிகழ்காலத்தில் கவனம் செலுத்தி, அந்த குறிப்பிட்ட நாளில் பிரச்சினையை எதிர்கொள்ளுவார், அவரது வாழ்க்கையில் ஒருபோதும் பிரச்சினைகள் இருப்பதாகத் தோன்றாது.

அறியப்படாத காரணங்களுக்காக வருத்தப்படும் இந்த உணர்வை சமாளிக்க - நிகழ்காலத்தில் கவனம் செலுத்தி வாழ்ந்திடும் முறை

உதவும். எல்லாவற்றையும் நேர்மறை நிகழ்வுகளாக காணத் துவங்குங்கள். தியானம் மற்றும் சுவாச அடிப்படையிலான பயிற்சிகளைச் செய்யுங்கள். நிகழ்காலத்தில் கவனம் செலுத்துவதற்கும் தேவையற்ற எண்ணங்களிலிருந்து விலகிச் செல்வதற்கும் அவை உங்களுக்கு உதவும். இந்த இரண்டு நடைமுறைகளும் உங்கள் மனதை அமைதிப்படுத்தும், உணர்ச்சிகள், எதிர்பார்ப்புகளை குறைக்கும் மற்றும் உங்கள் நன்மைக்காக நடப்பதைப் போல விஷயங்களை ஏற்றுக்கொள்ள உதவும்.

எதிர்மறை சிந்தனையின் மட்டுப்படுத்தப்பட்ட பயன்பாடு

கே: எதிர்மறை சிந்தனைக்கு ஏதேனும் நன்மை உண்டா?

எல்லா சூழ்நிலைகளிலும் நேர்மறையான எண்ணங்களை சிந்திப்பது நன்மை பயக்கும். சில இடங்களில், சூழ்நிலைகளில் மற்றும் சிலருடன் மட்டுமே எதிர்மறை சிந்தனை உதவும்.

உடல் ரீதியான தீங்கு அல்லது ஆபத்து இருக்கும்போது கூடுதல் எச்சரிக்கையாக இருக்க இது நமக்கு உதவுகிறது. உதாரணமாக, நீங்கள் மலையேற்றம் அல்லது செங்குத்தான இடங்களில் ஏறினால், நீங்கள் கூடுதல் கவனமாக இருக்க வேண்டும். எதிர்மறையான விளைவுகளை நினைவில் கொள்வது உங்களை எச்சரிக்கையாகவும் கூடுதல் கவனத்துடனும் இருக்க உதவும்.

நீங்கள் எதிர்மறையான நபர்களுடன் நட்பு கொள்ள நேர்ந்தால், அவர்களின் இழி செயல்கள் பற்றிய கருத்து, அதனால் உருவாகும் அவர்களைப் பற்றி எதிர்மறையான சிந்தனை மற்றும் அவர்களின் செயல்களின் விளைவுகள் பற்றிய உணர்வு அவர்களிடமிருந்து உறவைத் துண்டிக்க உதவும்.

நீங்கள் திடீரென்று சோம்பேறியாகவும், மந்தமாகவும், முற்றிலும் மனச்சோர்விலும் இருந்தால், அதன் எதிர்மறையான விளைவுகளைப் பற்றி சிந்திப்பது உங்களுக்கு புத்துயிர் அளிக்கவும், அதிலிருந்து வேகமாக வெளியேறவும் உதவும். இந்த விஷயத்தில் ஏற்படும் விளைவுகளுக்கு பயந்து, உங்களை எழுப்பி, அதிலிருந்து வெளியேறுவதற்கான தீர்வுகளைத் தேட உறுதுணையாகும்.

எதிர்மறையான சிந்தனை உங்களை மாற்றவும், எச்சரிக்கையாகவும், சில சூழ்நிலைகள் அல்லது நபர்களின் மோசமான விளைவுகளை எதிர்கொள்வதைத் தவிர்க்கவும் பயன்படுத்தப்பட வேண்டும். இல்லையெனில், உங்களுக்கு எந்தப் பிரச்சினையும் இல்லாதபோது, இயல்பாக இருக்கும்போது, உங்கள் மனம் ஒருபோதும் எதிர்மறையான சிந்தனையில் சிக்கிடாமல் நேர்மறையாக இருக்க வேண்டும்.

இது எனக்கு ஏன் நடக்கிறது?

கே: நான் சமீபத்தில் பல எதிர்மறை விஷயங்களையும் சூழ்நிலைகளையும் சந்தித்து வருகிறேன். இவை எனக்கு ஏன் நடக்கின்றன? நான் அவைகளால் சோர்வடைந்துள்ளேன்.

விஷயங்கள் நம் வழியில் செல்லும்போது, நாம் ஒருபோதும் "ஏன் எனக்கு மட்டும் இப்படி நடக்கிறது?" என்று கேட்க மாட்டோம். ஆனால் நம் எதிர்பார்ப்புகளுக்கு எதிராக விஷயங்கள் செல்லும்போது, அந்தக் கேள்வியை நாம் கேட்கிறோம்.

புள்ளி விவரங்களின்படி நம் வாழ்க்கையில் மொத்த நிகழ்வுகளில் சுமார் 80 சதவிகிதம் நாம் நினைக்கும் விதத்தில் தான் நடைபெறுகின்றன. ஆனால் பெரும்பாலான நேரங்களில், நாம் அதைப் பற்றி முழுமையாக மகிழ்ச்சியடையவில்லை. அந்த விஷயங்களை நாம் ஒரு பொருட்டாக எடுத்துக் கொள்வதில்லை. இந்த 80 சதவீத விஷயங்கள் நமக்கு ஆதரவாக நடக்கும் போது ஏன் எனக்கு இப்படி நிகழ்கிறது என்றும் கேட்க மாட்டோம். ஆனால் மீதமுள்ள 20 சதவிகிதம் நமது எதிர்பார்ப்புகளுக்கு எதிராக நடக்கும்போது அந்த வினாவை முன் வைக்கிறோம்.

சிலருக்கு, பல வெற்றிகள் கிடைத்தாலும், சில சிறிய விஷயங்கள் எதிர்மறையாக இருப்பதைக் குறித்து அவர்கள் அழுகிறார்கள். ஆசீர்வாதங்களை எண்ணுங்கள். 80 சதவீத நேர்மறையான நிகழ்வுகளில் மகிழ்ச்சியாக இருங்கள். பின்னர், மீதமுள்ள 20 சதவிகிதம் உங்கள் எதிர்பார்ப்புகளுக்கு எதிராக நடக்கும் போது, அதை ஏற்றுக்கொள்ளுங்கள். ஏற்றுக்கொள்ளல் என்ற வழிமுறை உங்கள் எதிர்பார்ப்புகளுக்கு எதிராகச் செல்லும்போது விஷயங்களைச் சமாளிக்க உங்கள் மனதைக் கையாள சிறந்த வழியாகும்.

போராட்டங்கள் குறித்த பார்வை

கே: கடந்த காலங்களில் இருந்த போராட்டங்களையும் கடினமான காலங்களையும் நான் எப்போதும் திரும்பிப் பார்க்கிறேன், அவற்றைப் பற்றி நன்றாக உணர்கிறேன். ஆனால் அவை இப்போது நிகழும்போது, நான் அழுத்தமாக இருக்கிறேன். என்னால் என்ன செய்ய முடியும்?

போராட்டங்கள் நினைவுகள் போன்றவை. பெரும்பாலான நினைவுகள் மிகச் சிறந்தவை போல காட்சியளிக்கும், ஏனெனில் அவை முடிந்துவிட்டன. அவை கடந்த காலங்களில் உள்ளன. ஒரு குறிப்பிட்ட சம்பவம் முடிந்த பின் அதைப் பற்றி நீங்கள் நினைக்கும் போது, அது உங்களுக்கு மிகவும் சுவாரஸ்யமாகத் தோன்றலாம். ஆனால் அது நடந்து கொண்டிருந்த காலத்தில், நீங்கள் அதை அனுபவித்திருக்க மாட்டீர்கள். நீங்கள் அவற்றைக் கடந்து செல்லும்போது போராட்டங்கள் ஏற்படுத்திய கசப்பை உணர்ந்திருப்பீர்கள். ஆனால் பின்னர், நீங்கள் அதிலிருந்து பல விஷயங்களைக் கற்றுக்கொண்டீர்கள் என்பதை நீங்கள் புரிந்து கொள்வீர்கள். உண்மையில், நீங்கள் பலமானவராகி இருப்பீர்கள். அவை குறித்து இனிமையான நினைவுகள் கூட இருக்கலாம். எனவே, போராட்டங்கள் குறித்து நாம் ஒருபோதும் வருத்தப்படத் தேவையில்லை.

நம் வாழ்வில் கடந்த காலத்தில் நடந்தவற்றில் 90 சதவிகிதம் நன்றாக இருக்கிறது, ஏனென்றால் தற்போதைய தருணத்தில் அதன் முடிவுகளை நாம் அறிவோம். அந்த நேரத்தில் அவ்வளவு உற்சாகமாக இல்லாத ஒன்று கூட இப்போது நன்றாக இருக்கும், ஏனெனில் அது நிறைவடைந்த ஒன்று மற்றும் முடிவுகள் ஏற்கனவே தெரிந்தது. கடந்த காலங்களில் நிறைய பேர் மூழ்கி விடுகிறார்கள், அது இன்றைய தினத்தை பாதிக்கிறது. சில ஆண்டுகளுக்குப் பிறகு நினைவு கூறும் போது நிகழ்காலம் ஒரு மறக்கமுடியாத தருணமாகக் காணப்படும்.

போராட்ட சூழ்நிலைகள் நிகழும்போது அவற்றை அனுபவிப்பதற்காக... அது உங்களுக்கு நல்லது என்று கருதுங்கள். நீங்கள் நடத்த விரும்பும் குறிப்பிட்ட ஏதாவது விசயத்தை ஒரு தேதியில் நீங்கள் நிகழும்படியும் செய்யலாம். இது உங்களுக்கு மகிழ்ச்சியான சந்தர்ப்பமாக இருக்கும் என்று காட்சிப்படுத்துங்கள். நீங்கள் அதை அனுபவிக்கப் போகிறீர்கள். போராட்ட காலத்தில், உங்களுக்கு நல்ல விஷயங்கள் நடக்கின்றன

என்று நினைத்து தற்போதைய தருணத்தில் வாழுங்கள். ஒவ்வொரு காலையிலும் எழுந்த பின், கண்களை மூடிக்கொண்டு, எல்லா போராட்டங்களும் உங்கள் நன்மைக்காக மாறி வருகின்றன என்பதைக் கற்பனை செய்து பாருங்கள், அதை எதிர்கொள்வதில் நீங்கள் மகிழ்ச்சியடைகிறீர்கள். இது முற்றிலும் நேர்மறையான ஆற்றலை உருவாக்கும், மேலும் நீங்கள் முன்னேறிச் செல்லத் தொடங்குவீர்கள்.

நம்மை மற்றவர்களுடன் ஒப்பிடுவது

கே: நான் என்னை மற்றவர்களுடன் ஒப்பிட்டுப் பார்க்கிறேன், நான் அவர்களை விட குறைவாகவோ அல்லது அவர்களைப் போல் சிறப்புகள் ஏதுமில்லாதவரென்றோ உணர்கிறேன். இது என்னை வருத்தமடையச் செய்கிறது மனதை சோர்வடையச் செய்கிறது. தயவுசெய்து உதவுங்கள்.

பெரும்பாலான மக்கள் இயல்பான, சாதாரண வாழ்க்கையை வாழ விரும்புகிறார்கள். மிகச் சிலரே உச்சத்தில் இருக்க விரும்புகிறார்கள் அல்லது தனித்து சிறந்து இருக்க விரும்புகிறார்கள். மற்றவர்களுடன் ஒப்பிடுகையில் நாம் சமமாக இருந்தால், நம் வாழ்க்கை சரி என்று உணர்கிறோம். மற்றவர்களுடன் ஒப்பிடாமல் பெரும்பாலான மனிதர்கள் இருக்க முடியாது என்பதற்கான காரணம் இதுதான். இயல்பாகவே, மனிதர்கள் பாதுகாப்பாக உணர விரும்புகிறார்கள்.

ஒரு மாணவருக்கு குறைந்த மதிப்பெண்கள் கிடைத்தால், வேறொருவரின் மதிப்பெண்கள் அவனை விட குறைவாகவோ அல்லது சமமாகவோ இருக்கிறதா என்று சரிபார்க்கிறார். ஆம் எனில், அவர் மனம் சரி என்று ஒப்புக் கொள்கிறது. ஒரு உழைக்கும் நபர் சம்பளம் சம்பாதித்து அதை மற்றவர்களுடன் ஒப்பிடுகிறார். அவர் அதே வரம்பில் இருந்தால் அல்லது அதிக சம்பளம் பெற்றிருந்தால், அவர் மனம் சரி என்று ஒப்புக் கொள்கிறது. ஆனால் அவர் மற்றவர்களுடன் ஒப்பிடுகையில் மிகக் குறைந்த சம்பள வரம்பில் இருந்தால், பீதியடைந்து வருத்தப்படுகிறார். வலிமையான மனதுடன் இருக்கும் சிலர், அத்தகைய மன நிலையிலிருந்து வெற்றிகரமாக வெளியே வருகிறார்கள். பலவீனமான மனதுள்ள சிலர் மனச்சோர்வடைந்து, அதிலிருந்து ஒருபோதும் வெளியே வருவதில்லை.

மற்றவர்களின் ஆடம்பரமான வாழ்க்கையைப் பார்க்கும் போது, நம்முடைய வாழ்வைப் பற்றி வருத்தப்படுகிறோம், உண்மையில் நாம் அவர்கள் வாழ்வின் ஒரு பக்கத்தை மட்டுமே பார்க்கிறோம். அவர்கள் மகிழ்ச்சியாக இருக்கும்போதெல்லாம் நீங்கள் அவர்களைப் பார்ப்பது போலாகும். நம்மில் பெரும்பாலோர் மக்களின் வாழ்க்கையின் மறுபக்கத்தை, அவர்கள் கவலைப்படும் போது அல்லது மனச்சோர்வடைந்த நிலையில் இருப்பதை காண வாய்ப்பு அமைவதில்லை. பெரும்பாலான மக்கள் தங்கள் வாழ்க்கையின்

அந்த அம்சத்தைக் காட்ட விரும்புவதுமில்லை. மக்கள் அதை மறைக்கிறார்கள், ஏனெனில் அது அவர்களின் சுய மரியாதையை குறைக்கும். நீங்கள் வெளியே செல்லும் போது மட்டுமே நீங்கள் மக்களைப் பார்க்கிறீர்கள், அவர்களில் பெரும்பாலோர் வீதிகளில் இருக்கும் போது நேர்மறையாகவும் மகிழ்ச்சியாகவும் தோன்றும். ஆனால் ஒவ்வொருவருக்கும் கவலைகள் மற்றும் சவால்களின் இருண்ட பக்கம் உள்ளது. அவர்கள் எவ்வாறு எடுத்துக் கொள்கிறார்கள் அல்லது கையாளுகிறார்கள் என்பதைப் பொறுத்து அது மாறுபடுகிறது.

மனித இயல்பு என்னவென்றால், சர்வவல்லவர் 99 விஷயங்களை நமக்கு ஆசீர்வதித்தாலும், அந்த நேரத்தில் இல்லாத அல்லது பெறத் தவறிய ஒரு விஷயத்தைப் பற்றி நாம் கவலைப்படுகிறோம். மற்றவர்களின் மகிழ்ச்சியை அல்லது ஆடம்பரமான வாழ்க்கையைப் பார்ப்பதற்குப் பதிலாக, உங்கள் வாழ்க்கையில் உள்ள நேர்மறைகளைப் பார்க்கலாம். இதை உணர்ந்து இந்த இயல்பைப் பற்றிய கேள்வியைக் கேட்பது நேர்மறையானது. நல்ல தூக்கம், நல்ல உண்ணும் உணவு, நடப்பது மற்றும் மக்களுடன் பேசும் திறன் ஆகியவை உங்கள் வாழ்க்கையில் உள்ள பல சாதகமானவை. வாழ்க்கை என்பது சிந்தித்து நல்லதைச் செய்வது, பெரிய பணம் வைத்திருப்பது அல்லது ஒரு பெரிய காரை வைத்திருப்பது பற்றியது அல்ல. இதை நினைவில் வைத்துக் கொள்ளுங்கள், வாழுங்கள்.

கவலை தொடர்பான உடல்நலப் பிரச்சினைகளை குணப்படுத்துதல்

கே: பதட்டம் மற்றும் மனச்சோர்வினால் உடலில் ஏற்படும் விளைவுகள் என்ன?

கவலை உடலில் சீரற்ற மூச்சுத் திணறலாக வெளிப்படும் மற்றும் மனம் மனச்சோர்வுக்குள் செல்லக்கூடும். மூச்சுத் திணறலுக்கு, சுவாச அடிப்படையிலான கிரியாக்களைப் பயிற்சி செய்யுங்கள். ஆழமான சுவாச பயிற்சிகளை செய்யுங்கள். ஆழமாக மூச்சை உள்ளிழுத்தல் வெளியிடுதலை செய்யுங்கள் - சுவாசிக்கவும், பின்னர் ஒரு நடுத்தர வேகத்தில் உள்ளிழுக்கவும் - வெளியிடவும், வேகமாக உள்ளிழுக்கவும்- வெளியிடவும் செய்யுங்கள். நீங்கள் மூச்சுத் திணறலை உணரும்போதெல்லாம் நீங்களே செய்து கொள்ளக் கூடிய ஒரு எளிய பயிற்சி தான் இது. இந்த எளிய சுவாசப் பயிற்சியை வெறும் வயிற்றில் அல்லது உங்கள் உணவு உட்கொண்ட 2 மணி நேரத்திற்குப் பிறகு குறைந்தது 15 முறை செய்யுங்கள். இது உங்கள் உடலின் சுவாசத்தை மீண்டும் அமைதிப்படுத்த உதவுகிறது. இந்த எளிய பயிற்சியின் மூலம் நடைமுறையில், சிக்கலான மற்றும் சவாலான காலங்களில் கூட நீங்கள் நன்றாக சுவாசிக்க முடியும் மற்றும் உங்கள் உடலை அமைதியாக வைத்திருக்க முடியும்.

நீங்கள் மனச்சோர்வடைந்த எண்ணங்கள் அல்லது எதிர்மறை எண்ணங்களைப் பெறும்போதெல்லாம், அவற்றை வெறுமையாக்கிக் கொள்ளுங்கள். அவை வரும்போதெல்லாம் தொடர்ச்சியாக அவற்றை வெறுமையாக்குவது இந்த எண்ணங்கள் உங்கள் மனதில் இருந்து மங்கிவிடும் ஒரு கட்டத்திற்கு வழி வகுக்கும். வழக்கமான தியான பயிற்சி இந்த நுட்பத்தை மிக எளிதாக செய்ய உதவுகிறது. எனவே தவறாமல் தியானம் செய்யுங்கள். நடைமுறையில், மனம் எளிதில் ஓய்வெடுக்கும், கவலை அல்லது மனச்சோர்வு ஏற்படாது.

மனச்சோர்வை அனுபவித்தல்

கே: சமீப காலமாக பலர் மன அழுத்தத்தை அனுபவிக்கிறார்கள் ஏன்?

அன்றாட வாழ்க்கையில், மனிதர்களுக்கு நிறைய எதிர்பார்ப்புகள் உள்ளன. எல்லாவற்றையும் அவர்கள் நினைக்கும் விதத்தில் நடக்க வேண்டும் என்று அவர்கள் விரும்புகிறார்கள். அது அவர்களின் வழியில் நடக்காத போது, அவர்கள் மனச்சோர்வுக்குள் செல்கிறார்கள். அதிக உணர்ச்சிகளும் எதிர்பார்ப்புகளும் உள்ளவர்கள் நிறைய கஷ்டப்படுகிறார்கள். அவர்கள் எளிதில் மனச்சோர்வுக்குள் சென்று விடுகிறார்கள். இதைப் பற்றி ஏதாவது செய்யாவிட்டால், அது அவர்களின் வாழ்க்கையில் ஒரு நிரந்தர அம்சமாக மாறும். அதிக உணர்ச்சிவசப்படாதவர்கள் மற்றும் வாழ்க்கை நடைமுறைகளை புரிந்து வாழ்பவர்கள், ஒரு சிறிய துன்பத்திற்குப் பிறகு வெளியே வருகிறார்கள்.

உங்கள் விருப்பத்திற்கு எதிராக ஏதாவது நடந்தால், அது உங்கள் சுயத்தை / சுயமதிப்பைக் காயப்படுத்துகிறது. அந்த காயத்தை உங்கள் மனதில் வைத்திருந்தால், அது உங்களை மேலும் பாதிக்கிறது, மேலும் நீங்கள் மனச்சோர்வடைந்த நிலைக்கு வருவீர்கள். அந்த குறிப்பிட்ட நிகழ்வு தொடர்பான ஒரு எண்ணம் நினைவில் வரும்போதெல்லாம் அது தொடர்பான நினைவுகள் வரலாம். ஆனால் அதை பெரிய பரிமாணத்தை எடுக்க நீங்கள் அனுமதித்தால், அது உங்கள் மனதை அதிக நேரம் ஆக்கிரமித்து, நீங்கள் மனச்சோர்வுக்கு ஆளாக நேரிடும்.

இதற்கு எதிராக, உங்கள் விருப்பத்திற்கும் எதிர்பார்ப்புகளுக்கும் ஏற்ப ஏதாவது நடக்கும் போது மகிழ்ச்சி நிறைகிறது. நீங்கள் நினைவில் கொள்ள வேண்டிய ஒரே விஷயம், தாழ்மையுடன் இருப்பது மற்றும் உங்கள் மகிழ்ச்சியை சர்வவல்லவருக்கு அர்ப்பணிப்பது. நீங்கள் அமைதியாக இருக்க முடியும், அளவுக்கதிகமாக உற்சாகமாக இருக்க தேவையில்லை. நீங்கள் உற்சாகமடைந்து மகிழ்ச்சியுடன் குதித்தால், அந்த மகிழ்ச்சியைத் தக்க வைத்துக் கொள்ளும் பயம் சிறிது நேரம் கழித்து உங்களைப் பாதித்து உங்களை மீண்டும் ஒரு பயம் மற்றும் எதிர்மறை நிலைக்கு கொண்டு வரும். பின்னர், எதிர்மறையான நிலைமை வரும்போது நீங்கள் கஷ்டப்பட வேண்டியிருக்கும்.

மக்கள் அமைதியான மற்றும் உணரப்பட்ட மனதை வளர்த்துக் கொள்ளாவிட்டால், மனச்சோர்வை அடைவது எளிதாகி விடும். இருப்பினும், எதிர்பார்ப்புகள் இல்லாமல் இருக்க உங்கள் மனதைப் பயிற்றுவித்து, ஏற்றுக் கொள்ளும் மனப்பான்மையைக் கொண்டிருந்தால் மனச்சோர்வை சமாளிப்பது மிகவும் எளிது. சுமார் 10 சதவிகித மக்கள் மட்டுமே தியானம் மற்றும் மூச்சுப் பயிற்சிகள் போன்ற ஆன்மீக பயிற்சிகளைப் பயன்படுத்தி மனதை நன்கு வளர்த்துக் கொண்டு மன அழுத்தத்தால் பாதிக்கப்படாத வாழ்வை வாழ்கிறார்கள்.

இழந்து விட்ட மற்றும் சோகமாக உணர் நிலை

கே: உலகில் நான் மட்டுமே சோகமான நபர் என்று நினைக்கிறேன். எல்லோரும் எல்லாவற்றையும் வைத்திருக்கும் போது எனக்கு மட்டும் நான் வேண்டுவது என்னிடம் இல்லை. இந்த உணர்வை மாற்ற நான் என்ன செய்ய முடியும்?

மனம் எதிர்மறையான எண்ணங்களை மட்டுமே நினைத்துக் கொண்டிருக்கும் ஒரு நிலையாகும். மேலும் நேர்மறைகளைப் பற்றி சிந்திக்க இடை நிறுத்தப்படுவதில்லை. நம்மில் பெரும்பாலோர் நம் வாழ்க்கையில் 90 சதவீதம் நேர்மறைகளைக் கொண்டுள்ளோம். உதாரணமாக, இந்த தருணத்தில் உங்கள் கேள்விக்கு உட்கார்ந்து பதில் எழுத எனக்கு ஆசீர்வாதம் உண்டு.

நீங்கள் தூங்க முடிந்தால், வாழ ஒரு வீடு இருந்தால், பார்க்க கண்கள், கேட்க காதுகள், பேசுவதற்கு குரல் வளையங்கள், நடக்க கால்கள், பெற்றோர், சகோதரர்கள், சகோதரிகள், குழந்தைகள், குடிக்க தண்ணீர், 3 முறை சாப்பிட உணவு, சுவாசிக்க நல்ல காற்று முதலியன உங்களுக்கு பல சாதாரண மற்றும் நேர்மறையான விஷயங்கள் நடக்கின்றன. இயற்கையாகவே, பலவீனமான மனம் உங்களிடம் 99 விஷயங்களைக் கொண்டிருந்தாலும் உங்களிடம் இல்லாததைப் பற்றி சிந்திக்கிறது. பலவீனமான மனதை நீங்கள் அனுமதிக்கிறீர்கள் என்றால், உங்களிடம் இல்லாதது குறித்த வருத்தம் 99 விஷயங்களைக் கொண்டிருக்கும் மகிழ்ச்சியைத் தாண்டிவிடும். உங்கள் பலவீனமான மனதின் சுயபட்சாதாபம் மற்றும் பேராசை உங்களிடம் இல்லாத ஒரு ஒற்றைப்படை விஷயத்தை நீங்கள் ஏன் பெறவில்லை என்பதைப் பற்றி சிந்திக்க வைக்கும், மேலும் 99 பிற விஷயங்களை நீங்கள் வைத்திருப்பதை முற்றிலும் மறந்து விடும்.

இந்த சிந்தனை செயல்முறையை நீங்கள் மனதின் மூலம் கட்டுப்படுத்த வேண்டும். சிறிய விஷயங்களாக இருந்தாலும், உங்களிடம் இருப்பவை குறித்து சிந்தியுங்கள். அதற்கென நன்றியுடன் இருங்கள். உங்களிடம் இல்லாத விஷயங்களை ஏற்றுக்கொள்ள கற்றிடுங்கள். ஒரு வேளை அது தேவை என்று நீங்கள் நினைத்தால், அந்த விஷயங்களைப் பெறுவதற்கான உங்கள் முயற்சிகளில் ஈடுபடுங்கள், ஆனால் அது நடக்கவில்லை என்றால், அதை ஏற்றுக்கொண்டு முன்னேறுங்கள்.

வீண் பழியை பொறுத்தல்

கே: செய்யாத ஒரு காரியத்திற்கு நான் குற்றம் சாட்டப்படுகிறேன். இது எனக்கு மிகவும் நியாயமற்றது, அது என்னை மிகவும் தொந்தரவு செய்கிறது. யாரும் என்னைப் புரிந்து கொண்டதாகத் தெரியவில்லை. என்னால் என்ன செய்ய முடியும்?

ஏதேனும் நியாயமற்ற முறையில் நீங்கள் குற்றம் சாட்டப்பட்டால், அச்சூழ்நிலையில் எவ்வாறு எதிர்வினையாற்றக் கூடாது என்பதைக் கற்றுக்கொள்வதே சிறந்த விஷயம். நீங்கள் அதற்கு பதிலளித்தால், மற்றவர்கள் உங்கள் மீது கட்டுப்பாட்டைச் செலுத்துவர். அவர்கள் எதையும் சொல்லலாம் மற்றும் உங்களுக்கு மன அழுத்தத்தை ஏற்படுத்தி எதிர்வினையாற்றச் செய்திடலாம் மற்றவர்களின் நியாயமற்ற கருத்துக்களுக்கு பதிலளிப்பது ஒரு கல்லை அழுக்கு நீரில் எறிவது போன்றது என்பதை நினைவில் கொள்ளுங்கள். அது உங்கள் மீது தெறிக்கும்.

உங்களுக்கும் சர்வவல்லவருக்கும் இடையே ஒரு நல்ல இணைப்பை உருவாக்குங்கள். அவர் உண்மையை அறிவார், அவர் எல்லாவற்றையும் கவனித்து வருகிறார் என்ற சிந்தனையுடன் வாழுங்கள். மற்ற நபரின் பழி தவறாக இருந்தால், நீங்கள் கவலைப்பட வேண்டியதில்லை, ஏனெனில் வினை மற்றும் எதிர்வினைக் கோட்பாடு அந்த நிலைமை மற்றும் நபரை கவனித்துக் கொள்ளும். அவர்களின் குற்றச்சாட்டு சரியானது மற்றும் நெறிமுறைக்கு உட்பட்டது என்றால், அதை சரிசெய்ய என்ன செய்ய வேண்டுமோ அதை செய்திடுங்கள்.

சில நேரங்களில், மற்றவரின் குற்றச்சாட்டு சரியாக இருந்தாலும், நீங்கள் உணர்ச்சி ரீதியாக பாதிக்கப்படலாம். அத்தகைய உணர்ச்சி நிலையில் நீங்கள் சரியான நடவடிக்கைகளை எடுக்க முடியாமல் போகலாம். இதுபோன்ற சந்தர்ப்பங்களில், உங்கள் உணர்ச்சிகளைக் கட்டுப்படுத்த தியானம் மற்றும் சுவாச அடிப்படையிலான பிராணயாமாக்களை தவறாமல் செய்வது பயனுள்ளது. தியானம் மற்றும் சுவாச அடிப்படையிலான பிராணயாமாக்களின் பயிற்சி உங்களை அமைதியாகவும் எதிர்வினையாற்றாமல் இருக்கவும் செய்கிறது. மனம் அமைதியாகவும் உணர்ச்சி வயப்படாமலும் இருக்கும் போது தேவையான திருத்த நடவடிக்கை எடுக்க முடியும்.

எதிர்கால பயத்தைப் போக்க

கே: எதிர்காலத்தைப் பற்றியும் என்ன நடக்கப் போகிறது என்பதைப் பற்றியும் நான் அஞ்சுகிறேன். இது என் வாழ்க்கையின் ஒவ்வொரு நாளையும் அழிக்கிறது. இந்த பயத்தை போக்க நான் என்ன செய்ய வேண்டும்?

நாம் எதிர்காலத்தைப் பற்றி பயப்படுகிறோம், அது தற்போதைய தருணத்தில் நம் மகிழ்ச்சியைக் கொள்ளையடிக்கிறது. இதைப் பற்றிய ஒரு கதையை பகிர்ந்து கொள்ள விரும்புகிறேன். எனது நண்பர் தனது சகோதரிக்கு மிகவும் அன்புடையவர். அவர் தங்கை 2 மாதங்களில் ஒரு குழந்தையை பிரசவிக்க இருந்தார். அவளுக்காக ஒரு மதிப்புமிக்க பரிசை வாங்க விரும்பினார் - ஒரு தங்க சங்கிலி. அவரது சகோதரி அவரது மனைவியுடன் நல்ல உறவைப் பேணாததால் அவரது மனைவிக்கு அந்த பரிசை வழங்குவதில் ஆட்சேபனை இருந்தது. அதனால் ஒரு சிறிய தொகையை பரிசளிக்க பரிந்துரைக்கிறாள். இது அவர்களுக்கு இடையேயான வாதங்களுக்கு வழிவகுத்தது. என் நண்பருக்கு சண்டை பிடிக்காது. அவர் தனது யோசனையுடன் முன்னேறினால், அது தனது மனைவியுடன் ஒரு பெரிய சண்டைக்கு வழிவகுக்கும் என்று அவர் எதிர்பார்த்தார். ஆனால், அவர் தனது சகோதரிக்கு ஒரு சிறிய தொகையை பரிசளித்தால், தனது சகோதரி தன்னைப் பற்றி குறைவாக நினைப்பார் என்றும் அஞ்சினார். இரண்டும் நடக்க அவர் விரும்பவில்லை. அவர் குழப்பமடைந்து அதைப் பற்றி கவலைப்பட்டார்.

அவர் என்னிடம் வந்து உதவி கேட்டார். அவரது கவலை மற்றும் குழப்பத்தை குறைக்க சில விஷயங்களை நான் பரிந்துரைத்தேன். ஆனால் அவர் உணர்ச்சியில் மிகவும் சிக்கிக் கொண்டிருந்ததால் நான் சொல்வதைக் கேட்கவில்லை அல்லது அந்த பரிந்துரைகளைப் பின்பற்றவில்லை. இந்த எண்ணங்கள் அவரை தொடர்ந்து தொந்தரவு செய்தன. இதற்கிடையில், 2 மாதங்கள் கடந்துவிட்டன, அவரது சகோதரி ஒரு குழந்தையை பிரசவித்தார்.

ஒரு குறிப்பிட்ட நாளில், அவரது மனைவியின் பெற்றோர் அவரது வீட்டிற்கு வந்தனர். அவர்கள் அவளுக்கு ஒரு சமீபத்திய விற்பனைக்கு வந்த புதிய சலவை இயந்திரத்தை பரிசளித்தனர். அவரது மனைவி பெற்றோரின் வருகையால் மிகவும் மகிழ்ச்சியடைந்தார் மற்றும்

அவரது பரிசில் மிகவும் உற்சாகமாக இருந்தார். அவள் மகிழ்ச்சியாக இருந்தாள், அவளுடைய மனநிலை பரவசமாக மாறியது. கணவர் மகிழ்ச்சியற்று இருப்பதைப் பார்த்து, ஏன் என்று கேட்டார். அவர் தனது சகோதரிக்கு தான் வழங்க நினைத்த பரிசின் இக்கட்டான நிலையைப் பற்றி அவளிடம் கூறினார். அவளது மகிழ்ச்சியான மனநிலையில், அவனை சந்தோஷமாகப் பார்க்க விரும்பியவள், அவரது சகோதரிக்கு அவன் விரும்பியதை பரிசளிக்கச் சொன்னாள். அவர்கள் இருவரும் தங்கச் சங்கிலியுடன் குழந்தையைப் பார்க்கச் சென்றனர், என் நண்பர் மீண்டும் மகிழ்ச்சியாக இருந்தார்.

அடுத்த நாள், அவர் தனது நிவாரணத்தைப் பற்றி யோசித்தார், அது எப்படி திடீரென்று சீராகிவிட்டது. கடந்த 2 மாதங்களில் அவர் ஏன் கஷ்டப்பட்டார், கவலைப்பட்டார், காலத்தை வீணடித்தார் என்று அவர் ஆச்சரியப்பட்டார். அவர் என்னிடம் வந்து, எனது பரிந்துரைகளை முதலில் பின்பற்றாததற்கு வருத்தம் தெரிவித்தார். "2 மாதங்களுக்கு முன்பு இந்த நிலைமையைப் பற்றி நேர்மறையாகக் காட்சிப் படுத்தச் சொன்னீர்கள். தற்போதைய தருணத்தில் கவனம் செலுத்தும் போதெல்லாம் வருத்தமளிக்கக் கூடிய எண்ணங்களையும் விளைவுகளையும் வெறுமையாக்கச் சொன்னீர்கள். உங்கள் ஆலோசனையை நான் புறக்கணித்து தேவையற்ற முறையில் எல்லா நேரத்திலும் அவதிப்பட்டேன். நான் உங்கள் ஆலோசனையைப் பின்பற்றி இருந்தால் துன்பங்களைத் தவிர்த்திருக்க முடியும்."

கதையின் தார்மீகமானது - எதிர்காலத்தில் வரும் என்று எதிர்பார்க்கப்படும் எந்தவொரு பிரச்சினை அல்லது பிரச்சினை பற்றியும் நேர்மறையான விளைவுகளை காட்சிப்படுத்துங்கள். ஆனாலும், நிகழ்காலத்தில் இருங்கள் மற்றும் அந்த தருணத்தில் வாழ்ந்து அனுபவியுங்கள். எதிர்காலம் குறித்த தேவையற்ற எண்ணங்களை வெறுமை செய்து விடுங்கள். பெரும்பாலும் நல்ல விஷயங்களே நடக்கும்.

கசப்பான விஷயங்களில் கிட்டும் இனிமையை அனுபவித்தல்

கே: கசப்பான அனுபவத்திற்குப் பிறகுதான் சிறந்த விஷயங்கள் நடக்கின்றன என்பது உண்மையா?

கசப்பான சுவை, கசப்பான வலி, கசப்பான கடினமான சூழ்நிலைகள் மற்றும் கசப்பான சலிப்பான விஷயங்களுக்குப் பிறகு சிறந்த விஷயங்கள் நடக்கும் என்பது உண்மை போல் தான் தோன்றுகிறது.

உதாரணமாக, சில உணவுகள் உங்கள் ஆரோக்கியத்திற்கு நல்லது என்றும் பெரும்பாலும் அவை கசப்பான சுவை கொண்டவை என்றும் மக்கள் கூறுகிறார்கள். ஆரம்பத்தில், அவற்றை சாப்பிடுவதில் தயக்கம் உள்ளது, ஆனால் நீங்கள் அதை தவறாமல் சாப்பிட ஆரம்பிக்கும் போது, நீங்கள் அதைப் பழக்கப்படுத்திக் கொள்கிறீர்கள், அது ஆரோக்கியமாக இருக்க உதவுகிறது.

5 முறை உடற்பயிற்சிகளைச் செய்வது உங்களுக்கு வலியை உண்டாக்குகிறது, சோர்வாகவும் ஆர்வமற்றதாகவும் ஆக்குகிறது என்றால், 4 முறையுடன் நிறுத்த வேண்டாம். 6 முறை செய்ய முயற்சிக்கவும். 6 ஐ நோக்கமாகக் கொண்டால் 5 பயிற்சிகளைச் செய்வது உங்களுக்கு எளிதாக இருக்கும். நீங்கள் அதைப் பயன்படுத்திக் கொள்வீர்கள். தவறாமல் பயிற்சி செய்யுங்கள். தொடர் பயிற்சி மற்றும் விடாமுயற்சி நீங்கள் வெற்றி பெறுவதற்கான ஒரு அமைப்பை உருவாக்குகிறது. கசப்பான வலியைக் கடப்பது அதன் நன்மைகளைக் கொண்டுள்ளது.

தியானம் செய்வது சில நேரங்களில் சலிப்பை ஏற்படுத்தும் மற்றும் பயனற்றதாகி விடும். உங்களுக்கு தலைவலி கூட வரக்கூடும். நன்மைகளைப் பார்க்க நேரம் எடுக்கும். அதைச் செய்யுங்கள், அது உங்கள் அமைப்பின் ஒரு பகுதியாக இருக்கும். உங்கள் வாழ்க்கையின் மிகப்பெரிய நன்மைகளைப் பெறத் தொடங்குவீர்கள். மனம் அமைதியாகி உங்களை உணர வைக்கிறது. இது எல்லாவற்றையும் தெளிவுடனும் எளிதாகவும் தீர்மானிக்க உதவுகிறது.

நீங்கள் கசப்பான மற்றும் கடினமான சூழ்நிலைகளை எதிர்கொள்ளும்போது, ஏன் என்று கேட்பதற்கு பதிலாக, அதை

ஏற்றுக் கொள்ளுங்கள். நீங்கள் அதைப் பழக்கப்படுத்திக் கொண்டு பலப்படுவீர்கள். எனவே கசப்பான சுவை, வலி, கடினமான சூழ்நிலைகள் மற்றும் சலிப்பு ஆகியவற்றைப் பழக்கப்படுத்திய பிறகு சிறந்த விஷயங்கள் பெறப்படுகின்றன என்பது பிரபஞ்சத்தில் காணப்படுகிறது.

மௌனத்தை அனுபவிக்க விரும்புவது

கே: சில நேரங்களில், நான் பேசுவதற்கு விரும்புவதில்லை. நான் நாள் முழுவதும் அமைதியாக இருந்து என் வேலையைச் செய்ய விரும்புகிறேன். என்னிடம் ஏதோ தவறு இருக்கிறதா?

அதில் எந்த தவறும் இல்லை. நாள் முழுவதும் அமைதியாக இருக்க வேண்டும் என்பது போல் நீங்கள் உணர்ந்தால், அமைதியாக வேலை செய்வது, அதிகம் பேசாதது நல்லதே. இந்த வழியில் உங்களுக்கு வசதியாக இருந்தால், அதைச் செய்யுங்கள். அதைச் செய்வதில் உங்களுக்கு வருத்தம் இருந்தால் மட்டுமே நீங்கள் கவலைப்பட வேண்டும். மௌனத்தை அனுபவிக்க விரும்புவது உண்மையில் உங்களுக்கு நல்லது, நீங்கள் அவ்வாறு செய்வதற்காக வருத்தமாக உணராவிட்டால்.

உண்மையில், இந்த வகையான மனநிலை நல்லது. நிறைய பேர் அதிகமாகப் பேசுகிறார்கள், சிக்கலில் சிக்கிக் கொள்கிறார்கள். எல்லோருக்கும் வித்தியாசமான தன்மை இருப்பதால், நீங்கள் பேசுவதைப் பற்றி ஒவ்வொருவருக்கும் வெவ்வேறு பார்வை இருக்கும். எனவே, தேவையற்ற அளவுக்கு அதிகமாக பேசுவதைத் தவிர்ப்பது நல்லது. அமைதியாக இருந்து தேவை ஏற்படும் போது மட்டுமே பேசுவது நல்லது.

கெட்ட பழக்கங்களைக் கட்டுப்படுத்துதல்

கே: கெட்ட பழக்கங்களை பழகுவது எளிதானதாகவும் விட்டு விடுதல் மிகவும் கடினமானதாகவும் இருப்பது ஏன்?

கெட்ட பழக்கங்களை கடைப்பிடிப்பது எளிதானது, ஏனென்றால் அவற்றைச்செய்யநீங்கள்முயற்சிசெய்யவேண்டியதில்லை. அவற்றைப் பின்பற்றுவதற்கான மற்றொரு முக்கிய காரணம் என்னவென்றால், இந்த பழக்கங்கள் அனைத்தும் ஒரு குறுகிய காலத்திற்கு என்றாலும் உடனடி இன்பங்களைத் தருகின்றன. உதாரணமாக - புகைபிடித்தல், மது அருந்துதல், நீண்ட நேரம் தூங்குவது போன்றவை உடனடி இன்பங்களைத் தருகின்றன. ஒருவரைப் பற்றி கிசுகிசுப்பது, யாரோ ஒருவர் மீது குற்றம் சாட்டுவது மற்றும் கோபப்படுவது கூட, உங்களுக்கு உடனடி நிவாரணமும் திருப்தியும் கிடைப்பது போல் உணரவைக்கும். ஆனால் இது தற்காலிக இயல்பு மற்றும் மற்றும் அந்த வினைக்கான விளைவுகள் எப்போதும் காத்திருக்கின்றன.

மனிதர்கள் உடனடி மற்றும் தற்காலிக மகிழ்ச்சியையும் தீர்வுகளையும் நாடுகிறார்கள். நிரந்தர தீர்வுகள் அல்லது மகிழ்ச்சியைப் பெறுவதற்கான பொறுமை அவர்களுக்கு இல்லை. சில நேரங்களில், அது கெட்டது அல்லது தவறு என்று அவர்கள் அறிந்திருந்தாலும், அவர்கள் மோசமான பழக்கத்தைத் தொடர்கிறார்கள், ஏனெனில் அவை தொடர்புடைய உணர்ச்சிகளைக் கடக்க முடியாமல், உடனடி இன்பங்களைத் தேடுகிறார்கள்.

கெட்ட பழக்கங்களை கைவிட அல்லது கட்டுப்படுத்த, உணர்தல் அல்லது விருப்பம் முதலில் வர வேண்டும். பின்னர், அதை செயல்படுத்த விருப்பத்தை நாம் உருவாக்க முடியும். வழக்கமாக, மக்கள் போதையில் ஈடுபட, எதையாவது மறக்க, அல்லது தங்கள் வாழ்க்கையில் எதிர்கொள்ள விரும்பாத ஒன்றைப் பற்றி வெளிப்படையாகப் பேச மதுவை உட்கொள்கிறார்கள். அவர்கள் மது அருந்தி மனதை அமைதிப்படுத்த விரும்புகிறார்கள். போதைப்பொருட்கள் ஏற்படுத்தும் விளைவு உடலையும் மனதையும் பாதிக்கிறது. இது செரிமானத்திற்கு அல்லது ஆழ்ந்த தூக்கத்திற்கு இடையூறாக அமைகிறது.

வழக்கமான தியான பயிற்சிகள் உடலை சேதப்படுத்தாமல் மனதை அமைதிப்படுத்த உதவுகின்றன. தியானத்தின் நிலையான பயிற்சி மூலம், நீங்கள் அமைதியான மனதை அடைய முடியும். இது

மனதுக்கும் உடலுக்கும் எந்தத் தீங்கும் இல்லாமல் என்றென்றும் உயர் நிலையில் இருப்பது போன்றது. அமைதியான மனம் உங்களுக்கு நிறைய உணர்தல் மற்றும் குறைவான உணர்ச்சியைக் கொண்டிருக்க உதவுகிறது, மேலும் கெட்ட பழக்கங்களை வெல்வது ஒப்பீட்டளவில் எளிதானது.

உதாரணமாக, அசைவ உணவுகளை உண்ணும் பழக்கத்தை நான் கைவிட விரும்பினேன். வேறொரு உயிரினத்திற்கு வலியைத் தூண்டும் அல்லது கொல்லும் செயலைச் செய்வதை நான் விரும்பவில்லை என்பதைப் பற்றிய உணர்தலைப் பெற்றேன் . நான் வினை-வினைப்பயன் கோட்பாட்டை வலுவாக நம்புகிறேன். ஆகவே, ஒரு ஜீவனுக்கு ஏற்படும் வலிக்கு நானே காரணம் என்றால், நானும் அந்த வலியை எதிர்கொள்வேன். அசைவ உணவை சாப்பிடுவதை நிறுத்த முடிவு செய்தேன். ஆனால் வேறு எந்தப் பழக்கத்தையும் போல, இதை திடீரென்று நிறுத்த முடியவில்லை. நான் படிப்படியாக அதை வாரத்திற்கு இரண்டு முறை முதல் வாரத்திற்கு ஒரு முறை, பின்னர் 15 நாட்களுக்கு ஒரு முறை, ஒரு மாதத்திற்கு ஒரு முறை, 3 மாதங்களுக்கு ஒரு முறை எனக் குறைத்தேன். என் உடல் ஒரு புதிய உணவு முறைக்கு பழகிவிட்டது, இப்போது நான் அதை சாப்பிடுவதை முற்றிலுமாக நிறுத்திவிட்டேன். எந்தவொரு புதிய பழக்கமும் உடல் புதிய பழக்கத்துடன் பழகும் வரை படிப்படியாக குறைக்கப்படலாம், மேலும் நீங்கள் அந்த விரும்பாத பழக்கத்திலிருந்து முற்றிலும் விலகி இருக்க முடியும்.

அதீத சிந்தனையும், சொந்த எண்ணங்களில் முரண்படுவதும்

கே: நான் நிறைய சிந்தித்துப் பார்க்கிறேன், சில சமயங்களில் என் சொந்த சிந்தனையையும் முரண்படுகிறேன். என்னால் எளிதாக முடிவுகளை எடுக்க முடிவதில்லை. இதைத் தடுக்க என்ன செய்ய வேண்டும் என்று சொல்லுங்கள்?

அதீத சிந்தனைக்கு உணர்ச்சி வயப்படுதல் ஒரு முக்கிய காரணம். எதுவாக இருந்தாலும் எல்லாம் சரியானதாகவும் வெற்றிகரமாகவும் இருக்க வேண்டும் என்று நாம் விரும்புகிறோம். மற்றவர்களின் கருத்துகளுக்கு நாம் பயப்படுகிறோம், தோல்விகளை ஏற்க முடியாமல் தவிக்கிறோம். நாம் செய்யும் அனைத்தையும் வெற்றிகரமாகச் செய்ய அதீத சிந்தனை செய்கிறோம். துரதிர்ஷ்டவசமாக, அதீத சிந்தனை செய்வது உதவாது. உண்மையில், நிறைய எண்ணங்கள் உங்களை குழப்பமாகவும், சோம்பலாகவும், இழப்பதைப் பற்றி பயமாகவும் இருக்கும் மன நிலைக்கு கொண்டு செல்லும்.

பெரும்பாலான புத்திசாலிகள் அதிகமாக சிந்திப்பதை வழியாக நினைக்கிறார்கள். அவர்கள் எதையாவது தீர்மானிக்கிறார்கள், மேம்படுத்தல் என்ற பெயரில் தங்கள் முடிவைப் பற்றி மீண்டும் சிந்திக்கத் தொடங்குகிறார்கள். இது சில நேரங்களில் ஒருபோதும் முடிவடையாது. இது முடிவுகளை தொடர்ச்சியாக மாற்றியமைக்க வழிவகுக்கிறது மற்றும் மோசமான சிந்தனையில் முடிகிறது. இது முடிவில்லா நிலைக்கு வழிவகை செய்கிறது. ஆகையால், தள்ளிப்போடுதல் என்பது இன்றைய வாழ்வியலின் ஒரு அங்கமாகி விட்டது. முடிவுகள் எடுக்கப்படாததால் எதுவும் செயல்படுத்தப்படாமல் இருப்பதைப் பற்றி கவலைப்படுவீர்கள். எதுவும் சாதிக்கப்படாத போது, தோல்வியாளர் என்று முத்திரை குத்தப்படும் என்ற பயம் இருக்கிறது. இது சில புத்திசாலிகளை மனதளவில் நிலையற்றவர்களாகவும் மாற்றிடக்கூடும்.

நமது சுயமதிப்பீட்டின் அளவைப் பொறுத்து நாம் ஒவ்வொரு குட்டி விஷயத்தையும் ஒவ்வொரு நபரையும் பற்றி அதீதமாக சிந்திப்பது நிகழ்கிறது. ஒரு பிரச்சினை அல்லது நபர் உங்களை காயப்படுத்துவதாகத் தோன்றலாம், மேலும் அது உங்கள் தன்மானத்தை காயப்படுத்தும் ஆழத்தைப் பொறுத்து அதைப் பற்றி நீங்கள் அதீதமாக சிந்திக்கலாம். ஆனால் இது உங்கள் மகிழ்ச்சியைப் பாதிக்கும் அளவுக்கு

சென்று விடுகிறது. நமது சுயகௌரவம் அதை விடாமல் தற்போதைய தருணத்தில் கவனம் செலுத்துவதைத் தடுக்கிறது. சில பெரிய சிக்கல்கள் வரும் தருணத்தில், பழையதை மறந்து புதியது ஒன்றை எடுத்துக்கொள்கிறோம். ஆகவே, அதீத சிந்தனைக்கு இன்னொரு மிக முக்கிய காரணம் சுய கௌரவமாகும், அமைதியை அனுபவிக்க விரும்பினால் அதீத சிந்தனையை விட்டொழிப்பது மிக அவசியமாகும்.

நம்முடைய சில எண்ணங்களுக்கு முரணான எண்ணங்கள் உருவாவது நல்லது தான். வெறுப்பு, கோபம் மற்றும் பழிவாங்கும் உணர்வுகளுடன் தொடர்புடைய நம் எண்ணங்களுக்கு முரணான எண்ணங்கள் தோன்றுவது நல்லது. உங்கள் தன்முனைப்பை திருப்திப்படுத்தவும் உங்களை தூண்டி விடவும் இந்த எண்ணங்கள் எழுகின்றன. அவைகளுக்கு முரண்படுவது நல்லது. இவை எதிர்மறை எண்ணங்கள் மற்றும் அவற்றை செயல்படுத்துவது உங்களுக்கு மோசமான விளைவுகளை உருவாக்கும். இந்த எண்ணங்களுக்கு நீங்கள் முரண்பட்டு, தவிர்த்தால், அது கெட்ட விளைவுகளைத் தவிர்க்க வழிவகுக்கும். இதற்கிடையில், ஒரு நபர் உங்களுக்கு ஏதேனும் மோசமான செயல்களைச் செய்திருந்தால், அவர் வினை-வினைப்பயன் கோட்பாட்டின் மூலம் வினைப்பயனை அடைவார். நீங்கள் எதுவும் செய்ய வேண்டியதில்லை.

நாம் சில நேரங்களில் நேர்மறையான எண்ணங்களுக்கும் நல்ல முயற்சிகளுக்கும் முரண்படலாம். எடுத்துக்காட்டாக, நீங்கள் சில புதிய வணிக முயற்சிகள் அல்லது சில உன்னதமான செயல்களைத் தொடங்க முயற்சிக்கிறீர்கள் என்றால், நீங்கள் பல்வேறு காரணங்களாலும் சுயகௌரவ இழப்பு, சோம்பல், மற்றவர்களின் கருத்துக்களுக்கு பயம் போன்றவற்றாலும் உங்களுடன் நீங்களே முரண்படலாம். இது உங்களை முடிவெடுக்கவிடாமலும் மற்றும் ஒத்திவைத்தலையும் நோக்கி நகர்த்துகிறது. இதுபோன்ற சந்தர்ப்பங்களில், அமைதியான மற்றும் உணரப்பட்ட மனதுடன் அதை முடிவெடுங்கள், எண்ணங்கள் அதற்கு முரணாக வந்தால், அந்த தேவையற்ற எண்ணங்களை வெறுமை செய்யுங்கள். முழுமையான உறுதியுடன் நீங்கள் என்ன செய்ய விரும்புகிறீர்களோ அதைச் செயல்படுத்தத் தொடங்குங்கள்.

சிறந்த
உறவுகளை
வளர்ப்பது

சுயகௌரவம் மற்றும் உறவுகள்

கே: சுயகௌரவம் / தன்முனைப்பு உறவுகளை எவ்வாறு அழிக்கிறது?

நிறைய பேர் உறவினர்களுக்கும் நண்பர்களுக்கும் நெருக்கமானவர்களாக இருக்கிறார்கள். அவர்கள் அவர்களை விரும்புகிறார்கள், அவர்களுடன் நெருக்கமாக இருக்க விரும்புகிறார்கள். அவர்களுடன் நல்ல உறவைக் கொண்டிருக்கும் போது, நிறைய உணர்ச்சிகள், எதிர்பார்ப்புகள் மற்றும் உரிமை கொண்டாடல் ஆகியவை நிகழ்கின்றன. எதிர்பார்ப்புகள் தோல்வியடையும் போது, பதட்டம் மற்றும் வாதங்கள் ஏற்படலாம். கலந்துரையாடலில் ஏற்படும் பிரச்சனைகள், தவறான புரிதல், வதந்திகள் மற்றும் மத்தியஸ்தர்கள் உறவுகளுக்குதீங்குவிளைவிக்கக்கூடும். சுயகௌரவம்மற்றும்தவறான புரிதல் உறவில் மோதல்களுக்கும் முறிவுகளுக்கும் வழிவகுக்கும். மக்கள் நெருக்கமாக இருக்க விரும்புகிறார்கள், அவர்களின் சுயகௌரவம் அவர்களை நெருக்கமாக இருக்க விடுவதில்லை.

ஒரு மோதலைத் தீர்ப்பதற்கு நீங்கள் முன்முயற்சி எடுத்தால், நீங்கள் குறைத்துப்பார்க்கப்படுவீர்களா என்று உங்கள் மனம் யோசிக்கக்கூடும். மற்றவர்கள் நீங்கள் சுயகௌரவத்தை விட்டு கொடுத்திருப்பதாகவும் அல்லது சில நன்மைகளைப் பெற விரும்பி இவ்வாறு செய்கிறீர்கள் என்று கருதுவார்கள் என நீங்கள் நினைக்கலாம். இந்த எண்ணங்கள் அனைத்தும் உங்கள் மனதைக் கெடுத்து இறுதியில் நீங்கள் முன் முயற்சி எடுக்க தயங்குகிறீர்கள். சுயகௌரவத்தின் காரணமாக மக்கள் தொடர்ந்து ஒருவருக்கொருவர் பேசுவதில்லை. பாதிக்கப்பட்ட இரு தரப்பினரும் நேர்த்தியாகவும் சக்திவாய்ந்ததாகவும் வாழ்வதும், ஒருவருக்கொருவர் அதைக் காண்பிப்பதும் விஷயங்களைச் சரியாக அமைக்கும் என்று நினைக்கத் தொடங்குகிறார்கள். ஆனால், இருவரும் தாங்கள் மகிழ்ச்சியுடன் வாழ்கிறோம் என்பதை மற்றவர்கள் அறிய விரும்புகிறார்கள். மற்றவர் எதிர்மறையான நிகழ்வுகளைக் கொண்டிருக்க வேண்டும் என்று அவர்கள் விரும்புகிறார்கள்.

இருவரும் ஒருவருக்கொருவர் முன்னேற்றங்களை அறிய விரும்புகிறார்கள். அவர்கள் தங்கள் நிலையை சமூக ஊடகங்கள் வழியாக இடுகையிடுகிறார்கள், மற்றவர்கள் அதைப் பார்க்கிறார்களா என்று கவனிக்கிறார்கள். இந்த வழி, மனதை சிதைத்து விடும். இந்த

சூழ்நிலையில், அவர்களுக்கிடையில் அதே பாசமும் இணைப்பும் தக்கவைத்துக் கொள்ள முடியுமா? என்று கேட்டால் 99% நேரம், பதில் "இல்லை".

பின்வரும் காரணங்களால் மனம் விரைவில் உறவை மறந்து விடும்: கண்ணில்படாதோர்கருத்திலும்நிலைத்திருப்பதில்லை.காலஓட்டத்தில் வேறொருவருடன் பழகும் வாய்ப்பு கிடைக்கையில் மனம் அதற்கு பழகி விடுகிறது. புதிய அமைப்புகள், சூழ்நிலைகள் மற்றும் பிணைப்புகள் உங்கள் வாழ்க்கையின் ஒரு பகுதியாக மாறும், மனம் அவைகளுக்கு நன்கு பழக்கப்பட்டதும் இவைகளில் முழுவதும் லயித்திருக்கும் சில நேரங்களில் முன்பை விடவும் அதிகமாக இந்நிலையை இரசிக்கத் துவங்கி விடும். புதிய விஷயங்கள், சூழ்நிலைகள் மற்றும் பிணைப்புகளுடன் மனம் பழகியவுடன், சில தீவிரமான சிக்கல்கள் நிகழ்காலத்தில் நிகழாவிட்டால், முந்தையவற்றுடன் இணைவதில் மிகவும் சுறுசுறுப்புக்காட்டாமலும் அதோடு ஆபத்தானதாகவோ உணரத் துவங்கும். இது மனதின் இயல்பு. இதைப் புரிந்து கொண்டு மக்களுடன் இணைந்து வாழ்வதற்காக தன்முனைப்பிலிருந்து வெளியேறுங்கள்.

பச்சாதாபத்தை புரிந்துகொள்வது

கே: மக்களை நன்கு புரிந்துகொள்ள பச்சாத்தாபம் எவ்வாறு உதவுகிறது?

பச்சாதாபம் என்பது நிகழ்வுகளின் வேருக்குள் சென்று ஒரு புரிதலை அடைவது. உதாரணமாக - நீங்கள் ஏதேனும் ஒரு விஷயத்தில் நல்லவராக இருந்தால், மற்றவர்கள் அதில் நல்லவர்களாக இருப்பார்கள் என்று எதிர்பார்க்க முடியாது. காரணம் - இது உங்கள் இயல்பு, உங்கள் வளர்ப்பு, உங்கள் சூழ்நிலைகள் போன்றவற்றைப் பொறுத்தது. மற்றவர் உங்களைப் போல இருப்பார் அல்லது வெற்றிகரமாக இருப்பார் அல்லது உங்களைப் போல தோல்வியடைவார் என்று நீங்கள் எதிர்பார்க்க முடியாது.

ஒரு நபரின் ஒவ்வொரு செயலும் அவர்களின் இயல்பு, சூழ்நிலைகள், சந்தர்ப்பங்கள், கலாச்சாரம் போன்றவற்றைப் பொறுத்தது. உங்களுக்கு ஒரு நபரின் செயல்களைப் பிடிக்கவில்லை என்றால், நீங்கள் கோபப்படலாம், ஆனால் அவர்களின் செயல்களுக்கான உண்மையான மூல காரணிகள் எவை என்பதை அறிவது உங்கள் கோபத்தைக் குறைக்கலாம் அல்லது அகற்றலாம்.

ஒவ்வொரு சர்ச்சைக்குரிய செயலின் போது மக்களின் உண்மை நிலையை அறிந்துணர்ந்து மக்களுடன் ஒத்துழைப்பது அனைவருக்கும் முழுமையான அமைதியையும் நன்மையையும் தரும்.

அறிவார்ந்த மற்றும் உணர்ச்சி பச்சாதாபத்தை வேறுபடுத்துதல்

கே: அறிவார்ந்த மற்றும் உணர்ச்சி பச்சாத்தாபத்திற்கு இடையிலான நடைமுறை வேறுபாடுகள் யாவை?

சமீபத்தில், சுபாஷ் என்ற நபர் என்னிடம் ஒரு பிரச்சனையுடன் வந்தார். அவரது தந்தை மிகவும் வயதானவர். அவர் ஒரு பகட்டான வாழ்க்கை வாழ்ந்தார், இப்போது அவரது 80 களில் இருந்தார். அவர் மிகவும் திமிர்பிடித்தார். அவர் அதிகமாக பேசினார், ஒவ்வொருவரிடமும் வார்த்தை துஷ்பிரயோகம் செய்தார் மற்றும் குடும்ப உறுப்பினர்கள் அனைவரின் குணநல மதிப்பீடுகளைப் படுகொலை செய்து கொண்டிருந்தார். அவர் தனது குழந்தைகளின் வாழ்க்கைத் துணை மற்றும் அவர்களது பெற்றோர்களைப் பற்றி மோசமாகப் பேசிக் கொண்டிருந்தார். அவர் கற்பனையுடன் கதைகளை உருவாக்கினார் - அவர்கள் அனைவரும் சரியாகப் படிக்காதவர்கள், சட்டவிரோத உறவுகளிலிருந்து பிறந்தவர்கள் போன்றவர்கள். உண்மை என்னவென்றால், அவர்கள் அனைவரும் நன்கு படித்தவர்கள் மற்றும் சமூகத்தில் சிறந்த தன்மையைப் பேணுகிறார்கள். அவரது நடத்தையின் விளைவாக, அவரது தந்தை எல்லா குழந்தைகளாலும் அவர்களது வீடுகளிலிருந்து விரட்டப்பட்டார். மற்ற உடன்பிறப்புகள் அவரை கவனித்துக்கொள்ளாததற்காக இந்த காரணத்தை பயன்படுத்தி வந்தனர். சுபாஷ், அனைத்தையும் கடந்து மனிதாபிமான அடிப்படையில் அவரை கவனித்துக் கொண்டிருந்தார். அவரது தந்தையின் இயல்பு மிகவும் தீவிரமாகவும், மோசமானதாகவும் மாறியதால், சுபாஷுக்கு என்ன செய்வது என்று தெரியவில்லை. இந்த சிக்கலை சமாளிக்க உதவிக்காக அவர் என்னிடம் வந்தார்.

நிகழ்வின் பல்வேறு உண்மைகளை நான் கவனித்தேன். அவரது தந்தைக்கு முதுமை மறதி பரிசோதனை செய்யச் சொன்னேன். இது முதுமையில் மூளைச் சுருக்கத்துடன் நிகழும் மற்றும் நினைவாற்றல் இழப்புக்கு வழிவகுக்கும் ஒரு நிலை. இந்த நிலை நிறைய நினைவு தவறுதலுக்கும் கற்பனைக்கு வழிவகுக்கிறது மற்றும் இந்த வகையான நடத்தைக்கு காரணமாகிறது. அவர் தனது தந்தையை பரிசோதித்தார், அது உண்மை என்று உறுதி செய்யப்பட்டது.

மற்றவர்களின் குணநல மதிப்பீடுகளைப் படுகொலை செய்தவர் தந்தை அல்ல. அவரது நிலைமை. அவரது ஆணவ இயல்புக்கு மேலதிகமாக அவரைப் பேசச் செய்தது. சுபாஷ் புரிந்துகொண்டு அவருடன் பரிவு கொள்ள ஆரம்பித்தார். இப்போது, குடும்பம் தந்தைக்கு மனக் கோளாறு இருப்பதைப் பார்க்கிறது. அவர் என்ன சொன்னாலும் அவர்கள் கவலைப்படுவதை நிறுத்தினர். உண்மையில், அவர்கள் அவரை ஒரு மருத்துவரிடம் அழைத்துச் சென்றனர்.

அதேபோல், மக்கள் ஒவ்வொரு நபரின் தன்மையையும் புரிந்து கொள்ள வேண்டும், மற்றவர்களுடன் பச்சாதாபம் கொள்ள வேண்டும். உண்மையில், ஒவ்வொருவரின் இயல்பு வேறுபட்டது. ஒவ்வொருவரும் வெவ்வேறு சூழ்நிலைகளிலும் சந்தர்ப்பங்களில் வளர்க்கப்படுகின்றனர். இது அவர்களை வேறுபடுத்துகிறது. இதை நீங்கள் புரிந்துகொண்டு அதற்கேற்ப வாழ்ந்தால், நிறைய சுயகௌரவப் பிரச்சினைகள், கெட்ட உணர்ச்சிகள் மற்றும் எதிர்பார்ப்புகளைத் தவிர்க்கலாம். உறவுகள் சீராகவும், மோதல்களிலிருந்து பெரிய அளவில் காப்பாற்றப்படவும் உதவும்.

கடினமான, குழப்பமான, எதிர்மறையான, கோபமான சூழ்நிலைகளில் பச்சாத்தாபத்தின் நுட்பத்தை நீங்கள் பயன்படுத்தத் தொடங்கினால், மனிதநேயம் உயிர்வாழும். இந்த எடுத்துக்காட்டு ஒரு தந்தை மற்றும் குழந்தைகளின் விஷயமாக இருந்ததால் உணர்ச்சி பச்சாதாபத்துடன் தொடர்புடையது. வியாபாரத்தில், அறிவார்ந்த பச்சாத்தாபம் ஒரு பெரிய அளவிற்கு பயனடைய பயன்படுத்தப்படலாம்.

சமமாக இருத்தல்

கே: நாம் அனைவரும் ஒருவருக்கொருவர் சமமா?

உங்களை யாரையும் விட பெரியவர் என்று அழைக்க முடியாது. நீங்கள் ஒரு விஷயத்தில் சிறந்தவராக இருக்கலாம், மற்றொரு விஷயத்தில் வேறு ஏதாவது ஒருவர் சிறப்பாக இருக்கலாம். 1000 பேர் உங்கள் பேச்சைக் கேட்டால், உங்களை ஒரு சிறந்த மனிதர் என்று அழைக்க முடியாது. நீங்கள் அதில் சிறந்தவர் - அவ்வளவுதான். குரு பேச்சை லட்சக்கணக்கான மக்கள் கேட்கிறார்கள் என்பதால், உங்களை விட அவரை பெரியவர் என்று அழைக்க முடியாது. அவரது பேச்சு ஒருவேளை ஒத்த இயல்பு மற்றும் சில உணர்ச்சிகளைக் கொண்ட நிறைய மக்களை ஈர்க்கிறது. நீங்கள் உண்மையானவராகவும் மற்றும் ஒரு நபரை ஈர்க்க முடிந்தாலோ அல்லது ஒருவரின் பிரச்சினையை தீர்க்க முடிந்தால், நீங்கள் எந்த ஆன்மீக குருவுக்கும் சமம்.

அம்பானி பணக்காரராக கருதப்படலாம். ஆனால் நெறிமுறையாக 1000 களில் சம்பாதிக்கும் எந்தவொரு நபரும் அவருக்கு சமமானவர். 1000 களில் சம்பாதிக்கும் நபருக்கு தனது தாகத்தைத் தீர்க்க 50 மில்லி தண்ணீர் தேவைப்படும்போது, அம்பானிக்கு தனது தாகத்தைத் தீர்க்க 1 லிட்டர் தண்ணீர் தேவைப்படலாம். முடிவில், தாகத்தைத் தீர்ப்பதே இதன் நோக்கம். 10 பேருக்கு உண்மையிலேயே உணவளிக்கக் கூடிய ஒரு குறைந்த அளவே பணம் உள்ள ஒருவரை அம்பானியை விட பணக்காரர் என்று கருதலாம்.

ஒரு நாட்டின் பிரதம மந்திரி மிகவும் சக்திவாய்ந்த மனிதராக இருக்க முடியும், ஆனால் 10 பேரின் வாழ்க்கையை பாதிக்கக்கூடிய சரியான நெறிமுறை மதிப்புகள் கொண்ட ஒருவர் பிரதமருக்கு சமமானவர். உண்மையில், அவர் சில மதிப்புகளின் அடிப்படையில் ஒரு பிரதமரை விட சக்தி வாய்ந்தவராக இருப்பார். இதை விட பெரியது, பணக்காரர், சக்திவாய்ந்தவர் என்ற சொற்களைப் பயன்படுத்துவதும் கூட பொருளற்றதே. எனவே, பிரதமர் அல்லது அம்பானிக்கு சில குறைபாடுகள் இருந்தால், அவர்களையும் குறை கூற முடியாது. அவர்களுடன் பச்சாதாபம் கொள்ளுங்கள் - ஏனென்றால் அவர்கள் எதிர்கொள்ளும் சூழ்நிலைகள் மற்றும் சந்தர்ப்பங்களின் அடிப்படையில் அவர்கள் செயல்படுகின்றனர்.

வன்புணர்ச்சி செய்பவர்கள், திருடர்கள் மற்றும் பயங்கரவாதிகள் சட்டவிரோதமாக இல்லாத எவருக்கும் சமமானவர்கள் என்று கருதலாமா? என்று நீங்கள் கேட்கலாம். ஒரு கற்பழிப்பும் அல்லது பயங்கரவாதச் செயல்களும் அவர்கள் அனுபவித்த சூழ்நிலைகளின் காரணமாக நடக்கிறது. அவர்கள் தங்கள் செயல்களை நியாயப்படுத்த முடியாது. ஆனால் காலத்தின் தேவை அவர்களுடன் பச்சாதாபம் கொள்ள வேண்டும். நடைமுறை காரணங்களுக்காக, நாம் சில சட்டங்களை அறிமுகப்படுத்தியுள்ளோம், அதன் வாயிலாக இந்தச் செயல்களைக் கட்டுப்படுத்துவதோடு மற்றவர்கள் நிம்மதியாக வாழ்வதை உறுதிசெய்கிறோம். இந்த சட்டங்கள் அவற்றை மாற்றுவதற்கு செயல்படுத்தப்படுகின்றன. ஆனால், அவர்களை சமத்துவத்திற்குக் கொண்டு வருவதற்கு, குறைந்தபட்சம் மனதில் அவர்களுடன் பச்சாதாபம் கொள்வது அவசியம். மனதில் பச்சாத்தாபம் மற்றும் சமத்துவத்தால் உருவாகும் நல்ல அதிர்வுகள் மற்றும் எண்ணங்கள் காரணமாக அவற்றில் ஒரு திட்டவட்டமான மாற்றம் இருக்கும்.

உலகில் பெரும்பான்மையான பிரச்சினைகளுக்கு சிலரின் மனதில் தாங்கள் அநியாயமாகவும், தாழ்வாகவும் நடத்தப்படுவதாகவும், சமமாகவும் நடத்தப்படவில்லை என்பதால் பிறக்கும் அச்சமும் காரணம். அவர்களில் உள்ள இந்த பயம் தங்களை பெரிதாக்க முயற்சிக்க வழிவகுக்கிறது. எல்லா உயிரினங்களும் சமம் என்ற நம்பிக்கையை மக்கள் புரிந்து கொண்டால், இந்த உலகம் ஒரு சொர்க்கமாக இருக்கும்.

மற்றவர்களுக்காக மகிழ்ச்சியாக இருத்தல்

கே: என் எதிரி கஷ்டப்படும்போதுதான் நான் மகிழ்ச்சியாகவும், என் எதிரி மகிழ்ச்சியாக இருக்கும்போது நான் துக்கமாகவும் உணர்கிறேன். என்னால் என்ன செய்ய முடியும்?

மனிதர்களிடம் மற்றவர்களை முன்னேறவிடாமல் இருக்க விரும்பும் போக்கு உள்ளது. எடுத்துக்காட்டாக, மாணவர்கள் தங்கள் சகாக்கள் முக்கியத் தேர்வுகளுக்கு படிப்பதை ஊக்கப்படுத்தாமல் இருப்பது மிகவும் பொதுவானது. நாம் கூட்டத்தில் ஒருவராக இருக்க விரும்புகிறோம். எதிர்மறையான விஷயங்களுக்கு வரும் போது நாம் தனிமையில் இருக்க விரும்பவில்லை. மற்றவர்களும் நம் அடிச்சுவடுகளைப் பின்பற்ற வேண்டும் என்று நாம் விரும்புகிறோம். பொதுவாக, நேர்மறையான அம்சங்களுக்கு வரும் போது, நாம் தனிமைப்பட்டு விடுவதை விரும்பவில்லை, ஆனால் எதிர்மறையான விஷயங்களுக்கு வரும் போது, மற்றவர்களும் நம்மோடு இருக்க வேண்டும் என்று நாம் விரும்புகிறோம்.

நம் வீட்டில் மின்சாரம் இல்லாத போது நாம் மின்சாரத் துறையிடம் விசாரிப்பதில்லை. நாம் பக்கத்து வீட்டில் மின்சாரம் உள்ளதா என்று சரிபார்க்கிறோம். அவர்களுக்கும் மின்சாரம் இல்லை என்றால், நாம் சரி என்று விட்டு விடுகிறோம். மின்சார வாரியத்துடன் சரிபார்க்க கூட கவலைப்பட மாட்டோம். இது மனிதர்களின் பொதுவான அணுகுமுறை. நாம் கஷ்டப்படுகிறோம் என்றால், நாம் மட்டும் கஷ்டப்பட விரும்பவில்லை, மற்றவர்களும் கஷ்டப்பட வேண்டும் என்று நாம் விரும்புகிறோம்.

எதிரியாகக் கருதப்படும் ஒருவர் மகிழ்ச்சியற்றவராக இருக்கும்போது, மகிழ்ச்சியாக இருப்பது மனிதப் போக்காக காணப்படுகிறது. எதிரியாகக் கருதப்படும் ஒருவர் மகிழ்ச்சியாக இருக்கும்போது நாம் மகிழ்ச்சியடைய மாட்டோம். இந்த விஷயங்கள் குறுகிய காலத்திற்கு நடந்தால், அவை உங்களை ஆழமாக பாதிக்காது. ஆனால் ஒரு நேர்மறையான சூழ்நிலை மற்ற நபருக்கு நீண்ட காலத்திற்கு ஏற்பட்டால் கற்பனை செய்து பாருங்கள், நீங்கள் மிகவும் மகிழ்ச்சியற்றவராக இருப்பீர்கள், மனச்சோர்வுக்குள்ளாகவும் வாய்ப்புகள் அதிகமாக இருக்கிறது.

உங்கள் மகிழ்ச்சியை அல்லது சோகத்தை நீங்கள் தான் தீர்மானிக்க வேண்டும் மற்றவர்கள் அல்ல. அது மற்றவரின் கைகளில் இருந்தால்,

அவர்கள் தங்கள் வசதிக்கு ஏற்ப உங்களை மகிழ்ச்சியடையவோ சோகமாகவோ செய்யலாம்.

இந்த உலகில் யாரும் நிரந்தர எதிரி அல்லது நண்பர் அல்ல. அதில் ஒரு நன்மை இல்லாவிட்டால் யாரும் உங்களைப் பற்றி கவலைப்படுவதில்லை அல்லது உங்களைப் பற்றி ஆர்வம் காட்டுவதில்லை. மற்றவர்கள் என்ன செய்கிறார்கள் அல்லது சிந்திக்கிறார்கள் என்று நினைப்பதை நிறுத்துங்கள். மற்றவர்களுக்காக வாழ வேண்டாம்.

மாற்றிச் சிந்திக்கத் தொடங்குங்கள். மற்றவர்கள் மகிழ்ச்சியாக இருக்கும்போது மகிழ்ச்சியாக இருக்கத் தொடங்குங்கள். இது உங்களில் நேர்மறையான அதிர்வுகளை உருவாக்குகிறது. தற்போதைய மனநிலையுடன், ஆரம்பத்தில் இதைச் செய்வது கடினம் என்று தோன்றலாம். ஆனால் இந்த அணுகுமுறை அல்லது மனநிலையை உருவாக்க உங்களை கட்டாயப்படுத்துங்கள், விஷயங்கள் வியத்தகு முறையில் மாறும். பின்னர், எந்த காரணத்திற்காகவும் நீங்கள் ஒருபோதும் சோகமாகவோ, மனச்சோர்வாகவோ உணர மாட்டீர்கள். மற்றவரின் மகிழ்ச்சிக்கு மகிழ்ச்சியாக இருங்கள். ஆரம்பத்தில் இது போலியானதாக இருந்தாலும், அது உங்களிடம் நேர்மறையைத் தருகிறது. உங்கள் நண்பரின் மகிழ்ச்சியின் தருணத்தில் நீங்கள் கவனம் செலுத்துவதால், உங்கள் சொந்த துக்கங்களை சிறிது நேரம் மறந்துவிடுவதற்கு ஒரு பெரிய வாய்ப்பு உள்ளது. இதுவும் வினை-வினைப்பயன் விதியுடன் தொடர்புடையது. இது சில காலங்களில் சில நல்ல விஷயங்களை உங்களுக்குத் திருப்பித் தரும்.

உங்கள் வாழ்க்கையிலும் இந்த ஒரு கணம் உங்கள் கவலைகளை மறந்து, நல்ல விஷயங்களைக் கொண்டுவர முடியும் என்றால், இதுபோன்ற இன்னும் பல தருணங்களைச் சேர்ப்பது எப்படி என்று நினைத்துப் பாருங்கள். இத்தகைய தருணங்களை கவனமாக ஒன்றிணைக்கும் போது துக்கங்கள், மனச்சோர்வு ஆகியவற்றை மறந்து நீங்கள் முழுமையாக கவலையிலிருந்து வெளியேறுவீர்கள். எதிர்மறை சிந்தனை, மனச்சோர்வு, கவலைகள் போன்றவற்றைத் துரத்த நேர்மறையான சூழ்நிலைகள் மற்றும் எண்ணங்களுடன் நிறைந்திருக்க வேண்டிய கற்றல் இது.

கோபத்தைப் புரிந்துகொள்வது

கே: மக்கள் ஏன் கோபப்படுகிறார்கள்? அவர்கள் அக்கறை காட்டுவதாலா அல்லது ஏதோ மனநலப் பிரச்சினையால் ஏற்பட்டதா?

ஒரு தந்தை தனது மகன் நன்றாகப் படித்து நல்ல மதிப்பெண்களைப் பெற விரும்புகிறார், இதனால் அவர் ஒரு நல்ல தொழில், வேலை, வாழ்க்கை போன்றவற்றைப் பெறுவார் என்று நம்புகிறார். இது நல்ல கவனிப்பு மற்றும் மகனுக்கான அக்கறை உணர்வால் தோன்றியதாக இருக்கலாம். மகனின் வாழ்க்கையை சிறப்பாக மாற்ற வேண்டும் என்பதே அவரது எதிர்பார்ப்பு. அது நடக்காத போது, தந்தை தனது மகனிடம் கோபப்படுகிறார். இதற்கு முதல் காரணம் கவனிப்பு மற்றும் அக்கறை. இரண்டாவது காரணம் அவரது எதிர்பார்ப்புகளின் தோல்வி குறித்து அவருக்கு ஏற்பட்ட அச்சம்.

மற்றொரு உதாரணம் - ஒரே தொழிலில் குமார் மற்றும் ராஜ் என்ற இரண்டு வணிகர்கள் வியாபாரம் செய்கிறார்கள். ராஜ் மிகவும் சிறப்பாக செயல்படுகிறார் மற்றும் சமூகத்தில் மிகவும் மதிக்கப்படுகிறார். குமார் சமூகத்தில் நல்ல பெயரைக் கொண்ட மிதமான வளர்ச்சியுடனும் வாழ்கிறார். திடீரென்று, குமார் ஒரு வித்தியாசமான தொழில் வழிமுறையைப் பின்பற்றுகிறார், வணிகம் அதிகரிக்கிறது மற்றும் இலாபத்தின் அடிப்படையில் அவர் ராஜை முந்திச் செல்கிறார். ராஜ் தனது நிலை மற்றும் சமூகத்தில் அவரது பெயர் குறைந்து வருவது குறித்து சற்று கவலைப்படுகிறார். எனவே, அடுத்த ஆண்டில் இலாபத்தின் அடிப்படையில் குமாரை முந்திட ராஜ் விரும்புகிறார். அதற்காக அவர் பல நடவடிக்கைகளை எடுக்கிறார், ஆனால் அடுத்த ஆண்டில் கூட முடியவில்லை. குமார் இன்னும் வணிகத்தை முன்னெடுத்து வருகிறார். ராஜ் இதை ஏற்றுக்கொள்ள முடியாமல் குமார் மீதும் தன் மீதும் கோபப்படுகிறார். குமாரை மிஞ்சும் நெறிமுறையற்ற வழிகளைப் பற்றி அவர் சிந்திக்கத் தொடங்குகிறார். இந்த எடுத்துக்காட்டில், பொறாமை காரணமாகவும், மிக முக்கியமாக எதிர்பார்ப்புகளின் தோல்வி காரணமாகவும், அந்தஸ்தையும் மரியாதையையும் இழக்க நேரிடும் என்ற அச்சத்தினாலும் கோபம் உருவாகிறது.

மேலே குறிப்பிட்ட இரண்டு நிகழ்வுகளிலும், எதிர்பார்ப்புகளின் தோல்வி பொதுவான காரணம். கோபம் இருக்கும் ஒவ்வொரு சந்தர்ப்பத்திலும், எதிர்பார்ப்புகளின் தோல்வி தான் முக்கிய காரணம் என்று காணப்படுகிறது.

ஒவ்வொரு வாழ்க்கைச் சூழ்நிலையிலும், முயற்சிகளில் ஈடுபடுங்கள், எதிர்பார்ப்புகளைக் கொண்டிருங்கள். ஆனால் எதிர்பார்ப்புகளின்படி அது நடக்காதபோது, அதை ஏற்றுக்கொள்ளுங்கள். ஏற்றுக்கொள்வது கோபம் மற்றும் பதட்டத்திலிருந்து மிகவும் தேவையான நிவாரணத்தை வழங்குகிறது, தோல்வியிலிருந்து சில பாடங்களைக் கற்றுக்கொண்ட நேர்மறையான விளைவை ஏற்படுத்துகிறது.

தனியாக இருப்பது போன்ற உணர்வுகளை முறியடிப்பது

கே: என் எண்ணங்களை பகிர்ந்து கொள்ள எனக்கு ஒரு சகோதரர், சகோதரி அல்லது ஒரு நண்பர் கூட இல்லை, நான் தனியாகவும், விரக்தியுடனும், ஆக்ரோஷமாகவும் உணர்கிறேன், நான் என்ன செய்வது?

மனம் எப்போதும் இல்லாததை நாடுகிறது. சகோதரர்கள், சகோதரிகள், நண்பர்கள் இருந்தபோதிலும் உங்களுக்கு சரியான மனம் இல்லையென்றால் நீங்கள் அப்படியே இருப்பீர்கள். நீங்கள் அறிந்திருக்கக் கூடும், உறவில் உள்ள கஷ்டத்தால் சகோதர சகோதரிகள் இருப்பதற்கு வருத்தப்படுபவர்களும் இந்த உலகத்தில் இருக்கத்தான் செய்கிறார்கள்.

உங்கள் எண்ணங்களைப் பகிர்ந்து கொள்ள நபர்கள் இல்லாத போது - உங்கள் பிரச்சினைகளை ஒரு வெள்ளைத்தாளில் எழுதுங்கள். எழுதுவது பகிர்வு போன்றது. எழுதப்பட்ட உடனேயே நீங்கள் புத்துணர்ச்சியை உணருவீர்கள். எழுதியவைகளை செயல்படுத்தத் தொடங்குங்கள். இப்போது விஷயங்கள் மாறத் தொடங்கும். அது மாறவில்லை என்றால், அதை ஏற்றுக்கொள்ளுங்கள். ஏற்றுக் கொள்வது எதிலிருந்தும் உடனடி நிவாரணம் அளிக்கிறது. இது எல்லாம் நம் மனதைப் பொறுத்தே அமைகிறது.

எந்தவொரு உணர்ச்சிகரமான தொந்தரவு அல்லது எதிர்மறையான நிலையைப் பொருட்படுத்தாமல், உங்கள் மனதை அமைதிப்படுத்த கற்றுக்கொள்ளுங்கள். பிராணயாமாக்கள் உங்கள் உடலை அமைதிப்படுத்துகின்றன. உடலை அமைதிப்படுத்திய பிறகு தியானத்தை பயிற்சி செய்வது உங்கள் மனதை அமைதிப்படுத்தும். இதை நீங்கள் தொடர்ந்து பயிற்சி செய்தால், நீங்கள் நிறைய உணர்தல் பெறுவீர்கள். இதனால் நீங்கள் தற்போதைய நிகழ்வுகளில் கவனத்தைச் செலுத்தத் தொடங்குவீர்கள் மற்றும் எதிர்மறை எண்ணங்களை ஒதுக்கித் தள்ளி விடுவீர்கள்.

இது போன்ற ஒரு மனதை நீங்கள் வளர்த்துக் கொண்டால், நீங்கள் எங்கும், யாரும் இல்லாமல் வாழலாம். உங்கள் மகிழ்ச்சி மற்றவர்கள், அவர்களின் கருத்துகள் அல்லது செயல்களைச் சார்ந்து இருக்கக்கூடாது. உங்கள் மகிழ்ச்சி உங்கள் மனதையும் செயலையும் மட்டுமே சார்ந்திருத்தல் வாழ்வுக்கு மிகவும் உறுதுணையாய் இருக்கும்.

பிரச்சினைகளை உணர்தல்

கே: நான் ஏன் மற்றவர்களை விட பல சிக்கல்களை சந்திக்கிறேன்? அனைவருக்கும் வாழ்க்கையில் பிரச்சினைகள் இருப்பதாக நீங்கள் நினைக்கிறீர்களா?

உங்களுக்குப் பிரச்சினைகள் இருப்பது போல் அனைவருக்கும் பிரச்சினைகள் இருக்கத்தான் செய்கின்றன. நீங்கள் பிரச்சினைகளை அனுபவித்துக் கொண்டிருக்கையில் மற்றவர்கள் சந்தோசமாக இருக்கிறார்கள் என்று சிந்திக்க வேண்டாம். அவர்கள் எதிர்கொள்ள வேறு சில பிரச்சினைகள் இருக்கும். இது எல்லாவற்றிற்கும் பொருந்தும். உங்களிடம் பணம் இல்லாதபோது, மற்றவர்கள் பணத்தை அனுபவித்து வருகிறார்கள் என்று நினைக்க வேண்டாம். அவர்களிடம் பணம் இருந்தாலும் அவர்களுக்கு மன அமைதி இல்லாமல் இருக்கலாம். உங்களைப் போன்ற ஒரு சகோதரி அல்லது சகோதரர் அவர்களுக்கு இல்லாமல் இருக்கலாம். உங்களிடம் உள்ள சுதந்திரம் அவர்களுக்கு இருக்காது. மனம் எப்போதுமே தன்னிடம் இருப்பதைப் புறக்கணித்து, அதனிடம் இல்லாததைத் தேடுகிறது. இதை அறிந்துணர்ந்து, புரிந்து கொள்ளுங்கள், அமைதியாக இருங்கள்.

இதைப் பற்றிய ஒரு கதையை நான் பகிர்ந்து கொள்கிறேன்:

ஒரு நபர் சில பிரச்சினைகள் குறித்து கோபப்படுவதாகவும், அவை அவர் மன அமைதியைக் கெடுப்பதாகவும் கூறி என்னிடம் வந்தார். அவரது தாயார் 80 வயதுக்கு மேற்பட்டவர். அவருக்கு 4 உடன்பிறப்புகள் இருந்தனர் - ஒரு சகோதரி மற்றும் 3 சகோதரர்கள். இவரது தந்தை சில ஆண்டுகளுக்கு முன்பு காலமானார். அவரது தாயார் திமிர்பிடித்தவர், ஆடம்பரமாகவும் அதிகாரம் செய்யும் மனநிலையுடனும் வாழ்ந்து வருபவர். அவர் எல்லோரையும் மோசமாக நடத்தவும் செய்தார். சில சமயங்களில், எல்லா குழந்தைகளையும் அவர்களது வாழ்க்கைத் துணைவர்களையும் அவர்களின் குணநல மதிப்பீடுகளை படுகொலை செய்யும் மாயத்தோற்றக் கதைகளை அவர் விவரிப்பார். கணவர் இறந்த பிறகு, அவர் தனது குழந்தைகளுடன் அந்தந்த வீடுகளில் வாழத் தொடங்கினார். அவருடைய திமிர்பிடித்த தன்மை, வயது, வாழ்க்கைத் துணை இல்லாததால் பாதுகாப்பின்மை ஆகியவை விஷயங்களை மோசமாக்கியது. அவரது குழந்தைகள் எப்படியாவது இதைத் தாங்கிக் கொண்டாலும், அவர்களது வாழ்க்கைத் துணைகளால்

அதைச் செய்ய இயலாமல் போனது. எனவே அத்தாயின் ஒவ்வொரு குழந்தைகளும் அவளை வெளியில் அனுப்ப சில காரணங்களைத் தெரிவிக்க ஆரம்பித்தார்கள். இறுதியாக, அந்த தாய் ஒரு முதியோர் இல்லத்திற்கு அனுப்பப்பட்டார். அங்கேயும் மோசமாக நடந்து கொண்டதால், அவர்களும் அத்தாயை அங்கு வைத்திருப்பதில் அக்கறை காட்டவில்லை.

ஆனால் இந்த பிரச்சினையுடன் என்னிடம் வந்த மகனுக்கு மென்மையான இயல்பு இருந்தது. அவர் தனது தாயை முதியோர் இல்லத்தில் விட்டுச் செல்வதை எதிர்த்தார். மற்ற குழந்தைகள் அவளுடைய தொலைபேசி அழைப்புகளை எடுக்கவோ அல்லது அழைக்கவோ இல்லை என்பதால் அவள் அவனிடம் மட்டும் அழைத்து பேசினாள். அவர் தனது தாயின் நிலை குறித்து வருத்தப்பட்டார். அவரது மனைவியும் இரக்ககுணம் படைத்த இயல்புடையவர், மிகவும் உணர்வுப்பூர்வமானவர். தனது கணவர் சோகமாக இருப்பதையும், தாயாரின் நல்வாழ்வைப் பற்றி கவலைப்படுவதையும் உணர்ந்த அவர், மாமியார் வீட்டிற்கு அழைத்து வர ஒப்புக்கொண்டார். ஆனால் அவரது தாயார் ஒருபோதும் மாறவில்லை, வழக்கம் போல் தனது ஆதிக்கம் மற்றும் திமிர் பிடித்த தன்மையை விரைவில் காட்டினார். அவர் தனது மகனின் மனைவி மற்றும் அவரது குழந்தைகளைத் தொடர்ந்து மோசமாகப் பேசத் துவங்கினார், அது சில சமயங்களில் அவர்களின் மன அமைதியை இழக்கச் செய்தது.

ஒரு மகனையும் மகளையும் தவிர மற்ற குழந்தைகள், தங்கள் தாய் உயிருடன் இருக்கிறார்களா இல்லையா என்பது பற்றி கவலைப்படவில்லை. இந்த மனிதன் தன் சகோதரர்களைப் பற்றி நினைத்து கோபமும் எரிச்சலும் அடைந்தார். சில நேரங்களில் அவரும் தனது தாயார் இல்லாமல் இருந்தால் மகிழ்ச்சியாக இருக்கும் என்று நினைக்கத் துவங்கினார். இது அவரது மற்ற சகோதரர்கள் இந்த பிரச்சனையின்றி தங்கள் வாழ்க்கையை அனுபவித்து வருவதாக அவரை சிந்திக்க வைத்தது. ஆனால் மனிதாபிமான அக்கறைகளால், அவரால் தனது தாயை அனுப்ப முடியவில்லை. அவர் என்னிடம் வந்து இந்த உணர்வை எவ்வாறு சமாளிப்பது என்று கேட்டபோது..

இதோ நான் அவரிடம் சொன்னவை:

1. நீங்கள் கஷ்டப்படுகையில், உங்கள் சகோதரர்கள் இந்த பிரச்சனையின்றி தங்கள் வாழ்க்கையை அனுபவிக்கிறார்கள் என்று ஒருபோதும் நினைக்க வேண்டாம். அவர்களிடம் இந்த சிக்கல் இல்லையென்றால், அவர்களுக்கு நிச்சயம் வேறு ஏதேனும் பிரச்சினை இருக்கும்.

2. பிரச்சினைகள் குறித்த உங்கள் மற்ற சகோதரர்களின் பார்வை வேறுபட்டதாக இருக்கும். உங்கள் சகோதரர்கள் இந்த சிக்கலை எதிர்கொள்ளவில்லை என்றாலும், வேறு சில சிக்கல்கள் இருக்கும். இதன் பொருள், சர்வவல்லவர் அவர்களுக்கு பிரச்சினைகளைத் தருவார் என்று அல்ல. சிறிய சிக்கல்கள் கூட சில சமயங்களில் பெரிய சிக்கல்களாக உருவாகும், மேலும் அப்பிரச்சனையால் அவர்கள் வேறு ஏதும் செய்வதறியாதிருக்கலாம். கூடுதலாக, தங்கள் தாயைக் கவனிக்காத குற்ற உணர்வு அதிகரிக்கும். நீங்கள் இந்த ஒரு சிக்கலை மட்டுமே கொண்டிருக்கிறீர்கள், அதுவும் நீங்கள் நல்ல காரியத்தை செய்கிறீர்கள். இந்த நல்ல செயலின் பலன்களை நீங்கள் நிச்சயமாக அறுவடை செய்வீர்கள்.

3. ஒரு பொறுப்பை ஏற்காததற்கு அனைவருக்கும் சில காரணங்கள் உள்ளன. நீங்கள் அவர்களைக் குறை கூறுவதற்கு முன்பு, அவர்களால் ஏன் அந்தப் பொறுப்பை ஏற்க முடியவில்லை என்பதைப் பற்றி நீங்கள் புரிந்து கொள்ள வேண்டும். நிதி நிலை, அவர்களின் மன திறன்கள், இணையர்களின் இயல்பு மற்றும் அவர்களிடம் தாயின் மோசமான நடவடிக்கை ஆகியவை இதைத் தவிர்க்கும்படி செய்திருக்கலாம்.

4. உங்களைப் போலவே அவர்களுக்கு நல்ல மனிதாபிமான இயல்பு இருக்க வேண்டிய அவசியமில்லை. இதுபோன்ற நல்ல குணத்தை நீங்கள் பெற்றிருக்கிறீர்கள் என்று சர்வவல்லமையுள்ளவருக்குநன்றி செலுத்துங்கள். நீங்கள் உங்கள் தாயைக் கவனித்துக்கொள்வதில் மகிழ்ச்சியாக இருங்கள், நீங்கள் சமூகத்தில் தனித்து நிற்பீர்கள். சில நேரங்களில் நீங்கள் சிக்கலை சந்தித்தாலும், நீங்கள் சமூகத்தில் மிகவும் உயர்ந்தவராகக் கருதப்படுவீர்கள்.

5. இந்த நல்ல செயலைச் செய்வதன் மூலம், நீங்கள் நிச்சயமாக வெகுமதி பெறுவீர்கள், மற்றவர்கள் அவர்கள் செய்யும் தீய செயலுக்கான பலனை அனுபவிப்பார்கள்.

நான் அவரிடம் சொன்னதை அவர் நம்பினார், எங்கள் வீட்டை விட்டு புறப்படும் போது அவர் மிகவும் மகிழ்ச்சியான மனிதனாக புறப்பட்டுச் சென்றார்.

பிரிவுக்குப் பின் ஒன்றிணைதல்

கே: நான் சிலர் மீது மீண்டும் அன்புடன் இருக்க நினைத்தாலும் என்னால் அவர்களை நேசிக்க முடியவில்லை. நான் அவர்களைப் பற்றி தேவையில்லாமல் எதிர்மறை எண்ணங்களை உருவாக்குகிறேன். என் எதிர்மறை எண்ணங்கள் அவர்களை காயப்படுத்துமா? நான் என்ன செய்ய வேண்டும்?

இது நிறைய பேருக்கு நடக்கிறது. சில தவறான புரிதல்களால் அவர்கள் மற்றவருடன் பேசுவதை நிறுத்துகிறார்கள். அது நடந்ததற்கான காரணத்தை அவர்கள் அறிவார்கள், என்றாலும் அதனுடன் ஒத்திசைவை ஏற்படுத்திக் கொள்கிறார்கள். அவர்கள் மற்றவரிடம் திரும்பச் சென்று, உறவை மற்றும் அன்பை புதுப்பிக்க விரும்புகிறார்கள். ஆனால் அவர்கள் அந்த நபரால் நிராகரிக்கப்படலாம், அல்லது அவர்கள் ஏதாவது சொல்லலாம் அல்லது செய்யலாம், என்று எச்சரிக்கையாக தூரமாகவே இருக்கிறார்கள். இது அவர்களின் சுயகௌரவத்தை பாதிக்கும் என்று அவர்கள் பயப்படுகிறார்கள், மேலும் கேள்விக்குரிய மற்ற நபர் உட்பட அனைவரும் அவர்களைக் குறைத்துப் பார்ப்பார்கள் என்றும் நினைக்கிறார்கள். இத்தகைய எண்ணங்கள் மற்றவர்களை அணுக விடாமல் செய்து விடுகிறது.

உறவை புதுப்பிப்பதில் தவறில்லை. அதை புதுப்பிக்க முதல் முயற்சி எடுப்பதில் தவறில்லை. நல்ல விதமாய் நினைத்துக் கொள்ளுங்கள். இது நல்ல வினைப்பயனைத் தரும். பெரும்பாலான நேரங்களில், உறவு சரியாகிவிடும். அது வேறுவிதமாக நடந்தாலும் அது நிராகரிக்கப்பட்டாலும், மோசமாக உணர வேண்டாம். நீங்கள் ஒரு நல்ல காரியத்தைச் செய்துள்ளீர்கள், உங்களுக்கு வேறு ஏதாவது வெகுமதி கிடைக்கும். உங்கள் மதிப்பு ஒருபோதும் குறையாது. ஆரம்பத்தில், நீங்கள் தாழ்ந்து விட்டதாக அல்லது உங்கள் மனதில் சில சுயலாபம் குறித்த எண்ணங்கள் இருப்பதாக அவர்கள் நினைக்கலாம். ஆழமான பகுப்பாய்விற்கு செல்ல வேண்டாம். அவர்கள் இப்போது உணரவில்லை என்றாலும், அவர்கள் அதை பின்னர் உணரத் தொடங்குவார்கள். உங்கள் மதிப்பு மற்றவரின் பார்வையில் உயர்ந்ததாக இருக்கும். இதைச் செய்வதன் மூலம், நீங்கள் எதையும் இழக்க மாட்டீர்கள். பெரும்பாலான நேரங்களில், உறவு புத்துயிர் பெறும், நீங்கள் வெல்வீர்கள்.

மற்றவர்களைப் பற்றி எதிர்மறையான எண்ணங்களை உருவாக்குவதற்குப் பதிலாக, மற்றவர் செய்த நேர்மறைகளைப் பற்றி சிந்திக்கவும் அல்லது காட்சிப்படுத்தவும். அவர்களுடன் பச்சாதாபம் கொள்ளுங்கள். அவர்களைப் பற்றிய நேர்மறையான விஷயங்களைக் காட்சிப்படுத்தத் தொடங்குங்கள். இது தடைகளை உடைக்கும், மேலும் நீங்கள் அவர்களை நோக்கி எளிதாக செல்லலாம்.

அவர்களைப் பற்றிய உங்கள் எதிர்மறை எண்ணங்கள் முதலில் உங்களை மட்டுமே பாதிக்கும், அவர்களை அல்ல. நீங்கள் எதிர்மறை எண்ணங்களைப் பெறும்போது, தேவையற்ற எண்ணங்களை வெறுமையாக்கும் நுட்பத்தை பயன்படுத்துங்கள்.

உடைமை போன்ற உணர்வு

கே: என் அன்புக்குரியவர்களை என் உடைமை போல உணர்கிறேன். இது ஒரு மனநோயா?

உடைமை போல் உணர்தல் என்பது ஒரு மன நோய் அல்ல. இது உங்கள் மனதின் பாதுகாப்பின்மை. ஆனால் நீங்கள் அதை நீண்ட காலம் நீடிக்க அனுமதித்தால், அது ஒரு மன நோயாக மாறும். உடைமையென உணர்தல் என்பது ஏதேனும் ஒரு நபரையோ அல்லது பொருளையோ நீங்கள் உங்கள் சொத்துப் போலக் கருதி அதனை முழுவதும் கட்டுப்படுத்த விரும்பும் ஒரு நிலையாகும்.

நீங்கள் ஒரு நபரை விரும்பினால், அவர்கள் உங்களை மட்டுமே விரும்புவதை நீங்கள் விரும்பலாம். எந்த விலை கொடுத்தேனும் அது நடக்கிறது என்பதை உறுதிப்படுத்த விரும்புவீர்கள். ஆரம்பத்தில், சிலர் அவர்களைப் மற்றவர்கள் அவ்வாறு உரிமை கொண்டாடுவதை விரும்புகிறார்கள். அவர்கள் நேசிக்கப்படுவதை விரும்புகிறார்கள். ஆனால் பின்னர், அது தீவிர நிலைகளுக்குச் செல்லும்போது, அவர்கள் எரிச்சலடையலாம். உடைமை போல் நினைப்பவர்கள், தங்களின் அன்புக்குரியவர்கள் வேறு ஒருவரை விரும்பலாம் அல்லது வேறொருவருக்கு முக்கியத்துவம் கொடுக்கலாம் என்று அஞ்சுகிறார்கள். நீங்கள் விரும்பும் நபருக்கு அவரது சொந்த இயல்பு, விருப்பு வெறுப்புகள் இருக்கும். வெளிப்படையாக, அவர்கள் கட்டுப்படுத்தப்படுவதை விரும்பவில்லை. ஒரு குறிப்பிட்ட காலப்பகுதியில், இது எரிச்சல் மற்றும் பிரிவினைக்கு வழிவகுக்கிறது.

இது உணர்ச்சிகள், பிணைப்பு, எதிர்பார்ப்புகள் மற்றும் பாதுகாப்பின்மை பற்றியது. மனம் அமைதியாக இருக்கும்போது, நீங்கள் உண்மைகளை உணர முடியும், மேலும் எதுவும் அல்லது யாரும் அவ்வளவு முக்கியமில்லை என்று உணருவார்கள். இந்த உலகில் உள்ள அனைத்தும் தற்காலிக இயல்புடையவை என்பதை நீங்கள் புரிந்துகொள்வீர்கள். சூழ்நிலைகள் மற்றும் சந்தர்ப்பங்களுக்கு ஏற்ப மக்கள் மாறுகிறார்கள் என்பதை நீங்கள் உணருவீர்கள். இந்த உணர்தல் வந்தவுடன், நீங்கள் எல்லாவற்றையும் எளிதாக எடுத்துக்கொள்வீர்கள், உடைமையாக எதையும் யாரையும் நினைக்க மாட்டீர்கள்.

தியானம் மற்றும் சுவாச அடிப்படையிலான பிராணயாமாக்கள் உணர்ச்சிகளைக் கட்டுப்படுத்தவும், எதிர்பார்ப்புகள் மற்றும் பிணைப்புகள் இல்லாமல் இருக்கவும், மாற்றங்களை உங்கள் உயர்ந்த நன்மைக்காக நடப்பது போல் ஏற்றுக்கொள்ளவும் உதவுகின்றன.

மகிழ்ச்சி மற்றும் சோகத்தின் துருவங்கள்

கே: பகலில், நான் மிகவும் மகிழ்ச்சியாகவும் ஆற்றலுடனும் உணர்கிறேன். மற்றவர்கள் சொல்வதைப் பற்றி எனக்கு கவலையில்லை, ஆனால் இரவுகளில், நான் திடீரென்று மிகவும் சோகமாகவும் மனச்சோர்வாகவும் உணர்கிறேன். மற்றவர்கள் என்ன நினைக்கிறார்கள், என்ன சொல்கிறார்கள் என்பதைப் பற்றி நான் அதீத சிந்தனை செய்கிறேன். அதை எப்படி நிறுத்துவது?

மனம் காலையில் ஆற்றல் மிக்கதாகவே இருக்கிறது. உளவியல் ரீதியாகப் பார்த்தால், நாம் பிரகாசமாகவும் இயற்கையாகவும் இருக்கும் பகலில் வாழ விரும்புகிறோம். பகலில் இயல்பாகவே ஆற்றலைப் பெறுகிறோம். நம் பிழைப்புக்காக பகலில் எதையோ அல்லது மற்றவையோ சாப்பிடுவது, பேசுவது மற்றும் பல விஷயங்களால் ஆக்கிரமிக்கப்பட்டு உள்ளோம். நம் மனம் பல விஷயங்களால் ஆக்கிரமிக்கப்பட்டுள்ளதால், எதிர்மறை மற்றும் தேவையற்ற எண்ணங்கள் அங்கு தோன்றிட வழியில்லை.

ஆனால் இரவில், நம் மனமும் அதன் பிரகாசத்தை இழக்கிறது. உளவியல் ரீதியாக, இருள் நம் மனதில் பயத்தையும் பதட்டத்தையும் தருகிறது. பிரகாசமாக்க செயற்கை விளக்குகளை நாம் பயன்படுத்த வேண்டும். பெரும்பாலான மக்கள் அன்றைய வேலையைச் செய்தபின் ஓய்வெடுக்கத் தொடங்குவார்கள். இரவில் அதிக வேலை இல்லை. மனம் சும்மா இருக்க வேண்டிய நிலை. சும்மா இருக்கும் மனம் என்பது பிசாசின் பட்டறை என்பார்கள். தேவையற்ற எண்ணங்கள் நிறைய வெளிவருகின்றன அல்லது நுழைகின்றன, இது இருளைச் சேர்க்கிறது. இந்த எண்ணங்கள் மேலும் மேலும் சிக்கலாகி, இடைவிடாத எதிர்மறை சிந்தனையில் சிக்கிக் கொள்வதைக் காணலாம்.

இதை சமாளிக்க, நாள் வேலை முடிந்த பிறகும் நீங்கள் எதையாவது நிதானமாக ஓய்வாக செய்யக் கூடிய செயல்களில் உங்களை பிணைத்து இருங்கள். நீங்கள் தூங்கும் வரை பிரகாசமான விளக்குகளின் கீழ் இருங்கள். நல்ல இசையைக் கேளுங்கள். தங்கள் மதிப்பீடுகளை அதிகரிக்க எதிர்மறை செய்திகளில் கவனம் செலுத்தும் தொலைக்காட்சி செய்தி சேனல்களைப் பார்க்க வேண்டாம், ஏனெனில் அது உங்களில் பயத்தை உருவாக்குகிறது. சீக்கிரம் இரவு உணவை உட்கொண்டு,

இரவு உணவிற்குப் பிறகு லேசான நடைபயிற்சி செய்யுங்கள். சரியான நேரத்தில் படுக்கைக்குச் செல்லுங்கள். தூங்குவதற்கு முன், பகலில் என்ன நடந்திருந்தாலும் அதற்காக எல்லாம்வல்லவருக்கு நன்றி சொல்லுங்கள்.

மற்றவர்களின் மனதைக் கட்டுப்படுத்துதல்

கே: இன்னொருவரின் மனதை என்னால் கட்டுப்படுத்த முடியுமா?

எல்லா விஷயங்களுக்கும் மிகவும் எளிதில் எதிர்வினையாற்றும் நபர்களை, நீங்கள் எளிதில் கட்டுப்படுத்தலாம். அவரைப் பற்றி நல்லது அல்லது கெட்டதை சொல்வதன் மூலம் அல்லது அவரைப் பற்றி மற்றவர்கள் என்ன நினைக்கிறார்கள் என்பதனைச் சொல்வதன் மூலம், நீங்கள் அவரை மகிழ்ச்சியாகவோ சோகமாகவோ மாற்றலாம். அவர் எதிர்வினை செய்பவர் என்பதால், சில மோசமான கருத்துக்களைச் சொல்வதன் மூலம் நீங்கள் அவரை அழுத்தமாக்கலாம் அல்லது சில நல்ல கருத்தைச் சொல்வதன் மூலம் அவரை மகிழ்ச்சியடையச் செய்யலாம். அவர் எதிர்வினை செய்பவராக இருந்தால், நீங்கள் அவரை உங்கள் இசைக்கு நடனமாடச் செய்து அவரது வாழ்க்கையை உங்கள் கட்டுப்பாட்டில் நடத்தலாம். மற்ற நபர் எதிர்வினையாற்றாத தன்மை கொண்டவராகவும், அமைதியான எண்ணம் கொண்டவராகவும் இருந்தால், அவரது மனதைக் கட்டுப்படுத்துவது கடினம்.

வழக்கமாக, மனிதர்கள் பாராட்டுக்களை விரும்புகிறார்கள். ஒரு வலுவான எண்ணம் கொண்டவர் கூட நீங்கள் அவரைப் பாராட்டினால் மற்றும் அவரது நேர்மறையான அம்சங்களைப் பற்றி பேசினால் உங்களுக்கு நெருக்கமானவராகிறார். இயற்கையாகவே, மனிதர்கள் தங்களைப் பற்றிய பாராட்டு மற்றும் நேர்மறையான கருத்துக்களை விரும்புகிறார்கள். இந்த உளவியலின் மூலம், மக்களை உங்களிடம் நெருங்கி வரச் செய்ய முடியும்.

தடைகளைத் தாண்டுவது

கே: நான் மேடை பயத்தால் அவதிப்படுகிறேன், எனக்கு திறமை இருந்தாலும் பொது நிகழ்ச்சிகளைச் செய்ய முடிவதில்லை. இதைக் கடக்க நான் என்ன செய்ய முடியும்?

மக்களுக்கு நிறைய திறமைகள் உள்ளன. மற்றவர்களின் கருத்துகள் மற்றும் எதிர்வினைகள் குறித்து அவர்கள் கவலைப்படுவதால், அதை வெளிப்படுத்த அவர்கள் தயங்குகிறார்கள். மக்கள் தங்கள் தோற்றம் பற்றி விசித்திரமான கருத்துக்களைக் கொண்டுள்ளனர். மற்றவர்கள் தங்கள் தோற்றத்தைப் பற்றி கருத்து தெரிவிப்பார்கள் என்று அவர்கள் பயப்படுகிறார்கள். மற்றவர்கள் தங்களைப் பார்த்துக் கொண்டிருக்கிறார்கள் என்று நினைப்பதால் மக்கள் தங்கள் வாழ்க்கையை குழப்பிக் கொள்கிறார்கள். மற்றவர்கள் தங்கள் வாழ்க்கையில் ஆர்வம் காட்டுகிறார்கள் என்று அவர்கள் நினைக்கிறார்கள். மற்றவர்களின் எதிர்பார்ப்புகள், கருத்துகள் போன்றவற்றுக்கு ஏற்ப வாழ்வதன் மூலம் அவர்கள் தங்கள் வாழ்க்கையை கெடுக்கிறார்கள். இதன் காரணமாக அவர்கள் செய்ய விரும்பும் பல விஷயங்களை அவர்கள் செய்வதில்லை.

உண்மையில், யாரும் உங்களிடம் ஆர்வம் காட்டவில்லை. ஒரு இணைப்பு அல்லது நன்மை இல்லாவிட்டால் யாரும் உங்களைப் பற்றி அதிகம் கவலைப்படுவதில்லை. எனவே உங்கள் கூச்சத்திலிருந்து வெளியே வந்து நீங்கள் செய்ய விரும்பும் அனைத்தையும் செய்யுங்கள். உங்களுக்கு எதிர்மறையாக நடக்கும் போது மட்டுமே மற்றவர்கள் உங்களைப் பார்க்கிறார்கள், ஏனென்றால் அவர்களுக்கு ஏதேனும் ஒன்று எதிர்மறையான நடந்து கொண்டிருக்கலாம் அல்லது நீங்கள் எதிர்மறையாக நடக்க வேண்டுமென்று அவர்கள் விரும்பலாம். அதுவும் அவர்கள் உங்களிடம் ஆர்வம் காட்டுவதால் அல்ல, அவர்கள் அந்த எதிர்மறை குழுவில் தனியாக இருக்க விரும்பவில்லை என்பதால்தான். வாழ்க்கை மிகவும் எளிமையானது மற்றும் எளிதானது, உண்மையிலேயே நீங்கள் தேவைப்படுவதும் கவனிக்கப்படுவதும் 0.0000000000001 மடங்கு மட்டுமே.

எனக்கு ஒரு நண்பர் இருக்கிறார், அவர் தனது வாழ்க்கையைப் பற்றி எல்லாவற்றையும் வாட்ஸ்அப் குழுக்களில் இடுகிறார். யாரிடமிருந்தும் அவரது இடுகைகளுக்கு எந்த பதிலும் இல்லை. அவர் ஏன் பல

விஷயங்களை இடுகையிடுகிறார் என்று மக்கள் அவரது பின்னால் பேசினர், ஆனால் அவர் அதைப் பொருட்படுத்தவில்லை. மக்களுக்கு அனைத்து தகவல்களையும் வழங்குவது அவரது ஆர்வமாக இருந்தது. சில நேரங்களில் அவர் தனது குழந்தைகளைப் பற்றியும் தனது சொந்த வேடிக்கையான செயல்களைப் பற்றியும் பதிவிட்டார். ஆரம்பத்தில், இது வேடிக்கையானதாகவும் விசித்திரமாகவும் தோன்றியது, ஆனால் ஒரு குறிப்பிட்ட காலத்திற்குப் பின் பெரும்பாலான மக்கள் இதைப் பற்றி பேசுவதை நிறுத்தினர். வழக்கமாக, அவரைப் போன்றவர்கள் திறந்த புத்தகங்கள் மற்றும் தடைகள் இல்லாமல் மற்றவர்களுக்கு உதவும் போக்கைக் கொண்டுள்ளனர். மக்கள் அவரை விரும்பத் தொடங்கினர். இது அவரது குழந்தைகளையும் அவர்களின் தடைகளிலிருந்து வெளியே வரச் செய்தது. தங்களது தடைகளிலிருந்து வெளியே வந்து மற்றவர்களின் கருத்துகளைப் பற்றி கவலைப்படாமல் கடமையாற்றுபவர்கள் வெற்றி பெற ஒரு சிறந்த வாய்ப்பு உள்ளது.

மேடை பயம், மேடையில் பாடுவது அல்லது நடிப்பது என்ற அச்சம் சில பொதுவான தடை ஆகும். மற்றவர்களுக்கு வேடிக்கையாகத் தோன்றினாலும் உங்கள் தடைகளிலிருந்து வெளியே வாருங்கள். அவர்கள் வேடிக்கையான கருத்துக்களைக் சொல்லலாம், சிரிக்கக் கூட கூடும், ஆனால் நீங்கள் சும்மா இருந்தாலும் எதுவும் செய்யாவிட்டாலும் மக்கள் கருத்து தெரிவிப்பார்கள். எனவே, அதைப் பற்றி கவலைப்பட வேண்டாம். ஒரு குறிப்பிட்ட காலப்பகுதியில், நீங்கள் நம்பிக்கையைப் வளர்த்துக் கொள்வீர்கள், வெற்றி பெறத் தொடங்குவீர்கள்.

தர்க்க ரீதியாகப் பார்த்தால், நம்பிக்கை, அறிவு மற்றும் தைரியத்தை வளர்ப்பதன் மூலமும், கடுமையான பயிற்சி மூலமாகவும் மேடை பயத்தை சமாளிக்க முடியும், இது அனுபவத்திற்கும் ஒழுக்கத்திற்கும் வழி வகுக்கிறது. ஆன்மீக ரீதியாகப் பேசினால், தியானம் இதைக் கடக்க உதவும், ஏனெனில் இது எதற்கும் அஞ்சாதே என்பதை நீங்களே உணர்ந்து கொள்ள வாய்ப்பளிக்கிறது. தியானத்தின் தொடர்ச்சியான பயிற்சி, பயம் மற்றும் தேவையற்ற எண்ணங்களை வெறுமையாக்குதல் மற்றும் எந்தவொரு தடைகளையும் சமாளிக்கும் நுட்பத்தை செயல்படுத்த உதவும்.

அழகு மற்றும் அசிங்கத்தின் உணர்வுகள்

கே: சில விஷயங்கள் சிலருக்கு ஏன் அழகாகவும் மற்றவர்களுக்கு அசிங்கமாகவும் தோன்றுகின்றன? அழகு பற்றிய உலகளாவிய கருத்து இருக்கிறதா?

அழகு என்பது நம் மனதின் ஒரு கருத்து. இது நாம் ஒரு விசயத்தை / பொருளை எப்படிப் பார்க்கிறோம் என்பதில் தொடர்புடையது. கிழிந்த ஆடைகளை அணிந்த ஒருவரைப் பற்றி சோகமான மற்றும் அசிங்கமான எண்ணங்களை நாம் நினைத்த நாட்களை மீண்டும் சிந்திக்க முடியுமா? இது ஒருவரின் வசதியற்ற நிலையின் அடையாளமாகக் காணப்பட்டது. ஆனால் ஒரு பணக்காரர் கிழிந்த ஜீன்ஸ் அணியத் தொடங்கியபோது, அது அழகாகவும் நவீன ஆடை வடிவமைப்பாகவும் கருதப்பட்டது. அதே பொருள் இப்போது அழகாக கருதப்படுவது எப்படி? பணம் இல்லாமல் காணப்பட்ட போது, அது அசிங்கமாக கருதப்பட்டது. அதை பணத்துடன் பார்த்த போது, அது அழகாக மாறியது. இது நம் மனக் கருத்தின் படி நமது பார்வை இருப்பதை உணர்த்துகிறது.

மற்றொரு எடுத்துக்காட்டு என்னவென்றால், நாம் சிறுவர்களாக சுவரில் ஏதேனும் கிறுக்கல் ஓவியங்களை உருவாக்கும் போது, சுவரை அசிங்கமாக்கியதாகக் கூறி பெரியவர்கள் நம்மைத் திட்டுவார்கள். பின்னர், ஆடம்பரமான கட்டிடக்கலை கட்டுமானத்தின் முக்கிய அங்கமாக கிறுக்கல் ஓவியங்கள் மாறியபோது, கலைஞர்கள் சுவர்களில் அத்தகைய ஓவியங்களை உருவாக்கினர். அவைகளை நாம் நம் கலைக் கண்களைக் கொண்டு பார்க்கத் தொடங்கினோம், கலை மற்றும் அழகு ஓவியங்களைப் படைப்பவர்கள் என்று பாரட்டினோம். அந்த சமயத்தில் எங்கிருந்தோ நமக்கு கலை கண்கள் தோன்றி விட்டன.

முந்தைய நாட்களில், பூசப்படாமல் இருந்த செங்கல் சுவர்களைப் பார்ப்பவர்களுக்கு அது நிதி இல்லாததால் முழுமையடையா கட்டுமானமாகக் காணப்பட்டன. கட்டிடக் கலைஞர்களும் வடிவமைப்பாளர்களும் இப்போது பூசாத செங்கல் சுவர்களை அலுவலகங்களில் பகிர்வுச் சுவர்களாக அறிமுகப்படுத்தியுள்ளனர். இவை சமகால, அழகியல் அற்புதங்களாக பார்க்கப்படுகிறது.

நம் மனம் விஷயங்களை எவ்வாறு பார்க்கிறது என்பது பற்றியது. பிரபலமான கோட்பாட்டின் படி மனம் சில நேரங்களில் அதன் பார்வையை மாற்றுகிறது. இது ஒவ்வொருவரின் இயல்பு மற்றும்

விருப்பங்களுக்கு ஏற்ப மாறுபடும். ஒருவருக்கு மிகவும் அழகாகத் தோன்றும் ஒரு பொருள், மற்றொருவருக்கு அவ்வாறு தோன்றாமல் போகலாம். எனவே, இது எல்லாம் மனதில் இருக்கிறது, உலகளாவிய வரையறை ஏதுமில்லை.

உறவை முறித்தல்

கே: எனது உறவின் காரணமாக என்னால் எனது படிப்பில் கவனம் செலுத்த முடியவில்லை. நான் மிகவும் இளம் வயதில் இருப்பதாக என் பெற்றோர் நினைப்பதால் எனது உறவை ஆதரிக்கவில்லை. எனது பெற்றோரை ஏமாற்ற நான் விரும்பவில்லை. எனது உறவிலிருந்து நான் விலக முடியுமா? ஆம் என்றால், எப்படி?

இளைஞர்கள் தாங்கள் ஏற்படுத்தும் உறவுகளை முறித்துக் கொள்வது பெரும்பாலும் நடைமுறைச் சிக்கல் நிறைந்த மற்றும் முதிர்ச்சியற்ற முடிவுகள் காரணமாக நிகழ்கிறது எனலாம். உடல் மற்றும் உணர்ச்சி தொடர்பான ஈர்ப்புகள் உறவுகளுக்குள் நுழைய அவசர முடிவுகளை எடுக்க காரணமாகின்றன, பின்னர் அவர்கள் வருத்தப்படுகிறார்கள்.

திருமணம் என்பது அவசியம், ஏனென்றால் குடும்பங்கள், குழந்தைகளோடு வாழ்வதே மனித வாழ்க்கையின் சாராம்சம். இந்த விஷயங்கள் வாழ்க்கையை அர்த்தமுள்ளதாகவும், செயல்கள் நிறைந்ததாகவும் படைக்கும், மேலும் புகழ் மற்றும் பணத்தின் அடிப்படையில் நீங்கள் எதைச் சாதித்தாலும் இதோடு ஒப்பிடுகையில் சிறியதாக இருக்கும். இருப்பினும், புள்ளிவிவரங்கள் 25 வயதிற்குட்பட்டோரால் வாழ்க்கைத் துணையைப் பற்றி எடுக்கப்பட்ட பெரும்பாலான முடிவுகள் நல்ல வெற்றி விகிதங்களைக் கொண்டுள்ளன என்பதைக் காட்டுகின்றன.

இன்றைய காலகட்டத்தில், உறவுகளின் நிலைத்தன்மைக்கு உணர்ச்சிவசப்படுவதை விட நடைமுறை சாத்தியங்களின் அடிப்படையில் செயல்படுவது நன்மையைத் தரும். ஓரளவிற்கு நிதி நிலை, நல்ல தோற்றம் மற்றும் ஆல்கஹால் பழக்கமின்மை, ஊர் சுற்றாத தன்மை, கல்வித் தகுதி - அனைத்துமே உறவுகளின் வெற்றியில் ஒரு பங்களிப்பினை செய்கின்றன. பிரச்சினைகள் / வாதங்கள் தொடங்கும் போது, இந்த காரணிகளின் அடிப்படையில், உறவுகள் அச்சுறுத்தலுக்கு ஆளாகின்றன. நிச்சயமாக, திருமணத்திற்குப் பிறகு பெற்றோரின் ஆதரவு அவசியம், ஏனெனில் இது பெரிய உளவியல் மற்றும் உணர்ச்சி நன்மைகளைக் கொண்டிருக்கும்.

அந்த நபரிடமிருந்து படிப்படியாக விலகி இருப்பதன் மூலம் ஒரு உறவிலிருந்து விலகிச் செல்லலாம். நேரடியாக சந்திக்கும் வாய்ப்புகள் குறையும் போது நமது சிந்தனையிலிருந்தும் நினைவுகள் குறையத்

துவங்குகின்றன. நீங்கள் படிப்படியாக பேசுவதையும் சந்திப்பதையும் நிறுத்தினால், பிணைப்பு குறையும். உங்கள் மனம் பழக ஆரம்பிக்கும். மனதின் அழகு என்னவென்றால், நீங்கள் உணர்தல் மற்றும் கட்டுப்பாட்டை அறிந்தவுடன், அதை உங்கள் வழியில் நெகிழ்வாக வேலை செய்ய வைக்கலாம்.

நீங்கள் தொடர்பில் இருக்கும் வரை உறவுகள் மற்றும் நட்புகள் உயிருடன் இருக்கும். ஏதோ சில காரணங்களால் அதை தொடர்வது நல்லதல்ல என்றால், புதிய சூழ்நிலைகள் மற்றும் நட்புகளில் உங்களை நீங்களே ஈடுபடுத்திக் கொள்ளுங்கள், பழையவை மறக்கப்பட்டு புதியவை சிறப்பாகவும் வசதியாகவும் மாறும்.

சில சமயங்களில் முறிந்து போன முந்தைய உறவு தொடர்பான எண்ணங்கள் நினைவுக்கு வந்து உங்களை காயப்படுத்தலாம். எண்ணங்களை வெறுமையாக்கும் நுட்பத்தைப் பயன்படுத்துங்கள். உறவை மீண்டும் வளர்ப்பது அல்லது நியாயப்படுத்துவது போல் உணர்ந்தால், அதைச் செய்யாதீர்கள். தொடர்ந்து அந்த எண்ணங்களை வெறுமையாக்குங்கள். சில காலங்களில் இந்த எண்ணங்கள் உங்கள் மனதில் இருந்து மங்கிவிடும்.

உணர்ச்சிகளை நேர்மையாக வெளிப்படுத்துவது

கே: நம் உணர்வுகளையும் எண்ணங்களையும் மற்றவர்களிடம் நேர்மையாக வெளிப்படுத்த முடியாமல் போவது ஏன்? அதன் விளைவுகள் குறித்து கவலைப்படாமல் நாம் அதை எவ்வாறு செய்ய முடியும்?

உறவுகளில், நீண்ட காலத்திற்கு உறவைத் தக்க வைத்துக் கொள்ள உங்கள் உணர்ச்சிகளை நேர்மையாக வெளிப்படுத்துவது மிகவும் முக்கியம். அடக்கப்பட்ட உணர்ச்சிகள் வெளிப்படுத்தப்படாத உண்மைகள். மற்றவர்கள் நம்மைப் பற்றி என்ன நினைப்பார்கள் என்று நாம் கவலைப்படும்போது இந்த உணர்ச்சிகள் பொதுவாக அடக்கப்படுகின்றன. எல்லா விஷயங்களையும் வெளிப்படைத் தன்மையோடு பகிர்ந்து கொள்ளுதல் நல்லது. ஒரு உண்மையாக இருந்தாலும் சரி, அன்பாக இருந்தாலும் சரி, வேறு எந்த விஷயத்திலும் சரி, அவ்வாறு பகிர்ந்திடும் போது நாம் கவனிக்க வேண்டியது நாம் பகிர்ந்து கொள்ளும் விசயம் சமூக நெறிமுறை மற்றும் நம் உள்ளத்திற்கு நேர்மையானதாக இருக்கிறதா என்பது முக்கியம். அவ்வாறு செய்வதால் சில விசயங்களுக்கு நல்ல தீர்வை காணமுடியும். மிகப்பெரிய நன்மை என்னவென்றால், நீங்கள் நிம்மதியாக உணர்வீர்கள், எந்த வருத்தமும் இருக்காது.

நம் எண்ணங்களையும் உணர்வுகளையும் பேசாமல் இருப்பதற்கான சில பொதுவான காரணங்கள்:

- நமக்கே எதிர்மறையாக மாறிடுமோ என்ற பயம் அல்லது நமக்குப் பாதகமாக அமைந்து விடுமோ என்ற பயம்

- மற்றவர்கள் நம்மைப் பற்றி குறைவாகவே நினைக்கக் கூடும் என்ற பயம் – பின் வாங்க வேண்டியது வருமோ என்ற கவலை

- பின் விளைவுகளைப் பற்றிய கவலை

- அபாயங்களை எதிர் கொள்ள வேண்டியது வருமோ என்ற பயம் – எந்த செயலையும் தற்காப்பு உணர்வோடு செய்தல்

- உறவைக் கஷ்டப்படுத்தக்கூடும் என்ற பயம்

- உறவை இழந்துவிடுமோ என்ற பயம்

- நிராகரிக்கப்படுவோம் என்ற பயம்
- நமது நலனைப் பாதிக்கும் என்ற அச்சம் – பகிர்ந்து கொள்ளும் நபரின் அதிகாரம் பற்றிய பயம்
- ஒரு பெரிய ஆளுமை அல்லது சக்திவாய்ந்த நிலையில் இருக்கும் நபராக இருக்கும் போது ஏற்படும் அச்ச நிலை

மேலே குறிப்பிட்ட காரணங்களோ அல்லது அதில் ஏதாவது சில காரணங்களோ இருந்தாலும் உங்கள் எண்ணங்களும் உணர்ச்சிகளும் தெரிவிக்கப்பட வேண்டும் என்றும் அதில் தவறில்லை என்றும் நீங்கள் உணர்ந்தால், மேலே உள்ள எல்லா காரணங்களையும் மறந்து தொடர்பு கொள்ளுங்கள். இது கண்ணியமான மற்றும் உறுதியான முறையில் தெரிவிக்கப்பட்டால் மிகவும் உதவியாக அமையும். உங்கள் செயல்கள், நீங்கள் வெளிப்படுத்தும் முறை இவற்றிற்கு மக்கள் சிறிது காலத்தில் பழகிக் கொள்வார்கள். மக்கள் தங்கள் ஆழ்மனதில் உங்களை ஏற்றுக் கொள்வார்கள். செயலின் தாக்கம் நேர்மறை அல்லது எதிர்மறையாக இருந்தாலும் சிறிது காலம் கழித்து மறக்கப்படும். நீங்கள் கற்பனை செய்யும் அளவிற்கு மக்கள் பெரியதாக எதிர்வினை புரிய மாட்டார்கள். உண்மையில், உங்கள் கண்ணியத் தன்மை மற்றும் வெளிப்படைத் தன்மையால் உங்கள் மதிப்பு மிகவும் அதிகரிக்கிறது. இது எதிர்மறையாக மாறினாலும், உங்கள் மதிப்பு ஒருபோதும் குறையாது. மிகப்பெரிய நன்மை என்னவென்றால், நீங்கள் நிம்மதியடைவீர்கள், எந்த வருத்தமும் குற்ற உணர்வும் இருக்காது. நேர்மையான கருத்துப் பரிமாற்றம் நீண்ட காலத்திற்கு உறவைப் பாதுகாக்க உதவுகிறது.

எதிர்பார்ப்புகளை கட்டுப்படுத்துதல்

கே: உறவுகளில் வீழ்ச்சிக்கு முக்கிய காரணம் என்ன?

உறவுகளில் சிக்கல்களுக்கு முக்கிய காரணங்களில் ஒன்று எதிர்பார்ப்புகள் மிகுந்திருப்பது. இயல்பாகவே, நீங்கள் ஒருவருக்கு உதவி செய்தால் அல்லது நேசித்தால், அவரிடமிருந்து அல்லது அவளிடமிருந்து ஏதாவது எதிர்பார்க்க ஆரம்பிக்கிறீர்கள். அந்த பரிமாற்றம் நிகழாவிட்டால், உங்களுக்கு ஏக்கமும் அழுத்தமும் அதிகரிக்கிறது. அது கிடைத்து விட்டால், நீங்கள் திருப்தி அடைகிறீர்கள். அது அவர்களிடமிருந்து பெறப்படாவிட்டால், நீங்கள் வருத்தப்படுகிறீர்கள். எல்லோரும் உங்களைப் போல இருக்க முடியாது என்பதால் பரிமாற்றத்திற்கு உத்தரவாதம் இல்லை என்பதை அறிந்து கொள்வது அவசியம்.

ஒத்த இயல்புடைய மற்றவர்கள் நம்மைப் போலவே இருக்க வேண்டும் என்று நாம் விரும்புகிறோம் அதனால் நமக்கு நிறைய மன அழுத்தம், கவலைகள் மற்றும் எதிர்பார்ப்புகள் உருவாகின்றன. அது நடக்காதபோது, நாம் கோபப்படுகிறோம், மன அழுத்தத்திற்கு ஆளாகிறோம். சில அணுகுமுறைகளையும் ஒழுக்கங்களையும் தவிர்த்து, நாம் என்ன செய்வோம் என்பதற்கு ஒத்த செயல்களை மக்களிடமிருந்து எதிர்பார்ப்பது மிகவும் முட்டாள்தனம்.

ஒவ்வொருவரும் அவர்களின் சந்தர்ப்பங்கள், அவர்கள் எதிர்கொள்ளும் சூழ்நிலைகள் மற்றும் மிக முக்கியமாக மரபணு காரணிகளால் வேறுபட்ட தன்மை கொண்டவர்களாக இருக்கிறோம். ஒரு குறிப்பிட்ட சூழ்நிலையில் ஒருவர் உங்களைப் போலவே நடந்து கொள்வார் அல்லது செயல்படுவார் என்று நீங்கள் எதிர்பார்க்க முடியாது என்பது வெளிப்படையானது. நீங்கள் சில வண்ணம் அல்லது சுவையை விரும்பினால், மற்றவர்களும் இதை விரும்புவார்கள் என்று எதிர்பார்க்க முடியாது. நீங்கள் ஒருவரிடம் ஏதாவது விரும்பினால், அவர் அல்லது அவள் உங்களில் ஏதாவது ஒன்றை விரும்புவார்கள் என்று எதிர்பார்க்க முடியாது. இதேபோல், எதிர்பார்ப்புகளை வைத்திருப்பது முட்டாள்தனம்.

உங்கள் கடமையைச் செய்வது நல்லது, எதிர்பார்ப்புகள் இல்லாமல் இருப்பது நல்லது. இதை நீங்கள் உணர்ந்தால், நீங்கள்

எதிர்பார்ப்புகளைக் கட்டுப்படுத்தலாம் மற்றும் சிறந்த உறவுகளை வளர்த்துக் கொள்ளலாம். இயற்கையின் வேறுபாட்டின் இந்த கோட்பாட்டை நாம் ஏற்றுக் கொண்டு, மக்களுடன் பச்சாதாபம் கொண்டால், உறவுகளில் நமக்கு பிரச்சனைகளோ சிக்கல்களோ இருக்காது, அது சிறந்த ஒற்றுமைக்கு வழிவகுக்கும்.

பழிவாங்குவது தீங்கு விளைவிக்கும்

கே: உறவில் என்னை காயப்படுத்திய ஒரு நபரை நான் பழிவாங்க விரும்புகிறேன், ஆனால் நானும் பயப்படுகிறேன். நான் என்ன செய்ய வேண்டும்?

ஒரு உறவின் முறிவுக்குப் பிறகு உங்களைத் துன்புறுத்திய நபருடன் கூட நீங்கள் இத்தகைய முயற்சி செய்ய விரும்பலாம். உங்கள் மனதில் நீங்கள் தாங்க வேண்டிய வேதனைக்கும் துன்பத்திற்கும் நீங்கள் அவரைக் குறை கூறலாம். ஆனால், பழிவாங்குவது ஒரு தற்காலிக தீர்வு. இது உங்கள் மனதில் உள்ள அசௌகரியத்திற்கு விரைவான தீர்வைக் கொடுத்தது போல் உணர வைக்கிறது. இது தற்காலிகமாக இருந்தாலும் உடனடியாக உங்கள் சுயகௌரவத்தை திருப்தி செய்கிறது.

அவரது உடல்நிலையை விட உங்கள் ஆரோக்கியம் முக்கியமானது. நீங்கள் அனுபவித்த அதே வழியில் மற்ற நபரை கஷ்டப்படுத்த வேண்டும் என்ற எண்ணம் உங்களில் எதிர்மறை மற்றும் விஷத்தன்மையை உருவாக்குகிறது. இது எல்லாவற்றிலும் உங்களை பயனற்றதாக ஆக்கும். அவரை கஷ்டப்படுத்துவது பற்றி கவலைப்படுவதை விட, அது உங்களில் ஒரு பெரிய எதிர்மறை அமைப்பை உருவாக்கும். நீங்கள் விரும்பிய வழியில் அது நடந்தாலும், நீங்கள் சிறிது நேரம் மட்டுமே மகிழ்ச்சியாக இருப்பீர்கள். இது உங்களைப் பாதிக்கும், அதன் விளைவுகள் பின்னர் அறியப்படும். இது உங்களின் விருப்பப்படி நடக்கவில்லை என்றால், அது உங்களை மேலும் துன்பமடையச் செய்யலாம், அது மட்டுமின்றி நீங்கள் மனச்சோர்வடையலாம், மன அழுத்தத்திற்கு ஆளாகக்கூடும். இது உங்களை மொத்த மனச்சோர்விற்கு இட்டுச்செல்லக்கூடும். ஆகவே ஒருவரின் சொந்த ஆரோக்கியத்தின் நலனுக்காக இதைச் செய்யாமல் இருப்பது நல்லது.

இது மற்ற நபரைத் தூண்டக்கூடும். உங்களைத் திரும்பப் பழிவாங்கும் வாய்ப்புக்காக அவர் காத்திருப்பார். எனவே சிறிது நேரம் மகிழ்ச்சியாக இருந்த பின், மற்றவர் பதிலடி கொடுப்பாரா என்று உங்கள் மனம் கவலைப்படத் தொடங்கும். நீங்கள் அதைப் பற்றி எவ்வளவு அதிகமாக சிந்திக்கிறீர்களோ, அவ்வளவு அதிகமாக அது நடக்கும். அவர் என்ன செய்தாலும், இதை நீங்கள் இந்த சிந்தையுடன் இணைப்பீர்கள்.

நம்மிடம் உள்ள பொதுவான கருத்து என்னவென்றால், நமக்கு நெருக்கமானவர்கள் அல்லது நமது உறவு வட்டாரத்தில் உள்ளவர்கள்

அ.தி.ராஜ்குமார்

நம்மைப் பற்றியும் நம் செயல்பாடுகளைப் பற்றியும் சிந்திக்கிறார்கள் என்பதே. அது முற்றிலும் தவறான கருத்து. மக்கள் தங்களை மிகவும் நேசிக்கிறார்கள். உங்களைப் பற்றி சிந்திக்க அவர்களுக்கு அதிக நேரம் இல்லை. பெரும்பாலான மக்கள் தங்களைப் பற்றியும் அவர்களின் வேலையைப் பற்றியும் மட்டுமே கவலைப்படுகிறார்கள். நீங்கள் ஒருவருடன் மிக நெருக்கமான நபராக இருந்தாலும், அதைப் பற்றி நீங்கள் என்ன நினைக்கிறீர்கள் என்பதை ஒப்பிடுகையில் உங்களைப் பற்றி அவர்கள் சிந்திப்பது என்பது குறைந்த நேரம் மட்டுமே. நீங்கள் அவர்களுடன் நெருக்கமாக இருந்தாலும், நீங்கள் பரஸ்பரம் இல்லாவிட்டால், நீங்கள் மறக்கப்படுவீர்கள். எனவே, உங்கள் வாழ்க்கையையும் வேலையையும் தொடர்வது நல்லது, மற்ற நபரைப் பற்றி அதிகமாய் சிந்திப்பதை நிறுத்திக் கொள்வதும் நல்லது.

பழிவாங்கும் எண்ணங்களை வெல்ல மற்றொரு வழி, அந்த நபரிடமிருந்து விலகிச் செல்வது. தூரமாகும் போது சிந்தனையிலிருந்து அவர்களின் எண்ணமும் தூரமாகிறது. பழிவாங்கும் அடிப்படையிலான எண்ணங்கள் வரும்போதெல்லாம் ஒருவர் மனதை வெறுமையாக்க வேண்டும். இந்த எண்ணங்கள் வரும்போதெல்லாம் வெறுமையாக்கி விடுவது இந்த தேவையற்ற எண்ணங்கள் உங்கள் மனதில் இருந்து மங்கிவிடும் ஒரு கட்டத்திற்கு இட்டுச் செல்லும். இந்த எண்ணங்கள் அனைத்தும் உணர்ச்சிகள், எதிர்பார்ப்புகள் மற்றும் இணைப்புகள் காரணமாகவே நிகழ்கின்றன. இவை அனைத்திலிருந்தும் வெளியேற மூச்சுப் பயிற்சிகள் மற்றும் தியானத்தை பயிற்சி செய்யுங்கள். இப்பயிற்சிகளின் பலனாக, இந்த உணர்ச்சிகள் மற்றும் பிணைப்புகள் உங்களைப் பாதிக்க விடாமல் உங்கள் எல்லா வேலைகளையும் தொடர்ந்து செய்ய முடியும்.

நினைவில் கொள்ள வேண்டிய மற்றொரு முக்கியமான விஷயம் என்னவென்றால், தீயவர் ஒருவர் உங்களுக்கு ஏதாவது தீங்கு செய்வதன் மூலம் அவருக்கு மோசமான வினைப்பயனை உருவாக்குகிறார். பழிவாங்கும் பெயரில் மற்றவரை காயப்படுத்துவதன் மூலம் உங்களுக்காக மோசமான வினைப்பயனை உருவாக்குவீர்கள். உங்கள் செயல்களுக்காக இருவரும் மோசமான வினைப்பயனை எதிர்கொள்ள வேண்டியிருக்கும். சர்வவல்லவர் ஒவ்வொரு செயலையும் தனிப்பட்ட செயல்களாகவே கருதுகிறார், மேலும் மோசமான செயல்கள் மோசமான வினைப் பயனுடன் உங்களுக்கு திருப்பித் தரப்படும். சரிக்குச் சரி செய்யும் நோக்கில் நீங்கள் பழிவாங்குவதற்காக அவருக்கு தீமை செய்வதால் நீங்கள் உருவாக்கும் மோசமான வினைப்பயனில் இருந்து தப்பப் போவதில்லை. நீங்கள் எதுவும் செய்யாவிட்டாலும் அவர் செய்த வினையின் பயன் அவருக்கு கிடைக்கும். பழிவாக்குவதற்காக நீங்கள்

செய்த வினையின் பயன் உங்களுக்கு கிடைக்கும். பழிவாங்குவதற்காக செய்யப்பட்டது என்று அச்செயல் மன்னிக்கப்படுவதில்லை.

பழிவாங்குவது பலவீனமான மனதின் செயல். பொறுமை அல்லது வினை-வினைப்பயன் விதியை உணராத ஒரு மனதின் செயல் அது. பெரும்பாலான மனங்கள் உடனடியாக தீர்வுகளை விரும்புகின்றன, அவற்றின் சுயகௌரவம் உடனடியாக திருப்தி அடைய வேண்டும் என்று விரும்புகின்றன. ஆனால் பழிவாங்குவது ஒரு தற்காலிக மகிழ்ச்சி - நிரந்தரமானது அல்ல.

தீர்க்கப்படாத மோதல்களின் தொல்லை

கே: நான் சமீபத்தில் ஒருவருடன் சண்டையிட்டேன், அது என்னை மிகவும் பாதிக்கிறது. என் மனம் எப்போதும் அதனால் ஆக்கிரமிக்கப்பட்டுள்ளது. என்னால் வேறு எதையும் யோசிக்க முடியவில்லை. இதைச் சமாளிக்க எனக்கு உதவுங்கள்.

ஒரு நபருடனான சண்டை அல்லது மோதல் உங்களை மிகவும் பாதிக்கிறது என்றால், நீங்கள் சண்டையிடும் நபர் உங்களுக்கு நெருக்கமாக இருக்க வேண்டும். அதுவே உங்களை மோசமாக பாதிக்க காரணம். நீங்கள் மனதை சும்மா விட்டுவிட்டால், அது பல்வேறு எண்ணங்களுக்குச் செல்லும் போக்கைக் கொண்டுள்ளது, இயல்பாகவே அது தேவையற்ற, எதிர்மறை எண்ணங்களுக்குச் செல்லும்.

இந்த சம்பவம் மிகவும் முக்கியமானது என்பதால், அது மனதை ஆக்கிரமிக்கும். தற்போது, பிற விஷயங்கள் குறைவான தாக்கத்தை ஏற்படுத்தும். இனிமேல், வேறு ஒருவருடன் ஏதேனும் எதிர்மறை அல்லது மோதல் ஏற்பட்டால், சம்பந்தப்பட்ட நபர் முந்தைய நபரை விட நெருக்கமாக இருந்தால், இந்த சிக்கலின் தாக்கம் முந்தையதை விட அதிகமாக இருக்கும். முந்தைய பிரச்சினை மறக்கப்படும். புதிய சிக்கல் தீர்க்கப்பட்டதும், கிடைக்கும் அடுத்த பெரிய சிக்கலுக்கு மனம் தேடிச் செல்லும். இது மனதின் இயல்பு.

எதார்த்தத்தில், எதையாவது ஆக்கிரமித்து வைத்திருப்பதே தீர்வு என்றாகி விடுகிறது. நீங்கள் எதையாவது மனதில் முழுமையாக மையப்படுத்தினால், உங்கள் மனம் அலையாது. இந்த சிக்கலைத் தீர்ப்பதற்கு மற்றொரு வழி, இந்த தேவையற்ற எண்ணங்களை வெறுமையாக்குவது. இந்த எண்ணங்களை வளர்ப்பது அல்லது அவற்றைத் தீர்ப்பது என நீங்கள் உணரும்போது, அதைச் செய்யாதீர்கள். தொடர்ச்சியாக எண்ணங்களை வெறுமை செய்து கொண்டிருங்கள், வெகுவிரைவில் இந்த எண்ணங்கள் உங்கள் மனதில் இருந்து முற்றிலும் மங்கிவிடும் ஒரு கட்டத்திற்கு வழிவகுக்கும்.

அன்புக்குரியவரிடம் அடிமையாதல்

கே: ஒருவர் மீது அளவுக்கதிகமான அன்பால் வெறித்தனமாக இருப்பதில் ஏதேனும் தீங்கு உண்டா?

இயற்கையால், மனிதர்கள் ஒருவரிடமோ அல்லது மற்றவர்களிடமோ அளவுக்கதிகமான அன்பால் வெறி கொண்டுள்ளனர், ஆனால் அது உங்களை உடல் ரீதியாகவும் மன ரீதியாகவும் பாதிக்காது என்பதை உறுதி செய்து கொள்ள வேண்டும். உணர்வோடு பச்சாதாபம் கொள்ள நீங்கள் தெரிந்து கொள்ள வேண்டும். உங்கள் மகிழ்ச்சி மற்றவரின் செயல்களைச் சார்ந்து இருக்காது என்று ஒரு மனநிலையை உருவாக்குங்கள். மகிழ்ச்சி உங்களுக்குள் இருக்க வேண்டும்.

விஷயங்கள் உங்கள் விருப்பப்படி செல்லாதபோது, அதை எவ்வாறு ஏற்றுக்கொள்வதுஎன்பதைநீங்கள்அறிந்திருக்கவேண்டும். விஷயங்கள் தீவிரமாக நடக்கும்போது அதை மறந்துவிடுவதற்கான நம்பிக்கை உங்களுக்கு இருக்க வேண்டும். அடிப்படையில், எதிர்பார்ப்புகளுக்கு எதிராக விஷயங்கள் செல்லும்போது உணர்ச்சிகளை எவ்வாறு கட்டுப்படுத்துவது என்பதை ஒருவர் தெரிந்து கொள்ள வேண்டும். எந்த நேரத்திலும், அமைதியான மன நிலைக்கு எப்படி திரும்புவது என்பதை நீங்கள் அறிந்திருக்க வேண்டும். உங்களுக்கு இந்த வகையான நம்பிக்கை இருந்தால், நீங்கள் யாருடனும் அதீத அன்பு கொள்ளலாம் மேலும் அதனால் பாதிக்கப்படாமலும் இருக்கலாம்.

சுவாச அடிப்படையிலான மூச்சுப் பயிற்சிகள் மற்றும் தியானத்தை கற்றுக்கொள்வதும் பயிற்சி செய்வதும் உணர்ச்சிகளைக் கட்டுப்படுத்தவும் எதிர்பார்ப்புகள் இல்லாமல் இருக்கவும் உதவுகிறது.

அ.தி.ராஜ்குமார்

தீவிர நடவடிக்கைகளை எடுப்பது

கே: ஒரு நபர் தங்கள் வாழ்க்கையை முடித்துக் கொள்வது போன்ற தீவிர நடவடிக்கைகளை எடுக்கத் தூண்டும் காரணிகள் யாவை?

தீவிர நடவடிக்கைகளை எடுக்கும் நபர்கள் உணர்ச்சி ரீதியாக எளிதில் பாதிப்புக்குள்ளாகும் உச்சநிலையில் இருப்பவர்கள் மற்றும் அவர்களின் வாழ்க்கையில் மிகவும் தீவிரமானவர்கள். மக்களும் சூழ்நிலைகளும் தற்காலிகமானவை என்பதை அவர்களால் உணர முடியவில்லை. அவர்களின் மோசமான நிலைமை அல்லது தோல்வியுற்ற உறவிற்கு பிறகு ஒரு சிறந்த சூழ்நிலை அல்லது நல்ல நபர் இருப்பார் என்பதை அவர்களால் உணர முடியவில்லை. அவசியமில்லை என்றாலும் அவர்கள் செய்யும் எல்லாவற்றிலும் அவர்கள் உச்சபட்ச முழுமையை விரும்பக்கூடும்.

தேவையில்லாத போதும் அவர்கள் உடைமை போல மிகவும் உரிமை கொண்டாடக்கூடும். அவர்கள் தங்கள் இணையர்களைப் பற்றி மற்றும் அவர்களின் ஒற்றுமையைப் பற்றி எப்போதும் சிந்திக்கலாம். ஆனால் உண்மை என்னவென்றால், அவர்கள் 24x7 ஒன்றாக வாழ ஆரம்பித்தவுடன், அது அவர்களில் இருவரையும் தொந்தரவு செய்யத் தொடங்குகிறது. அவர்கள் வெற்றி சார்ந்தவர்கள் மற்றும் தோல்விகளை எதிர்கொள்ள விரும்பமில்லாதவர்கள். வெற்றி என்பது முதல் தரத்தைப் பெறுவது, பெரிய சம்பளம், வீடு மற்றும் கார் ஆகியவற்றைப் பெறுவது என்று அவர்கள் எப்போதும் நினைக்கிறார்கள். வெற்றி என்பது மன அமைதியைப் பற்றியது என்று அவர்கள் நினைக்கவில்லை.

இத்தகைய சிந்தனை ஓட்டம் அவர்களை வாழ்க்கை முறைக்கு ஒவ்வாதவர்களாக மாற்றுகிறது மேலும் அவர்களால் உண்மை கள நிகழ்வுகளை சமாளிக்க முடியாமலும் போய்விடுகிறது. எனவே கடினமான சூழ்நிலைகள், சவால்கள், தோல்விகளை எதிர்கொள்ளும் போது அல்லது விஷயங்கள் தம் விருப்பப்படி நிகழாத போது, அவர்கள் மிகவும் உணர்ச்சிவசப்பட்டு தீவிர நடவடிக்கைகளை எடுக்கக்கூடும்.

வெற்றி மற்றும் தோல்வியைக் கையாளுதல்

கே: பிரபலங்கள் மற்றும் பணக்காரர்களிடையே நிறைய தற்கொலைகள் நிகழ்கின்றன. சமீபத்தில், ஒரு பிரபல மற்றும் இளம் திரைப்பட நட்சத்திரம் தற்கொலை செய்து கொண்டார். இத்தகைய முடிவுக்கு அவர்கள் செல்லக் காரணங்கள் என்ன?

மக்கள் தற்கொலை செய்ய விரும்புவதற்கு பல காரணங்கள் இருக்கலாம், ஆனால் பிரபலங்கள் மற்றும் பணக்காரர்களிடையே, சில பொதுவான காரணங்கள் உள்ளன. அவர்கள் பொது மக்களில் தங்களுக்கு ஒரு ஹீரோ அந்தஸ்தை உருவாக்குகிறார்கள். ஒரு ஹீரோவின் சித்தரிப்பு அவர்களுக்கு ஒரு பெரிய ரசிகர் கூட்டத்தை உருவாக்கி பின்தொடர வைக்கிறது. கடவுள் போன்ற உருவத்தில் அவர்கள் தங்களை நினைத்துக்கொள்கிறார்கள். அவர்கள் சாதாரண மனிதர்கள் அல்ல, ஆனால் அசாதாரணமான ஒருவர் என்று அவர்கள் உணர்கிறார்கள். அவர்கள் தங்களைச் சுற்றி ஒரு பெரிய வளையத்தை உருவாக்குகிறார்கள், இது அவர்களின் உலகில் அவர்களை தனியாக வாழ வைக்கிறது. ஆரம்பத்தில், அவர்கள் பிரபலமடைவதை விரும்புகிறார்கள், ஆனால் ஒரு குறிப்பிட்ட காலத்திற்குப் பின், அவர்கள் பொது இடங்களுக்குச் செல்ல அஞ்சுகிறார்கள் மற்றும் பொது மக்கள் கூட்டத்தால் தங்கள் சுதந்திரம் பறிபோகுமென்றும் பயப்படுகிறார்கள்.

மனம் எப்போதுமே அதனிடம் இல்லாததை விரும்புகிறது. சில நேரங்களில், திரைப்பட நட்சத்திரங்கள் கூட சுதந்திரமாக நகர்ந்து ஒரு சாதாரண மனிதனைப் போல வாழ விரும்புகிறார்கள். ஊடகங்கள் அதன் வணிகத்தை மேம்படுத்த விரும்புகின்றன, அதற்காக அவர்களை முற்றிலும் மாறுபட்ட முறையில் சித்தரிக்கின்றன. சமூக ஊடகங்களால் அழுத்தம் அதிகரிக்கிறது மற்றும் அவர்களின் புகழ், செல்வம் மற்றும் பிரபல அந்தஸ்துக்கு அவர்கள் ஒரு பெரிய விலையை செலுத்த வேண்டிய சூழலுக்கு ஆளாகிறார்கள். அது அவர்களில் பெரும்பாலானவர்களை மனச்சோர்வுக்குத் தள்ளி தற்கொலை செய்து கொள்ளும் அளவிற்கு கொண்டு செல்கிறது.

பிரபலங்கள் தங்கள் நட்சத்திர நிலையை என்றென்றும் தக்க வைத்துக் கொள்ள விரும்புகிறார்கள், ஆனால் நீண்ட காலம் தக்கவைக்க முடியுமா? என்பது குறித்து ஒரு பயம் மெதுவாக உருவாகிறது. ஒரு அழுத்தம் தொடங்குகிறது. அவர்கள் அதைப் பற்றி எவ்வளவு

அதிகமாக சிந்திக்கிறார்களோ, அவ்வளவு கடினமாகிவிடும். திரைப்பட நட்சத்திரங்களில் 10 சதவீதம் பேர் மட்டுமே புகழை நீண்ட காலத்திற்குத் தக்க வைத்துக் கொள்ள முடிகிறது. அவர்களில் 90 சதவீதம் பேர் வீழ்ச்சியின் அழுத்தத்தை எதிர்கொள்கின்றனர். 10 சதவீதம் பேர் மட்டுமே வெற்றியாளர்கள். மீதமுள்ள 90 சதவீதம் பேர் தோல்வியை எதிர்கொள்ள வேண்டியிருக்கிறது. அவர்கள் தொடர்ந்து ஒரு ஆடம்பரமான வாழ்க்கையை வாழ முடியாமல் போகும் போது, அல்லது எதிர்மறையான கருத்துக்களை சமாளிக்க முடியாமல் போகும் போது அல்லது ஒரு சரிவு ஏற்படும் போது அவர்கள் மனதளவில் உடைந்து போகிறார்கள்.

எந்தவொரு உயர்வும் படிப்படியாக இருக்க வேண்டும், உண்மையான கடின உழைப்பு முயற்சிகளால் அது நிகழ்ந்திருக்க வேண்டும். மற்ற தொழில்களுடன் ஒப்பிடுகையில் அதிக முயற்சிகள் இல்லாமல் நிறைய பிரபலங்கள் பணம் மற்றும் புகழ் அடிப்படையில் மிக விரைவாக உயரத்திற்கு ஏறுகிறார்கள். உண்மையில், ஒட்டுமொத்த முயற்சி அல்லது வினை மற்றும் வினைப்பயன் கணக்கீடுகளில், அவர்களுக்கு சரியான நிலுவைத் தொகை வழங்கப்படாது.

சாமானியர்களைப் பொறுத்தவரை, நிறைய உணர்ச்சிகள் மற்றும் கற்பனைகளைச் சேர்ப்பதன் மூலம் திரைப்படங்கள் மிகவும் உற்சாகமாகவும் சுவாரஸ்யமாகவும் உருவாக்கப்படுகின்றன என்பதைப் புரிந்துகொள்வது அவசியம். திரைப்படங்கள் சூப்பர் ஹீரோக்கள் மற்றும் சூப்பர் வில்லன்களை சித்தரிக்கின்றன. யதார்த்தத்தில் அத்தகைய யாரும் இல்லை என்பதே உண்மை. ஆனாலும் மக்கள் கற்பனை பிம்பங்களால் கவர்ந்திழுக்கப்பட்டு தங்களை பெரிய ஹீரோக்களைப் போல கற்பனை செய்து கொள்கிறார்கள். உணவை மிகவும் கவர்ச்சிகரமானதாக மாற்ற சில வண்ணங்களையும் செயற்கை சுவைகளையும் சேர்க்கக்கூடிய ஹோட்டல்களைப் போலவே இது இருக்கிறது. ஆனால் ஒரு குறிப்பிட்ட காலத்திற்குப் பிறகு, அந்த உணவு நம் ஆரோக்கியத்தை கெடுத்துவிடும். இதே போல், இந்த 'வாழ்க்கையை விட பெரியதாகக் காட்டப்படும்' திரைப்படங்களைப் பார்ப்பது பெரும்பாலும் உங்கள் மனதை நடைமுறைக்கு மாறான உணர்ச்சிகள் மற்றும் நிகழ்வுகளால் நிரப்புகிறது. உண்மையில், இது உங்களை பொய்யான கற்பனை உலகத்தில் வாழவே ஊக்குவிக்கிறது.

பிரபலங்களுக்கும் பொது மக்களுக்கும் ஒரே தீர்வு:

1. மகிழ்ச்சியையும் துன்பத்தையும் சமநிலைப்படுத்துங்கள். உங்களுக்கு பிரபல அந்தஸ்து வழங்கப்பட்டு பாராட்டப்படும் போது அமைதியாகவும் இருங்கள். நல்ல காலங்களில் நீங்கள்

அமைதியாகவும் சமநிலையுடனும் இருக்க முடிந்தால், உங்கள் மோசமான காலங்களில் நீங்கள் அமைதியாகவும் சமநிலையுடனும் இருக்க முடியும்.

2. எப்போதும் உங்களை ஒரு சாதாரண மனிதனாக நினைத்துக் கொள்ளுங்கள். உங்களுக்காக ஒரு பெரிய பிம்பத்தை ஒருபோதும் உருவாக்க வேண்டாம். திரைப்பட நட்சத்திரங்கள் உண்மையில் அவர்கள் தகுதியிலும் மேலாக போற்றப்படுகிறார்கள். இது அந்த பெரும் பிம்பத்தை நீண்ட காலம் நிலை நிறுத்துவதை கடினமாக்குகிறது.

3. எல்லோரையும் போல எளிமையான வாழ்க்கை வாழ்வது சிறந்தது. உங்கள் எதிர்காலத்திற்காக பணத்தை சேமிக்கவும். அதிகமாக பணம் சம்பாதிக்கும் போது பகட்டாக செலவு செய்ய வேண்டாம். திட்டமிடல் மிகவும் முக்கியமானது. எதிர்காலத்திற்காக ஒருபோதும் தொடாத பெரும் பாதுகாப்பு நிதியை உருவாக்கவும். உங்கள் எதிர்காலத்திற்கான பாதுகாப்பை வழங்கும் ஒரு முறை கட்டண அடிப்படையிலான ஆயுள் காப்பீடு மற்றும் ஓய்வூதிய திட்டத்தில் முதலீடு செய்யவும். கடினமான காலங்களில், இது உங்கள் வாழ்க்கையைத் தற்சார்போடு வாழ உதவும்.

4. உங்கள் சாதனைகளுக்கு மக்கள் உங்களைப் பாராட்டும்போது, நீங்கள் அவர்களுடன் உணர்வுபூர்வமாக இணைந்திருப்பீர்கள். அவர்கள் எப்போதும் அப்படித்தான் இருப்பார்கள் என்று நீங்கள் எதிர்பார்ப்பீர்கள். ஆனால் நீங்கள் கீழான நிலைக்குச் செல்லும் போது, அதே நபர் உங்களைப் பற்றி மோசமாகப் பேசக்கூடும். நீங்கள் அவ்வாறு மோசமாகவும் நடத்தப்படலாம் என்ற உண்மையை நீங்கள் ஏற்றுக் கொள்ள வேண்டும்.

5. மக்களுடன் மிகவும் சாதாரணமான முறையில் வாழவும். பொதுப் போக்குவரத்தை பயணித்திடுங்கள், சில விஷயங்களைப் பெற வரிசையில் நில்லுங்கள். பொது மக்களைப் போல பூங்காக்களிலும் சாலைகளிலும் நடந்து செல்லுங்கள். உளவியல் ரீதியாக, நீங்கள் ஒரு பிரபலமான அந்தஸ்து இல்லாத ஒரு சாதாரண மனிதரைப் போன்ற ஒரு மனநிலையை இது உருவாக்குகிறது. எனவே நீங்கள் நிதி ரீதியாக தாழ்ந்து போகும் போது கூட, நீங்கள் ஒரு சாதாரண மனிதரைப் போல சுற்றித் திரிவீர்கள். மக்கள் உங்களைப் பற்றி மோசமான அல்லது சோகமான விஷயங்களை சிந்திக்கவோ சொல்லவோ மாட்டார்கள். உங்களைப் பற்றிய அவர்களின் பார்வை அப்படியே இருக்கும்.

6. இறுதியாக, மிகவும் பயனுள்ள உதவிக்குறிப்பு சுவாச அடிப்படையிலான மூச்சுப் பயிற்சிகள் மற்றும் தியானத்தை பயிற்சி

செய்வது. இது உணர்ச்சிகளைக் கட்டுப்படுத்தவும், எதிர்பார்ப்புகள் இல்லாமல் இருக்கவும், நன்மைக்காக நடப்பது போல் விஷயங்களை ஏற்றுக்கொள்ளவும் உதவுகிறது.

மேலே உள்ள அனைத்தையும் செய்ய முயற்சிக்கவும், நீங்கள் ஒரு பிரபலமாக இருப்பதற்கான அனைத்து அழுத்தங்களையும் சமாளிக்க முடியும். நீங்கள் அழகான மற்றும் அமைதியான வாழ்க்கை வாழ முடியும்.

மக்களை அதீத பகுப்பாய்வு செய்வதை விட்டு வெளியேறுதல்

கே: நான் மக்களையும் சூழ்நிலைகளையும் பகுப்பாய்வு செய்ய முனைகிறேன். என்னால் நண்பர்களை உருவாக்கவோ, உறவுகளை வைத்திருக்கவோ முடியவில்லை. என்னால் என்ன செய்ய முடியும்?

ஒவ்வொருவரின் இயல்பும் வித்தியாசமானது என்பதை நினைவில் கொள்வது அவசியம். ஒவ்வொருவரின் இயல்பும் பல காரணிகளின் விளைவாகும் - மரபணு, வாழ்வியல், அவர்கள் வளர்க்கப்பட்ட அல்லது சூழப்பட்ட நபர்களின் இயல்பு, சூழ்நிலைகள் மற்றும் அவர்கள் கடந்து வந்த சந்தர்ப்பங்கள். இந்த காரணிகள் அனைத்தும் ஒரு நபரின் தன்மையை தீர்மானிப்பதில் முக்கிய பங்கு வகிக்கின்றன. உண்மை என்னவென்றால், மற்றவர்களிடமிருந்து நீங்கள் எதிர்பார்ப்பதை நீங்கள் நினைத்தது போலவே பெற முடியாது.

சில முடிவுகளை எடுக்க உதவுமென்றால், ஒருவரை பற்றி அறிந்து கொள்ள நீங்கள் முயற்சி செய்யலாம். இருப்பினும், அவற்றை அதிகமாக பகுப்பாய்வு செய்வது உங்கள் பொன்னான நேரத்தை வீணாக்கும் ஒரு குற்றவியல் செயலாகிவிடும். அவர்களிடமிருந்து நீங்கள் எதிர்பார்ப்பதை நேர்மையாக அவர்களிடம் சொல்லலாம். உங்கள் எதிர்பார்ப்புகளின்படி நடந்தால், பரவாயில்லை. அது நடக்கவில்லை என்றால், அவர்களை அவ்வாறே ஏற்றுக் கொள்ளுங்கள். இது உங்கள் நன்மைக்காக நடப்பது போல் ஏற்றுக்கொள்.

ரகசியங்களைப் பகிர்வது

கே: எனது ரகசியங்களை மற்றவர்களுடன் பகிர்ந்து கொள்ள முனைகிறேன், பின்னர் வருத்தப்படுகிறேன். ஆனால் பகிர்வதிலிருந்து என்னைத் தடுக்க முடியவில்லை. என்னால் என்ன செய்ய முடியும்?

பொதுவாக, நமது ரகசியங்களை யாருடனும் பகிர்ந்து கொள்ள நாம் விரும்புவது இல்லை. ஆனால் யாராவது நமக்கு நல்லவராக தெரிந்தால், நாம் நமது எல்லா ரகசியங்களையும் பகிர்ந்து கொள்வோம், பின்னர் அதற்காக வருந்தவும் செய்வோம். இது முழுவதும் நம் உணர்ச்சிகளைப் பற்றியது. நாம் ஒருவருடன் நெருக்கமாக இருக்கும் போது அல்லது யாராவது நம்முடன் மிக நேர்த்தியாகப் பேசும் போது, நாம் உணர்ச்சி வயப்பட்டு, மேலும் பிரச்சினையின் தன்மையைப் பொருட்படுத்தாமல் எல்லாவற்றையும் அவர்களிடம் சொல்லிட வேண்டும் என்பதைப் போல உணர்கிறோம். இது சாதாரணமானது. ஆனால் எல்லா நேரங்களிலும் அத்தகைய மனப்போக்கை விட்டு, என்ன பேசுகிறோம் என்பதில் கவனம் செலுத்தும் மனநிலையை வளர்க்க முயற்சி செய்யுங்கள். நீங்கள் என்ன சொல்கிறீர்கள் மற்றும் அதன் விளைவுகளைப் பற்றி நீங்கள் விழிப்புணர்வுடன் இருக்கும் போது, நீங்கள் சொல்வதைக் கட்டுப்படுத்தலாம்.

ரகசியங்களைப் பகிர்வது இயற்கையானது, எல்லோரும் இதைச் செய்கிறார்கள். ஆனால் ரகசியத்தின் ரகசியத்தன்மையையும் நினைவில் கொள்ளுங்கள். இது ஒரு தீவிரமான தன்மை மற்றும் கடுமையான விளைவுகளை ஏற்படுத்தினால், அதை ஒருபோதும் யாருடனும் பகிர்ந்து கொள்ள வேண்டாம். அதேபோல், அது ஒருவரின் தன்மையை புண்படுத்துகிறது மற்றும் அது எந்த அங்கீகாரமும் இல்லாமல் இருந்தால், அதைப் பகிர்வதில் கட்டுப்பாட்டைக் ஏற்படுத்திக் கொள்ளுங்கள். இது வினை-வினைப்பயன் விதியுடன் மிகவும் வலுவாக தொடர்புடையது என்பதை நினைவில் கொள்ளுங்கள். எனவே அங்கீகாரமற்ற தகவல்களைப் பரப்புவதன் வினைப்பயனை அனுபவிக்க வேண்டிய நிலை வரும் என்பதையும் அறிந்திருங்கள்.

மற்றவர்கள் என்ன நினைக்கிறார்கள் என்பதைப் பற்றி அக்கறை கொள்வது

கே: மற்றவர்கள் என்னைப் பற்றி என்ன நினைக்கிறார்கள் என்பதைப் பற்றி நான் அதிகம் கவலைப்படுகிறேன், இது என்னை பல முறை துயருக்கு ஆளாக்குகிறது. என்னால் என்ன செய்ய முடியும்?

மற்றவர்கள் உங்களைப் பற்றி என்ன நினைக்கிறார்கள் என்பதைப் பற்றி நீங்கள் கவலைப்படத் தொடங்கினால், அது உங்கள் வாழ்க்கையை அவர்கள் வழி நடத்த அனுமதிப்பது போன்றது. இத்தகைய நிலையில் உங்கள் வாழ்க்கை அவர்களின் கைகளில் உள்ளது, மேலும் அவர்கள் உங்கள் வாழ்க்கையை கட்டுப்படுத்தவோ, தொந்தரவு செய்யவோ அல்லது வழிநடத்தவோ எதையும் சொல்லலாம், செய்யலாம் என்றாகிவிடுகிறது.

உணர்ச்சி வசப்பட்டு எதிர் வினையாற்றுதல் மற்றவர்களுடனான நம் வாழ்க்கையை பெரிய பிரச்சனையாக்கி விடுகிறது. யாராவது நம்மைப் பற்றி எதிர்மறையாக ஏதாவது நினைத்தால் அல்லது சொன்னால், நாம் எதிர் வினையாற்றுகிறோம், மன அழுத்தத்திற்கு ஆளாகிறோம். நம்முடைய சொந்த சிந்தனையை நாம் கட்டுப்படுத்தலாம், ஆனால் மற்றவர்கள் என்ன நினைக்கிறார்கள் அல்லது செய்கிறார்கள் என்பதை நாம் எவ்வாறு கட்டுப்படுத்த முடியும். அது சாத்தியமற்றது. அதைப் பற்றி கவலைப்படுவது அர்த்தமற்றது. எனவே, மற்றவர்களின் கருத்துகள் மற்றும் எண்ணங்களுக்கு பதிலளிப்பதை நிறுத்துவதே சிறந்தது. வாழ்க்கை அமைதியாக இருக்கும், நம் வாழ்க்கை நம் கைகளில் இருக்கும்.

உங்களுக்கும் இறைவனுக்கும் இடையே ஒரு வலுவான இணைப்பை உருவாக்கவும். அவர் பார்த்துக் கொண்டிருக்கிறார், எல்லாவற்றையும் அறிந்திருக்கிறார் என்ற ஒரு மனநிலையை உருவாக்குங்கள். இது உங்களிடம் ஒரு நம்பிக்கையை உருவாக்குகிறது, மற்றவர்கள் என்ன சொல்கிறார்கள் அல்லது நினைக்கிறார்கள் என்பதைப் பற்றி நீங்கள் கவலைப்பட மாட்டீர்கள். சுவாச அடிப்படையிலான மூச்சுப்பயிற்சிகள் மற்றும் தியானப் பயிற்சிகள் சர்வவல்லவருடன் ஒரு வலுவான தொடர்பை உருவாக்க உதவுகின்றன, மற்றவர்களுடன் பழகும்போது உணர்ச்சிகளைக் கட்டுப்படுத்துகின்றன.

இரட்டைத் தன்மை கொண்டிருப்பது

கே: சில நேரங்களில் மக்கள் ஒன்றைச் சொல்கிறார்கள் மற்றொன்றைச் செய்கிறார்கள். மக்களுக்கு ஏன் இந்த இரட்டைத் தன்மை உள்ளது?

மக்கள் இரட்டைத் தன்மையைக் கொண்டிருப்பதற்கான ஒரு காரணம் என்னவென்றால், ஒருவரை நல்லவராக இருக்கவும் நல்ல கொள்கைகளைப் பின்பற்றவும் அறிவுறுத்துவது எளிதானது, ஆனால் அதை நாமே கடைபிடிப்பது கடினம். கடினமான சூழ்நிலையை எதிர்கொள்ளாதவரை மட்டுமே நாம் சிறப்பாக செயல்படுகிறோம். நம் சூழ்நிலைகள் மற்றும் சந்தர்ப்பங்கள் கடினமாக இருக்கும் போது நாம் மோசமாக செயல்படுகிறோம். நாம் ஒரு கடினமான சூழ்நிலையை எதிர்கொண்டால், தொடர்ந்து நல்லவர்களாக இருக்க முடிகிறது என்றால், நாம் மற்றவர்களுக்கு ஆலோசனை வழங்கலாம். உண்மையில் பெரும்பாலும், எல்லா நன்மைகளையும் கொண்ட சூழ்நிலையைச் சந்திக்கும் போது மட்டுமே நாம் நம்மை நல்லவர்கள் என்று சான்றளித்து மற்றவர்களுக்கு அறிவுரை கூற முடியும்.

மக்கள் இரட்டைத் தன்மையைக் கொண்டிருப்பதற்கான மற்றொரு காரணம், தங்கள் செயல்களை நியாயப்படுத்துதல். எந்தவொரு மனிதனும் கொண்டிருக்கும் மிகப் பெரிய அன்பு அவர்கள் மீதுள்ள அன்பு மட்டுமே. மற்றவர்கள் ஏதேனும் தவறு செய்தால், அவர்கள் அதில் தவறுகளை எளிதில் கண்டுபிடிப்பார்கள், ஆனால் இதே போன்ற சூழ்நிலை அவர்களுக்கு வந்தால், சில உணர்ச்சிகரமான விஷயங்களால் அவர்களால் அதை வெல்ல முடியவில்லை என்றால், அவர்கள் அதை நியாயப்படுத்துகிறார்கள். "நான்" என்ற அகத்தை திருப்திப்படுத்துவதற்கான வழிமுறையாக அவர்கள் செய்ததை நியாயப்படுத்த அவர்கள் எந்த அளவிற்கும் செல்லலாம், எந்த குற்ற உணர்ச்சியும் இல்லாமலே.

குழப்பமான செய்திகளைப் பற்றி விவாதித்தல்

கே: குழப்பமான செய்திகளை பகிரவும் அல்லது விவாதிக்கவும் பலர் விரும்புகிறார்கள். என்னால் அதை ஏற்றுக் கொள்ள முடியவில்லை. என்னால் என்ன செய்ய முடியும்?

சிலர் மற்றவர்களை அழைத்து யதார்த்தத்துடன் எந்த தொடர்பும் இல்லாத எதிர்மறை காட்சிகளைப் பற்றி விவாதிக்கின்றனர். எல்லா இடங்களிலும் எதிர்மறையான விஷயங்கள் நடக்கும் என்று அவர்கள் பயப்படுவதால் தான். இது ஒரு பொதுவான நிகழ்வாக மாறுவதை உறுதி செய்ய அனைவரும் எதிர்மறையான சூழ்நிலைகளை எதிர்கொள்ள வேண்டும் என்று அவர்கள் விரும்புகிறார்கள். எதிர்மறை உலகில் தனியாக இருக்க அவர்கள் பயப்படுகிறார்கள். எதிர்மறை எண்ணங்களைப் பற்றி அவர்கள் எவ்வளவு அதிகமாக சிந்திக்கிறார்களோ, அது அவ்வளவு மாயத் தோற்றங்களுக்கு வழிவகுக்கிறது. அவர்கள் தங்களைச் சுற்றியுள்ள மேலும் மேலும் எதிர்மறையான விஷயங்களைப் பார்க்கிறார்கள், மற்றவர்களுடன் விவாதிக்க வேண்டிய அவசியத்தையும் அவர்கள் உணர்கிறார்கள். ஒருவரிடமிருந்து இதுபோன்ற செய்திகளைக் கேட்பதை நிறுத்த விரும்பினால், அது உங்களுக்கு தொந்தரவாக இருக்கிறது என்றால், சம்பந்தப்பட்ட நபரிடம் இதைப் பற்றி பேச வேண்டாம் என்று சொல்லுங்கள். சில நேரங்களில் அதைக் கேட்பது, அப்பேச்சை வளர்ப்பது மற்றும் தீர்வுகளைக் காண முயல்வது போன்றவற்றை நாம் உணர்கிறோம். ஆனால் அதைச் செய்ய வேண்டிய அவசியமில்லை.

அத்தகையவர்களிடமிருந்து விலகிச் செல்ல வாய்ப்பு இருந்தால், அதைச் செய்யுங்கள். உறவுகளில் இணைப்புகள், உணர்ச்சிகள் மற்றும் எதிர்பார்ப்புகள் இருக்கும். இவ்வுறவு பரஸ்பர அன்பு, சுமூகமான சூழல் மற்றும் நன்மை பயக்கும் என்றால், நீங்கள் உறவைத் தக்க வைத்துக் கொள்ளலாம். ஆனால் அந்த உறவின் தொடர்ச்சியானது உங்களை காயப்படுத்தினால், அவர்களைத் தூரத்தில் வைத்து அதை தீர்ப்பது நல்லது. நபருடன் தூரத்தை வைத்திருக்க நீங்கள் முடிவு செய்தால், உறவு குறையத் தொடங்கும். கண்ணிலிருந்து மறைந்து விட்டால் கருத்திலிருந்தும் மறைந்திடும். ஒருவருக்கு மற்றொருவர் மீதான ஆர்வமும் குறையும். ஒரு தூரம் உருவாக்கப்பட்டவுடன், செய்தி எந்த விளைவையும் ஏற்படுத்தாது.

கொரோனாவைப் பற்றிய செய்திகள் போன்ற குழப்பமான செய்தி ஊடகங்களில் இருந்தால், அதைப் பற்றி நிறைய எதிர்மறையை உருவாக்குவது ஊடகங்களின் வேலை என்பதை நினைவில் கொள்ளுங்கள். மக்களின் கவனத்தைப் பெறுவதற்கும் அவர்கள் சேனல்களின் வருமானத்தைப் பெருக்கிக் கொள்ளவும் எப்போதும் செய்திகளை மிகைப்படுத்தி, அதீத சத்தத்துடன் பரப்புகின்றன. விஷயங்களை பரபரப்பாக்க மோசமான செய்திகள் அதிகம் சித்தரிக்கப்படுகின்றன. டிஆர்பி மதிப்பீடுகள் மற்றும் விளம்பரங்களை அதிகரிக்க ஊடகங்கள் இதைச் செய்கின்றன. இதுபோன்ற மோசமான அல்லது குழப்பமான செய்திகளைக் கேட்பது நம் மனதில் பயத்தையும் பதட்டத்தையும் உருவாக்குகிறது. நாம் மிகவும் கவனமாகவும் தகவலறிந்தவராகவும் இருக்க வேண்டிய அவசியத்தைச் சொல்லி அத்தகைய செய்திகளைக் கேட்க வேண்டும் என்று நியாயப்படுத்துகிறோம். இது தேவையில்லை. தடுப்பு நடவடிக்கைகளை மேற்கொள்வது நோய் எதிர்ப்பு சக்தியை அதிகரிக்கும் மற்றும் அரசாங்கம் சொல்வதைப் பின்பற்றுங்கள், அது போதும். இது போன்ற செய்திகளிலிருந்து முடிந்தவரை விலகி இருங்கள்.

மனநல பிரச்சினைகளால் பாதிக்கப்பட்ட இளைஞர்கள்

கே: இன்றைய சூழலில் அதிகமான இளைஞர்கள் ஏன் மனநல பிரச்சினைகளை சந்திக்கிறார்கள்?

அதிகப்படியான தொழில்நுட்பம், அதீதத் தகவல்கள், அது குறித்த அறிவு, உணவுக் கலாச்சாரம் மற்றும் சமநிலையற்ற வாழ்க்கையை நடத்துவதன் காரணமாக இந்த நாட்களில் அதிகமான இளைஞர்கள் மனநல பிரச்சினைகளால் பாதிக்கப்பட்டுள்ளனர்.

இந்த நாட்களில் எல்லாம் நம் விரல் நுனியில் கிடைக்கிறது - செய்தி, தொலைக்காட்சி, விளையாட்டுகள் மற்றும் உறவுகள். கைபேசி / திறன்பேசி என்ற கருவியில் எல்லாம் கிடைக்கிறது. தொழில்நுட்பத்தை வைத்திருப்பது நல்லது என்றாலும், எல்லாவற்றையும் ஒரு சாதனத்தில் வைத்திருப்பது அவ்வளவு சரியானதுமல்ல. உடல் மற்றும் மன திறன்களை சமநிலைப்படுத்துவது என்பதே வாழ்க்கை.

இப்போதெல்லாம், நமது அனைத்து நடவடிக்கைகளிலும் 90 சதவீதம் மன நடவடிக்கைகள். சில உடல் செயல்பாடுகள் கூட மன செயல்பாடுகளாக மாற்றப்படுகின்றன. செய்தித்தாள் அல்லது புத்தகங்கள் படிப்பது கண்களுக்கு நல்லது, ஆனால் அது இந்த நாட்களில் வெகுவாகக் குறைந்து போயுள்ளது. கைபேசிகள் / திறன்பேசிகள் மற்றும் இணைய வழி விளையாட்டுகள் அதிக ஆர்வத்தைத் தூண்டியுள்ளன, மேலும் இளைஞர்கள் வெளியில் சென்று விளையாட்டு மைதானங்களில் விளையாடாமல் சோம்பலாகிவிட்டனர்.

முந்தைய நாட்களில், ஒரு உறவில் இறங்குவது அரிதாக இருந்தது, ஏனெனில் கண்காணிப்புக்கு இடையே நேரில் சந்திக்கவும், பேசவும், தொடர்பு கொள்ளவும் வேண்டியிருந்தது. ஆனால் இப்போதெல்லாம், ஒருவர் இணைய வழி சமூக ஊடக மூலம் பல உறவுகளில் ஈடுபட முடியும். மேலும் உறவுகளை முறித்துக் கொள்வதும் எளிதானது. இதன் விளைவு என்னவென்றால், மக்கள் ஒருவருக்கொருவர் நம்பிக்கையில்லாமலிருப்பதும், பாதுகாப்பற்ற தன்மையோடு வாழ்வதும் இன்றைய வாழ்வியல் முறை என்றாகி விட்டது. இது இன்றைய இளைஞர்களிடையே மனச்சோர்வு, பதட்டம், பயம் போன்ற கடுமையான மனநல பிரச்சினைகளுக்கு வழிவகுக்கிறது.

முந்தைய நாட்களில் இயற்கையான வாழ்க்கை முறை என்னவென்றால், திருமணம் செய்துகொண்டு பின்னர் பாலியல் இன்பங்களில் ஈடுபடுவது, குழந்தைகளைப் பெற்றெடுப்பது, அவர்களை வளர்ப்பது மற்றும் அவர்களுக்கும் சமூக வாழ்வை ஏற்படுத்தித் தருவது. இது பல பொறுப்புகளைக் கொண்டு வந்தது. ஆனால் இப்போதெல்லாம், இளைஞர்கள் திருமணத்திற்கு முன்பே பாலியல் இன்பங்களைப் பெறுகிறார்கள். இந்த இன்பங்களை அவர்கள் அனுபவித்தவுடன், அவர்கள் சலிப்படைந்து உறவுகளை விட்டு வெளியேறுகிறார்கள். உடைமையெனக் கொள்ளும் மன நிலை, தகாத மற்றும் கூடுதல் திருமண விவகாரங்கள் மற்றும் நிதி சுதந்திரம் குறித்து அவர்கள் கவலைப்படுவதால் அவர்கள் திருமணங்களுக்கு பயப்படுகிறார்கள்.

மாறுபட்ட நன்மையளிக்கும் செயல்பாடுகளுடன் வாழ்க்கையை சமநிலைப்படுத்துவது முக்கியம். கல்வி, தொழில் மற்றும் தொழில் சார்ந்த வாழ்க்கையில் விளையாட்டு, சமூக சேவை, கலாச்சார நடவடிக்கைகள், இயற்கை விழிப்புணர்வு நடவடிக்கைகள், யோகா மற்றும் தியானம் ஆகியவற்றை கவனமாக திட்டமிட்டு கட்டாயமாக்குவதன் மூலம் அரசாங்கங்கள் ஒரு நல்ல மாற்றத்தை கொண்டு வர முடியும்.

இணைய பயன்பாட்டு நேரங்களை நிர்ணயிப்பதன் மூலம் மொபைல் மற்றும் இணைய பயன்பாட்டையும் கட்டுப்படுத்த வேண்டும். ஆன்லைனில் விளையாடுவது, சமூக வலைப்பின்னல் நேரம், ஆன்லைனில் அரட்டை அடிப்பது போன்ற சில நடவடிக்கைகள் ஓரளவிற்கு கட்டுப்படுத்தப்பட வேண்டும். உடல் சார்ந்த, இயற்கை மற்றும் கலாச்சார நடவடிக்கைகள் ஊக்குவிக்கப்பட வேண்டும்.

இந்த பிரச்சினையில் உணவும் முக்கிய பங்கு வகிக்கிறது. ஒரு குறிப்பிட்ட நாட்டில் இயற்கையாய் கிடைக்கும் உள்ளூர் உணவுகள் ஊக்குவிக்கப்பட வேண்டும். உடலுக்குத் தீங்கு விளைவிக்கும் குப்பை உணவுகளுக்கு பதிலாக வீட்டு உணவுகளை ஊக்குவிக்க வேண்டும். மேலே உள்ள எல்லாவற்றிலும் ஒரு நல்ல சமநிலை முக்கியமானது. அவ்வாறு கடைபிடிப்பது வாழ்க்கையில் வெற்றி மற்றும் திருப்திக்கு வழிவகுக்கிறது.

திருமணத்தை வளர்ப்பது

கே: இந்த நாட்களில் பல திருமணங்கள் ஏன் தோல்வியடைகின்றன? திருமணத்திற்குப் பிறகு உறவின் மீதான ஆர்வம் ஏன் வேகமாக குறைகிறது?

திருமணத்திற்கு முன், உறவில் உள்ள இருவரும் ஒருவரையொருவர் எப்போதாவது சந்திப்பதால் உற்சாகமாக சந்திக்கிறார்கள். பெற்றோர் அல்லது சமுதாயக் கட்டுப்பாட்டால் அவை கட்டுப்படுத்தப்படலாம். அவர்களின் சில மணி நேர சந்திப்புகள் சுவாரஸ்யமாக இருப்பதால் 24x7 ஒன்றாக இருப்பது மிகவும் உற்சாகமாக இருக்கும் என்று அவர்கள் தவறாக கருதுகிறார்கள். ஆனால், அவர்கள் திருமணம் செய்து கொண்டதும், இணையர் 24x7 மணி நேரமும் உடன் இருக்கிறார். ஒரே இணையருடன் இருப்பதால் உடல் இன்பங்கள் குறைகின்றன. எரிச்சல், வாதம், அந்தந்த பெற்றோரைப் பாதுகாத்தல் போன்ற காரணங்களை மனம் தேடுகிறது. இவை அனைத்தும் மொத்த எரிச்சலுக்கும் சலிப்புக்கும் வழிவகுக்கிறது. எனவே, ஆரம்பத்தில் சுவாரஸ்யமானதாகத் தோன்றியது எளிதில் கிடைப்பதாலும், சில இன்பங்களை நிறைவேற்றியதாலும் சலிப்பை ஏற்படுத்துகிறது.

பாரம்பரியமாக, கலாச்சார நிர்பந்தங்களால் என்ன நடந்தாலும் பெண்கள் ஒரு இணையருடன் நேர்மையாக இருப்பது பழக்கமாக இருந்தது. அவர்கள் ஒருவனுக்கு ஒருத்தி என்ற தத்துவத்தின் அடிப்படையில் வாழ்ந்து வந்தனர். ஆனால் இப்போதெல்லாம், அது அவர்கள் கணவரின் செயல்பாட்டினையும் அவர்கள் கணவரால் எப்படி நடத்தப்படுகிரார்கள் என்பதை அடிப்படையாக் கொண்டு நிகழ்கிறது. அது மோசமாக இருந்தால், பெண்களும் உறவை விட்டு விலகுவது பற்றி சிந்திக்கிறார்கள். யாராவது அவர்களிடம் நட்பாக இருந்தால், அவர்கள் வேறொரு உறவில் இறங்க விரும்புகிறார்கள்.

திருமண உறவில் தொடர்வது அல்லது தொடராமல் இருப்பது பாலியல் ஆர்வம், கலாச்சார பிணைப்பு, சமூகத்தில் கெட்ட பெயருக்கு பயம் மற்றும் மிக முக்கியமாக குழந்தைகளின் நலன், உணர்ச்சிகள் மற்றும் குழந்தைகள் மீதான அன்பு ஆகியவற்றைப் பொறுத்தது. பின்வருவனவற்றைப் புரிந்துகொண்டு ஏற்றுக்கொள்வதன் மூலம் திருமண உறவை வளர்த்தெடுக்கலாம்:

1. இணையரின் / வாழ்க்கைத் துணையின் எளிதாக 24 x 7 மணி நேரமும் கிடைப்பது ஒரு திருமணத்தை சலிப்படையச் செய்கிறது. முந்தைய உற்சாகம் நிச்சயமாக இல்லாததாக இருக்கும்.
2. திருமணத்திற்குப் பிறகு வாதங்களும், என்னுடையது என்ற உடைமை உணர்வும் இருக்கும்.
3. பாலியல் இன்பம் / உறவு என்பது திருமணத்தின் ஒரு சிறிய அம்சமாகும். அது எல்லாம் இல்லை.
4. நல்ல மனசாட்சியுடன் இருக்கும் ஒரு வாழ்க்கைத் துணையை தேர்வு செய்க, இதனால் குழந்தைகளிடம் அன்பு, உணர்வுப் பிணைப்பு மற்றும் நலன் ஆகியவை உங்களை நீண்ட காலம் ஒன்றாக இருக்க வைக்கும்.
5. சமூகப் பொறுப்புடைய, சமூகத்தில் ஏற்படும் பெயருக்கு முக்கியத்துவம் தந்து செயல்படும் ஒரு வாழ்க்கைத் துணையை தேர்வு செய்க.
6. கலாச்சாரத்தை கடைபிடிக்கும் ஒரு இணையரைத் தேர்வுசெய்க.
7. கணவன்-மனைவி உறவு என்பது தேவைப்படும் போதெல்லாம் உணர்ச்சிபூர்வமான ஆதரவைப் பெறுவதாகும். திருமணம் என்ற கருத்துக்கு இதுவே முக்கிய காரணம். பெரும்பாலான மனிதர்கள் உயிர்வாழ்வதற்கு உணர்ச்சிபூர்வமான ஆதரவு தேவைப்படுகிறது, அதனால்தான் திருமணங்கள் உருவாக்கப்பட்டுள்ளன. குறிப்பாக இணையர்கள் வயதாகிவிட்ட பிறகு, பாலியல் ஆர்வங்கள் இருக்காது. ஆனால் அவர்கள் மகிழ்ச்சியுடன் வாழ ஒருவருக்கொருவர் உணர்ச்சி ஆதரவு தேவை.

உணர்ச்சிகளைக் கட்டுப்படுத்த தனித்து வாழ்தல்

கே: என் உணர்ச்சிகளை என்றென்றும் கட்டுப்படுத்த தனித்து வாழ்தல் உதவுமா?

இப்போதெல்லாம், நிறைய பேர் திருமணம் செய்து கொள்ளப் பயப்படுகிறார்கள். காரணம், அவர்கள் இளம் வயதில் உறவுகளில் இறங்கி அதை ஆரம்பத்தில் அனுபவிக்கிறார்கள். அவர்கள் அதை அனுபவித்தவுடன், அவர்கள் அதில் சலிப்படைந்து விடுகிறார்கள்.

இரண்டாவதாக, பெரும்பாலான இளைஞர்கள் ஏற்கனவே எனது என்ற உடைமை உணர்வு, உணர்ச்சிகள், பாதுகாப்பின்மை, பதட்டம், மனச்சோர்வு போன்றவற்றால் நிரப்பப்பட்டிருக்கிறார்கள். அவர்களுக்கு உறவுகள் ஏற்படும் போது, இந்த பிரச்சினைகள் வெளிவந்து பயமுறுத்துகின்றன. உங்கள் மகிழ்ச்சி மற்றவர்களின் உணர்ச்சிகள், எதிர்பார்ப்புகள், அன்பு, கருத்துகள் போன்றவற்றைப் பொறுத்து இருக்கும்போது, நீங்கள் அதைப் பற்றி அழுத்தமாகவும் கவலையுடனும் இருப்பீர்கள். எனவே, நமது மகிழ்ச்சி மற்றவர்களின் செயல்களைச் சார்ந்து இருக்கக்கூடாது என்று ஒரு முடிவை எடுத்து தனிமையில் இருக்க முடிவு செய்கிறார்கள்.

மனித வாழ்க்கையின் சாராம்சம் குடும்பங்கள், குழந்தைகள், உணர்ச்சிகள், இணைப்பு போன்றவற்றைப் உள்ளடக்கியதே. இதை நீங்கள் கொண்டிருக்க வேண்டும். பணம், பதவி மற்றும் புகழ் மூலம் நீங்கள் வெற்றி பெற முடியும். ஆனால் மனித வாழ்க்கையின் சாராம்சம் இல்லாமல், உங்கள் வாழ்க்கை நிறைவேறாது. எனவே திருமணம், குடும்பம், குழந்தைகள், உணர்ச்சிகள், காதல் மற்றும் இணைப்புகளை அனுபவிப்பது முக்கியம். மனதைப் புரிந்து கொண்டும் சரியான வழியில் பயன்படுத்தியும் இவை அனைத்தையும் நீங்கள் மகிழ்ச்சியாக அனுபவிக்க முடியும்.

தியானம் மற்றும் சுவாச அடிப்படையிலான மூச்சுப் பயிற்சிகளின் கலவையுடன் கூடிய ஆன்மீக நடைமுறைகள், வாழ்க்கையின் அழகிய உணர்தலுக்குள் வரவும், உணர்ச்சிகளைக் கட்டுப்படுத்தவும், எதிர்பார்ப்புகள் இல்லாமல் இருக்கவும், நன்மைக்காக நடப்பது போல் விஷயங்களை ஏற்றுக்கொள்ளவும் உதவும். இந்த வகையான மனநிலையை அனுபவிக்க தனிமையில் இருக்க வேண்டிய அவசியமில்லை.

அ.தி.ராஜ்குமார்

ஆரோக்கியமான பெற்றோர்-குழந்தை உறவு

கே: பல பெற்றோர்-குழந்தை உறவுகள் ஆரோக்கியமாக இல்லாதது ஏன்?

சில பெற்றோர் - குழந்தை உறவுகள் ஆரோக்கியமானதாகவும் மகிழ்ச்சியாகவும் இருக்க அவர்களின் ஏற்றுக் கொள்ளும் இயல்பே முக்கிய காரணமாகிறது. பெற்றோர்-குழந்தை உறவில் ஒருவருக்கொருவர் எவ்வளவு இனிமையாக இருந்தாலும், சில கஷ்டங்களும் குறைபாடுகளும் எப்போதும் இருக்கும். இருப்பினும், இருவரும் ஏற்றுக்கொள்ளும் மனப்பான்மையைக் கொண்டிருந்தால், நீங்கள் ஒரு நல்ல உறவைப் பெறலாம். பெற்றோர்கள் தங்கள் கலாச்சாரத்தையும் மதிப்புகளையும் தங்கள் குழந்தைகளில் உட்பொதிக்க வேண்டும். ஆனால் அதைச் சிறப்பாகச் செய்ய, பெற்றோர்கள் உணர்ந்து ஏற்றுக் கொள்ள வேண்டிய சில உண்மைகள் உள்ளன.

திருமணத்திற்குப் பிறகு குழந்தைகளைப் பெற்றெடுப்பது ஒரு பணியாக நாம் நினைக்கிறோம். சிலர் தங்கள் உடல் திறன்களுக்கு ஒரு சான்று போல சமூகத்திடம் காட்டிக் கொள்ள குழந்தைகளை விரும்புகிறார்கள். இது ஒரு "தான்" என்ற அகங்கார பிரச்சினை ஆகும். சிலர் மற்றவர்களிடம் குழந்தை இருப்பதால் தாங்களும் குழந்தைகளைப் பெற விரும்புகிறார்கள். ஒரு குழந்தையைப் பெறுவதில் ஆரோக்கியமான, உற்சாகமான ஆர்வம் இருப்பது முக்கியம், உங்கள் பொருட்டு - சமூகத்துக்காக அல்ல, குழந்தைகள் இரு பெற்றோரின் சந்ததியினர் என்பதை முழு மனதுடன் ஏற்றுக்கொள்வது மிக மிக அவசியமாகும்.

குழந்தைகள் உங்கள் மரபணுக்கள் மற்றும் இரத்தம் என்றாலும், அவற்றை சொந்தமாக்க முயற்சிக்காதீர்கள். உங்களைப் போலவே அவர்களுக்கு உணர்ச்சிகளும் உணர்வுகளும் இருக்க வேண்டும் என்று நினைக்க வேண்டாம். குழந்தைகளுக்கு அவர்களின் சொந்த உணர்ச்சிகள், ஆர்வங்கள் மற்றும் தனியுரிமை தேவை. உங்கள் குழந்தைக்கு உங்கள் குணம், அம்சங்கள் மற்றும் அணுகுமுறைகள் அனைத்தும் இருக்க வேண்டும் என்று நினைக்க வேண்டாம். ஒவ்வொரு குழந்தைக்கும் அதன் சொந்த வழி உள்ளது மற்றும் உங்கள் உடல் குழந்தைகள் இவ்வுலகுக்கு வந்து சேர ஒரு பாதுகாப்பான ஊடகமே.

நிச்சயமாக குழந்தைகள் மீது உங்கள் செல்வாக்கு இருக்கும், ஆனால் நீங்கள் விரும்பும் அளவிற்கு அல்ல. உங்கள் அன்பை அவர்களுக்கு வழங்குங்கள், ஆனால் எதிர்பார்ப்புகள் இல்லாமல். சில காலங்களில், குழந்தை வளர்ந்து, ஓய்வின்றி பரபரப்படைந்து விடுவார்கள், உங்களுக்காக சிறிது நேரம் மட்டுமே அவர்களிடம் இருக்கும். இதை நீங்கள் ஏற்க வேண்டும். உங்கள் பெற்றோருக்கு என மிகக் குறைந்த நேரம் உங்களிடம் இருந்ததை நினைவில் கொள்ளுங்கள். இதை உணர்ந்து அதற்கேற்ப வாழ வேண்டும். அதிகப்படியான உரிமையும் எதிர்பார்ப்புகளும் உங்களை வருத்தமடையச் செய்து, உங்கள் குழந்தைகளுடனான உங்கள் உறவை அழித்துவிடும்.

பெற்றோருக்கு செவி சாய்ப்பதில்லை

கே: குழந்தைகள் ஏன் தங்கள் பெற்றோரை விட மற்றவர்களிடம் அதிகம் கேட்கிறார்கள்?

குழந்தைகள் தங்கள் சொந்த பெற்றோரை விட மற்றவர்களிடம் அதிகம் கேட்க சில காரணங்கள்:

1. அருகிலேயே வாழ்வது - நாளின் ஒவ்வொரு தருணத்திலும் பெற்றோர்கள் என்ன செய்கிறார்கள் என்பதை குழந்தைகளுக்குத் தெரியும். பெற்றோர் எல்லா நேரத்திலும் 100% சரியானவர்கள் அல்ல. ஆகவே, அவர்கள் தங்கள் குழந்தைகளை குறைபாடுகளின்றி பரிபூரணமாக இருக்கச் சொல்லும் போது, அவர்கள் கேட்க மாட்டார்கள், ஏனென்றால் பல சூழ்நிலைகளில் பெற்றோர்கள் குறைபாடுகளுடன் இருப்பதைக் காண்கிறார்கள்.

2. எளிதாக கிடைப்பது - குழந்தைகள் பெற்றோருடன் அதிக நேரம் இருப்பதால் அவர்கள் உற்சாகமாக இல்லை. ஒரு பெற்றோர் நாட்டை விட்டு வெளியேறி ஒரு மாதத்திற்குப் பிறகு திரும்பி வந்தால், குழந்தைகள் பெற்றோரைப் பார்க்க உற்சாகமாக இருப்பார்கள். வெளியாட்கள் மிகவும் அரிதாகவே காணப்படுகிறார்கள், எனவே அவர்களைப் பார்ப்பது குழந்தைகளுக்கு உற்சாகமாக இருக்கிறது. மற்றவர்களும் அவர்களுடன் வாழ வந்தால், அவர்களுடனும் சலிப்படையத் தொடங்குவார்கள்.

3. உணர்ச்சி ரீதியான இணைப்பு - பெற்றோர்கள் தங்கள் குழந்தைகளுடன் உணர்ச்சிப் பூர்வமாக இணைந்திருப்பதால், குழந்தைகள் உணர்ச்சிப் பூர்வமாகப் பெற்றோரைப் பயன்படுத்திக் கொள்ளலாம். குழந்தைகளின் உணர்ச்சி ரீதியான இணைப்பு காரணமாக பெற்றோர்கள் குழந்தைகளுடன் மிகவும் கண்டிப்பாக இருக்க முடியாது. குழந்தைகள் ஏதாவது தவறாய் சொல்லும் போது அல்லது தவறு செய்யும் போது, உணர்ச்சிப் பூர்வமான இணைப்பு காரணமாக பெற்றோர்கள் " வேண்டாம் அல்லது கூடாது" என்று சொல்லத் தவறி விடுகிறார்கள், இது ஒரு குறிப்பிட்ட காலப்பகுதியில் நிறைய சிக்கல்களுக்கு வழிவகுக்கிறது. தங்கள் விசயங்களை நிறைவேற்றிக் கொள்ள குழந்தைகள் உணர்ச்சிப் பூர்வமாக அச்சுறுத்தலாம். நீங்கள் உணர்ச்சி ரீதியாக நெருக்கமாக இருக்கும் போது வாதங்கள், எதிர்பார்ப்புகள் மற்றும் உடைமை

உணர்வு ஆகியவை இருக்கும் என்பது இயற்கையானது. இது குழந்தைகள் பெற்றோரின் சொல்லுக்கு செவி சாய்க்காமலோ அல்லது பெற்றோருடன் சரியாக நடந்து கொள்ளாமலோ வாழ வழிவகுக்கிறது.

ஒட்டுமொத்த பெற்றோர்கள் தங்களின் சிறந்த நலம் விரும்பிகள் என்பதை உணர்ந்து அவற்றைக் குழந்தைகள் கேட்க ஆரம்பிக்க வேண்டும். அந்த பொறுப்பை உணர்ந்து பெற்றோர்கள் நல்ல வழிகாட்டியாக நடந்து கொள்ள வேண்டும்.

உணர்ச்சிகரமான வலியைச் சமாளித்தல்

கே: நம் வாழ்வில் வெவ்வேறு சூழ்நிலைகளின் விளைவாக ஏற்படும் உணர்ச்சிகரமான வலியைச் சமாளிக்க நாம் என்ன செய்ய முடியும்?

உணர்ச்சிகரமான வேதனையை நாம் பல வடிவங்களில் அனுபவிக்கிறோம் - புண்படுத்தும் கருத்துக்கள், நிறைவேறாத எதிர்பார்ப்புகள், அன்புக்குரியவர்களிடமிருந்து பிரித்தல், சில உண்மைகளை ஏற்றுக் கொள்ள இயலாமை, நம் கடமையைச் செய்யாததற்கு வருத்தம், எதையாவது இழந்து விட்டதாக உணர்தல் மற்றும் காதல் உறவுகளில் ஏற்படும் தோல்வி.

இந்த சூழ்நிலைகளில் வலியைக் கடக்க சில வழிகள் இங்கே:

1. புண்படுத்தும் கருத்துகள் - இதைச் செய்கிற நபரிடம் பச்சாதாபம் கொள்ளுங்கள். சூழ்நிலைகள் மற்றும் சந்தர்ப்பங்களால் மக்கள் மன நிலை மற்றும் செயல்படும் விதம் வளர்த்தெடுக்கப்படுகிறது என்பதை அறிந்திடுங்கள். எல்லோருடைய இயல்பும் வித்தியாசமானது என்பதை நினைவில் கொள்வதும் உதவும்.

2. எதிர்பார்ப்புகள் - சில உண்மைகளை ஏற்றுக்கொள்ள இயலாமை அல்லது எதையாவது இழந்துவிட்டதாக உணர்தல். யாரோ அல்லது ஏதாவது ஒன்று உங்கள் எதிர்பார்ப்புகளை பூர்த்தி செய்யத் தவறும்போது, அது பல்வேறு சூழ்நிலைகள் மற்றும் சந்தர்ப்பங்கள் காரணமாக நடக்கிறது. உங்கள் எதிர்பார்ப்புகளின்படி அது நடக்கும் வரை மகிழ்ச்சியாக இருங்கள். அது இல்லாத போது, அதை ஏற்றுக்கொள்ள கற்றிடுங்கள்.

3. ஏற்றுக்கொள்வது ஒரு உடனடி அழுத்த நிவாரணியாகும். அதுவும் அது நமது உயர்ந்த நன்மைக்காக நடந்ததைப் போல ஏற்றுக் கொள்ள வேண்டும்.

4. அன்புக்குரியவர்களிடமிருந்து பிரித்தல் அல்லது காதல் உறவின் தோல்வி - மற்ற அன்பானவர்களுடன் இருக்க முயற்சிக்கவும். அந்த நபரிடமிருந்து விலகிச் செல்வதை அல்லது தூரமாவதை ஏற்றுக்கொள்ளவும், சிறிது காலம் கழித்து, நீங்கள் புதிய சூழ்நிலைகளுக்கும் சந்தர்ப்பங்களுக்கும் பழகுவீர்கள். நீங்கள்

வலுவாக வளருவீர்கள். காலப்போக்கில் நீங்கள் முன்பை விட நன்றாக உணர ஆரம்பிப்பீர்கள் என்று நம்புங்கள்.

5. ஏதாவது செய்யாததற்கு வருத்தம் - குற்றமின்றி இதை முழுமையாக உணர்ந்து வருத்தப்படவும். இது இனிமேல் நடக்காது என்பதை இது உறுதி செய்யும். நீங்கள் செய்ய விரும்பும் எதையும் – சமூக நெறிமுறைகளுக்கு உட்பட்டு இருந்தால் விரைவில் செய்யுங்கள். உடனடியாக செய்யுங்கள். நீங்கள் தாமதப்படுத்தினால், அதைத் தொந்தரவு செய்வதற்கும் தள்ளிப்போடுவதற்கும் சில சிந்தனைகள் வரும்.

பொதுவாக, உங்களுக்கு வலிமிகுந்த எண்ணங்கள் இருக்கும்போதெல்லாம், அந்த எண்ணங்களை வெறுமையாக்குங்கள். அதைவளர்ப்பதுபோல்நீங்கள்நினைத்தால்,அதைச்செய்யவேண்டாம். அது வரும்போதெல்லாம் அதைத் தொடர்ந்து வெறுமையாக்குவது, இந்த எண்ணங்கள் உங்கள் மனதில் இருந்து மங்கிவிடும் ஒரு கட்டத்திற்கு வழிவகுக்கும். சுவாச அடிப்படையிலான மூச்சுப் பயிற்சிகள் மற்றும் தியானம் உங்கள் மனதை அமைதிப்படுத்தவும் உணர்ச்சிகளை வெல்லவும் உதவும்.

நெருங்கிய உறவுகளில் தவறான புரிதல்

கே: மிக நெருக்கமான உறவுகளில் அதிக தவறான புரிதலும் ஆழமான தொடர்பின்மையும் இருப்பதாக ஏன் தெரிகிறது?

மிகவும் நெருக்கமான நபர்கள் தங்களுக்குள் பெரிய எதிர்பார்ப்புகளையும் உணர்ச்சிகளையும் கொண்டிருக்கிறார்கள். இது உணர்ச்சிகள் மற்றும் எதிர்பார்ப்பு நிலைகளுக்கு உட்பட்டது. அவர்களுக்கு இடையேயான நம்பிக்கை நல்லதாக இருந்தால், சிறிய விஷயங்களில் அவர்களுக்கு தவறான புரிதல்கள் இருக்காது. இருப்பினும், சிறிய தவறான புரிதல்கள் ஒன்றிணைந்து ஒரு பெரிய தாக்கத்தை ஏற்படுத்தும். அந்த சந்தர்ப்பங்களில், ஒருவருக்கொருவர் மனம் விட்டுப் பேச வேண்டும், அந்த அவநம்பிக்கையை அழிக்க வேண்டும். இல்லையெனில், ஒரு சிறிய தவறான புரிதல் பெரியதாக வளரக்கூடும். ஒருவருக்கொருவர் பேச விரும்பாத அளவிற்கு அது வளரக்கூடும். உறவுகள் நெருக்கமாக இருக்கும் போது, தவறான புரிதல்களை வெளியேற்றாமல் வளர நீங்கள் அனுமதித்தால், நிரந்தர பிரிந்து போவதற்கு பெரிய வாய்ப்பு உள்ளது.

உடல் ரீதியாகவோ அல்லது மன ரீதியாகவோ அவர்களை இழந்துவிடுவோமோ என்ற பயம் அல்லது பதட்டம் காரணமாக நீங்கள் விரும்பும் நபரைப் பற்றி நிறைய எதிர்மறை மற்றும் கவலையான எண்ணங்கள் இருப்பது பொதுவானது. குழந்தைகளின் நலனில் அக்கறை கொண்ட பெற்றோருக்கு இது நிகழலாம்.

நீங்கள் விரும்பும் ஒரு நபரைப் பற்றி நீங்கள் எதிர்மறையான எண்ணங்களை மட்டும் கொண்டிருந்தால், அந்த நபரைப் பற்றி நீங்கள் நல்ல எண்ணங்களை சிந்திக்க முடியாவிட்டால், உங்களிடம் நிறைய எதிர்மறை தன்மை இருக்கிறது என்று அர்த்தம். உங்கள் எதிர்மறை எண்ணங்கள் மற்றவர்களுக்கு தீங்கு விளைவிக்காமல் போனாலும், அது நிச்சயமாக உங்கள் மனநலத்திற்கும் ஆரோக்கியத்திற்கும் நல்லதல்ல, ஏனெனில் நீங்கள் எப்போதும் பயத்திலும் பதட்டத்திலும் வாழ்வீர்கள். இது உங்களுக்கும் மற்ற நபருக்கும் இடையிலான உறவிலும் தாக்கத்தை ஏற்படுத்தும். பயம் மற்றும் பதட்டம் காரணமாக நீங்கள் அவர்களுடன் இனிமையான உரையாடல்களை நிகழ்த்த முடியாது, மேலும் நீங்கள் பேசும் விதத்தில் அவர்கள் எரிச்சலடைவார்கள்.

இதற்கு தீர்வு ஒருவருக்கொருவர் அன்பு மற்றும் உதவியுடன் இருத்தலும் அத்தோடு அதிக உணர்ச்சிகள் மற்றும் எதிர்பார்ப்புகள் இல்லாமல் இருத்தலுமே ஆகும். எதிர்மறை எண்ணங்களைக் கடக்க, தேவையற்ற எண்ணங்கள் வரும்போதெல்லாம் அவற்றை வெறுமையாக்க வேண்டும். அவற்றை மேலும் வளர்க்கவோ அல்லது தீர்க்கவோ வேண்டாம். அவ்வெண்ணங்கள் வரும்போதெல்லாம் அவற்றைக் காலி செய்வது இந்த எண்ணங்கள் உங்கள் மனதில் இருந்து மங்கிவிடும் ஒரு கட்டத்திற்கு வழிவகுக்கும். தொடர்ச்சியான தியானப் பயிற்சி இதை மிக எளிதாக அடைய உதவுகிறது. தியானம் மற்றும் சுவாசப் பயிற்சிகள் உணர்ச்சிவயப்படுதலைக் கட்டுப்படுத்தவும், பல எதிர்பார்ப்புகள் இல்லாமல் உறவுகளில் தொடர்ந்து அன்பாகவும் இருக்க உதவுகின்றன.

நேசித்தவரை இழந்த பின்னர் மனச்சோர்வை சமாளித்தல்

கே: என் அம்மா காலமானார், நான் அவரை மிகவும் நேசித்தேன். அவருடைய இழப்பு என்னை மிகவும் மனச்சோர்வடையச் செய்கிறது. இந்த இழப்பை எவ்வாறு சமாளிப்பது என்று சொல்லுங்கள்.

நேசிப்பவரின் மரணம் போன்ற நிகழ்வுகளுக்குப் பிறகு வலுவான உணர்ச்சிகள் ஏதுமின்றி இருப்பது மிகவும் கடினம். இருப்பினும், மிகப் பெரிய நன்மை என்னவென்றால், இந்த நிகழ்வுகளுக்குப் பிறகு ஒருவர் உளவியல் ரீதியாக வலுவாக மாறுகிறார். ஏற்றுக்கொள்ளாத காரணத்தினாலும், "இது எனக்கு ஏன் நடக்கிறது?" போன்ற ஒரு சிந்தனையின் காரணமாகவும் அத்தகைய நல்மாற்றத்தைக் கவனிப்பதில்லை.

நேசிப்பவரை இழந்து வாடும் தருணங்களில், "நிகழ்வதை ஏற்றுக்கொள்வது" என்ற மனநிலை ஒரு பெரிய தீர்வாகும். உங்கள் வாழ்க்கையில் என்ன நடந்தாலும் அதை முழுமையாக ஏற்றுக்கொள்ளுங்கள். அது, நீங்கள் மனச்சோர்வடைந்த போதெல்லாம் மன அழுத்தம் மற்றும் பதட்டத்திலிருந்து உடனடி நிவாரணம் அளிக்கிறது. எதிர்மறை எண்ணங்கள் வரும்போது, அதை வெறுமையாக்குங்கள். அவற்றை வளர்ப்பது அல்லது தீர்ப்பது போல் நீங்கள் உணரும்போது, அந்த எண்ணங்களை வெறுமை செய்யுங்கள். அவை வரும்போதெல்லாம் அவற்றை அப்படியே வெறுமையாக்கி விட்டுவிடுவது இந்த எண்ணங்கள் உங்கள் மனதில் இருந்து மங்கிவிடும் ஒரு கட்டத்திற்கு வழிவகுக்கும். தேவையற்ற எண்ணங்களை எளிதில் வெளியேற்ற தியானம் உங்களுக்கு உதவுகிறது. தியானம் மற்றும் சுவாச அடிப்படையிலான மூச்சுப் பயிற்சிகள் உங்களுக்கு நிகழ்காலத்தில் இருக்கவும், உணர்ச்சிகளைக் கட்டுப்படுத்தவும், எதிர்பார்ப்புகள் இல்லாமல் உங்கள் கடமைகளைச் செய்யவும், இழப்பை உங்கள் நன்மைக்காக நடப்பதைப் போல ஏற்றுக்கொள்ளவும் உதவுகின்றன.

நீங்கள் அமைதியான மற்றும் உணர்ச்சி வயப்படாத மனதை உருவாக்கினால், இந்த சூழ்நிலையின் மிகப்பெரிய நன்மையையும் நீங்கள் உணருவீர்கள். எல்லா உறவுகளும் நட்பும் பரஸ்பரம் மற்றும் தற்காலிகமானது என்பதை நீங்கள் உணருவீர்கள். எந்தவொரு

உறவிலும் உங்கள் அன்பு, பணம், மரியாதை அல்லது வேறு எதையும் நீங்கள் திருப்பித் தரவில்லை என்றால், நீங்கள் ஒரு பாதகமாக நிலையில் தான் இருப்பீர்கள். எல்லாம் நிபந்தனைக்கு உட்பட்டதே. உங்கள் பெற்றோரின் அன்பு கூட நிபந்தனைக்குட்பட்டது. உதாரணமாக, நீங்கள் சில குற்றச் செயல்களைச் செய்தால், அது உங்கள் பெற்றோரை சிக்கலில் ஆழ்த்தினால், அவர்கள் உங்களுக்கு முதல் முறையாக அறிவுரை வழங்கலாம் மற்றும் பாதுகாக்கலாம். ஆனால் நீங்கள் அதை ஒரு போதைப் பழக்கத்தைப் போல மீண்டும் மீண்டும் செய்தால், அவர்கள் உங்களிடமிருந்து விலகத் தொடங்குவார்கள். ஒவ்வொருவரும் தங்களது வாழ்க்கையை சில நெறிமுறைகள், கடமைகள், மற்றவர்களுக்கான சேவை, அன்பு, பணம் போன்றவற்றுடன் வாழ வேண்டும். நீங்கள் இதிலிருந்து விலகினால், உங்கள் நெருங்கிய உறவுகள் கூட உங்களுடன் தொடராது.

பெற்றோர், மனைவி, குழந்தைகள், நண்பர்கள் போன்றவர்களைக் கொண்டிருப்பதன் நன்மை என்ன என்று நீங்கள் ஆச்சரியப்படுவீர்கள். நீங்கள் அதில் ஆழமாகச் சென்றால், அவர்களைக் கொண்டிருப்பது அல்லது இல்லாதிருப்பது ஒன்றே ஒன்றுதான் என்பது உண்மைதான். விதிகள் இரண்டிற்கும் ஒன்றுதான். அவற்றை வைத்திருப்பது ஒரு ஆதரவு. ஆனால் இந்த உண்மை உங்களை சில நேரங்களில் பொறுப்பற்றவராகவும் சோம்பலாகவும் மாற்றக்கூடும். எந்த ஆதரவும் இல்லாமல், நீங்கள் பலமடைய அதிக வாய்ப்பு இருக்கலாம்.

என்னைப் பற்றிய மற்றவர்களின் கருத்துக்களை மாற்றுவது

கே: என்னைப் பற்றி மற்றவர்கள் சரியான விஷயங்களை சிந்திக்க நான் என்ன செய்ய முடியும்? சில நேரங்களில் நான் அதைச் சரியாகச் செய்ய எவ்வளவு முயன்றாலும், அவர்களின் பார்வை மாறுவதாகத் தெரியவில்லை.

ஒவ்வொருவரின் இயல்பு மற்றும் அவர்கள் விஷயங்களைப் பார்க்கும் விதம் வேறுபடுகின்றன. மற்றவர்களின் கருத்துக்களுக்கு ஏற்ப நீங்கள் மாறினால், அவர்கள் உங்கள் வாழ்க்கையை வாழ நீங்கள் அனுமதிக்கிறீர்கள். ஒவ்வொருவரின் சூழ்நிலைகளும் சந்தர்ப்பங்களும் ஒரு குறிப்பிட்ட பொருள், நிலைமை அல்லது நபரை வேறு பரிமாணத்தில் பார்க்க வைக்கின்றன. உங்கள் கருத்துக்களுக்கு ஏற்ப வாழுங்கள் – அது சமூக நெறிமுறைக்கு உட்பட்டு இருக்குமானால்.

நீங்கள் செய்வது தவறு என்றால், உங்களைப் பற்றிய மற்றவர்களின் கருத்துக்கள் எதிர்மறையாக இருக்கும். இந்த விஷயத்தில், நீங்கள் உங்களை மாற்றிக் கொள்ள வேண்டும். உணர்தல் நிலைக்குச் செல்லுங்கள்; தவறாமல் தியானம் செய்வதன் மூலம் உங்கள் மனதை அமைதிப்படுத்துங்கள். அமைதியான மனதுடன் நீங்கள் உணர்ந்தவுடன், உங்களை நீங்களே மாற்றிக் கொள்ளலாம். உங்களை நோக்கிய மற்றவரின் பார்வை இயல்பாகவே மாறும்.

உங்களின் மாற்றம் மற்றும் நல்ல செயல்களுக்குப் பின்பும் மற்றவரின் பார்வை மாறவில்லை என்றால், அதைப் பற்றி கவலைப்பட வேண்டாம். நீங்கள் சமூக நெறிமுறையுடனும் நல்ல காரியங்களைச் செய்யும் போதும், பெரும்பாலான மக்கள் உங்களை நோக்கி நல்லவர்களாக இருப்பார்கள். சிலர் தங்கள் பார்வையை மாற்றவில்லை என்றால், அது அவர்களின் தவறு. நீங்கள் நல்லவராகவும், நல் வழிமுறைகளைப் பின்பற்றுபவராகவும் இருக்கும் போது, யாருடைய கருத்துக்களையும் பற்றி நீங்கள் கவலைப்பட வேண்டியதில்லை.

நோய் அறிகுறிக்கான தகவல்களை இணையத்தில் தேடும் மனப்பாங்கு

கே: தொற்றுநோய் மற்றும் அறிகுறிகளைப் பற்றி நான் இணையத்தில் தேடுகிறேன், ஏனென்றால் அதைப் பற்றி மேலும் தெரிந்து கொள்ளவும் அதைத் தடுக்கவும் விரும்புகிறேன். நான் எவ்வாறு தகவல்களை அறிந்தவராகவும் மற்றும் பயமற்றவராகவும் இருக்க முடியும்?

நோய்களின் அறிகுறிகள் மற்றும் அவை எவ்வாறு பல்வேறு வழிகளில் பரவுகின்றன என்பது பற்றி பைத்தியம் போல் இணையத்தைத் தேடுபவர்கள் இருக்கிறார்கள். இது அந்த நபரை பைத்தியமாக்கலாம். இத்தகைய மன நிலை உங்களை கவலையடையச் செய்து, உங்களில் ஒரு பயத்தை உருவாக்குகிறது. நோய்கள் வருவதற்கு அச்சமே முதலிடத்தில் உள்ளது. ஒரு நோய் இல்லாத ஆனால் அதைப் பற்றி அடிக்கடி சிந்திக்கும் நபர்கள், நோய் வருவதற்கான 70% வாய்ப்பைக் கொண்டிருப்பதாக புள்ளிவிவரங்கள் காட்டுகின்றன.

மேலும், நீங்கள் இணையத்தில் தேடும்போது, நிறைய பேர் தங்கள் வசதி, இயல்பு, தனிப்பட்ட மற்றும் வணிக நலன்களுக்கு ஏற்ப பல்வேறு கருத்துக்களைக் கொடுக்கிறார்கள். அது நிச்சயமாக உங்களை குழப்பிவிடும். சில உண்மையான தகவல்களைத் தேடி பார்த்த பின் விட்டு விடுங்கள். மீண்டும் மீண்டும் தேடுவது உங்களை குழப்பமடையச் செய்து உங்களை அச்ச நிலைக்கு தள்ளும்.

இந்த தொற்றுநோய்களின் போது, மேலும் மேலும் தகவலுக்கு இணையத்தில் தேடுவதை நிறுத்துங்கள். அரசாங்கத்தால் அறிவிக்கப்பட்ட தடுப்பு நடவடிக்கைகளைப் பின்பற்றி, உங்கள் உடல்நிலையை சரிபார்க்கவும். உங்களுக்கு நல்ல நோய் எதிர்ப்பு சக்தி இருந்தால், அது நல்லது. இல்லையெனில், நமக்குத் தெரிந்த சில பாரம்பரியமாக ஆரோக்கியமான உணவுகளை உட்கொள்வதன் மூலம் அதை மேம்படுத்துவதில் வேலை செய்யுங்கள். தியானம் மற்றும் சுவாச அடிப்படையிலான பிராணயாமாக்களின் பயிற்சி உணர்ச்சிகளையும் பதட்டத்தையும் கட்டுப்படுத்தவும் ஆரோக்கியமான மற்றும் நோய் எதிர்ப்புமிக்க மனதையும் உடலையும் வளர்க்கவும் உதவும்.

பைத்தியமாகும் இரசிகர்கள்

கே: நடிகர்கள் மற்றும் விளையாட்டு வீரர்களின் மேல் மக்கள் / இரசிகர்கள் பைத்தியம் பிடித்தவர்கள் போல் இருப்பதன் ஆபத்துகள் என்ன?

ஒரு விளையாட்டு நட்சத்திரம், திரைப்பட நட்சத்திரம், அரசியல்வாதி அல்லது ஆன்மீகத் தலைவராக இருந்தாலும் - நாம் விரும்பும் நபர்களின் நேர்மறை செயல்பாடுகள் நம்மை ஈர்க்கலாம். ஆனால் நாம் அவர்கள் மேல் / அவர்களின் செயல்களின் மேல் பைத்தியம் பிடிக்காமல் இருப்பது சிறந்தது. நாம் குறிப்பாக திரைப்பட நட்சத்திரங்களின் மேல் பைத்தியம் பிடித்தவர்களாக இருக்கிறோம். அவர்கள் அவ்வளவு பெரியவர்கள் அல்ல என்று அவர்கள் உணரும் போதும், நாம் அவர்களை மிகப் பெரியவர்களாக ஆக்குகிறோம்.

ரசிகர்களின் வெறி திரைப்பட நட்சத்திரங்களை தெய்வீகமாகக் காண்பிக்க வைக்கிறது. உண்மையில், சில அம்சங்களில் நீங்கள் அவர்களை விட பெரியவராக இருக்கலாம். நீங்கள் ஏதாவது ஒரு விசயத்தில் தனித்துவமாக இருக்கலாம். பிரபலங்கள் மீதான இந்த வெறி உங்கள் சொந்த அடையாளத்தையும் மதிப்பையும் இழக்கச் செய்கிறது. அவர்கள் மீதான வெறி உங்கள் திறமையை அழிக்கிறது. உங்கள் தலைவர் அல்லது ஹீரோ மீதான வெறித்தனத்தால் நீங்கள் ஒருபக்கச் சார்புடையவராகி விடுகிறீர்கள். அவர்கள் எதைச் செய்தாலும் அதை நியாயப்படுத்த முயற்சி செய்கிறீர்கள். இது உங்கள் குணத்தையும் அணுகுமுறையையும் சந்தேகத்திற்குரியதாக ஆக்குகிறது. எப்போதும் அவர்களின் நற்செயல்களால் மட்டுமே ஈர்க்கப்பட்டு, அவர்களிடமிருந்து நேர்மறைகளை மட்டும் எடுத்துக் கொள்ளுங்கள்.

எல்லா உயிரினங்களும் சமம், வேறு யாரையும் விட யாரும் பெரியவர்கள் அல்ல என்ற மதிப்பை உறுதியாக நம்புங்கள். பணம், புகழ் அல்லது அதிகாரம் இருப்பதன் மூலம் யாரையும் மற்றவர்களை விடப் பெரிதாக கருதிட முடியாது. சர்வவல்லவரின் பார்வையில், அனைவரும் சமம், அனைவருக்கும் இந்த வாழ்க்கையில் குறிப்பிட்ட பாத்திரங்கள் ஒதுக்கப்பட்டுள்ளன.

பணக்கார மற்றும் ஏழை மக்களின் மனநிலை

கே: பணக்கார மற்றும் ஏழை மக்களின் மனநிலைகள் என்ன?

பெரும்பாலான பணக்காரர் அல்லது செல்வந்தர்கள் தங்களின் அதிர்ஷ்டம், திறமை மற்றும் விதி தான் அவர்களை பணக்காரர்களாக ஆக்கியதாக நினைக்கிறார்கள். மற்றவர்கள் அதிர்ஷ்டசாலிகள், திறமையானவர்கள் அல்லது செல்வத்திற்காக விதிக்கப்பட்டவர்கள் அல்ல என்று அவர்கள் நினைக்கலாம். அவர்களின் பணத்தின் காரணமாக சமுதாயத்தில் அவர்கள் பெறும் மரியாதை அவர்களை ஆணவமாக்குகிறது. உடல்நலம், மகிழ்ச்சி, புகழ் மற்றும் சக்தியை பணத்தின் மூலம் வாங்க முடியும் என்று அவர்கள் நினைக்கத் தொடங்குகிறார்கள். ஆனால் வாழ்க்கையின் மிக முக்கியமான அம்சங்களான ஆரோக்கியத்தையும் மகிழ்ச்சியையும் பணத்தின் மூலம் வாங்க முடியாது.

எல்லோரும் வாழ்க்கை வட்டத்தின் மற்ற பாதியை எதிர்கொள்கின்றனர். பணக்காரர்களுக்கு பணமும் சக்தியும் இருந்தாலும், அவர்களிடம் இல்லாததைப் பற்றி அவர்களின் மனம் கவலைப்படுகிறது, உதாரணத்திற்கு மகிழ்ச்சி மற்றும் ஆரோக்கியம். வட்டத்தின் மற்ற பாதியை அவர்கள் எதிர்கொள்ள வேண்டியிருக்கும் போது, அவர்களால் அதை ஏற்றுக்கொள்ள முடியவில்லை. அவர்களால் அதைத் தாங்க முடியாது. அவர்கள் தங்கள் நிலையைத் தக்கவைத்துக்கொள்வதில் ஆர்வமாகி, மன அழுத்தத்திற்கு ஆளாகிறார்கள். சில நேரங்களில் இந்த பயத்தால் அவர்கள் அந்தஸ்தை இழக்கிறார்கள்.

பெரும்பாலான ஏழை மக்கள் தங்களிடம் இல்லாத பணத்திற்காக ஏங்குகிறார்கள். பணத்தால் மட்டுமே மகிழ்ச்சியை வாங்க முடியும் என்று அவர்கள் நினைக்கிறார்கள். அவர்கள் வாழ்க்கையில் பாசமும் அன்பும் இருக்கலாம், ஆனால் அவர்கள் துரதிர்ஷ்டவசமாக இருக்கிறார்கள் என்றும் ஏழைகளாக இருக்க விதிக்கப்பட்டிருக்கிறார்கள் என்றும் நினைக்கிறார்கள். இது குறித்து அவர்கள் மனம் வருந்துகிறார்கள். இந்த எதிர்மறை சிந்தனையின் காரணமாக அவர்களின் நிலை மேலும் குறைகிறது. அவர்கள் ஒருபோதும் தங்களிடம் இருப்பதை கருத்தில் கொள்வதில்லை, இல்லாமல் போனதை மட்டுமே விரும்புகிறார்கள், அதாவது பணம். அவர்களில் பெரும்பாலோர் மிகக் குறைந்த நம்பிக்கை

அளவைக் கொண்டுள்ளனர். அவர்கள் அனுபவிக்க வேண்டிய உடல் கஷ்டங்களால் அவர்கள் ஆரோக்கியமாக இருந்தாலும், அவர்கள் ஆரோக்கியமாக இருக்கிறார்கள் என்ற உண்மையை அவர்கள் மதிக்கவில்லை. ஒரே நேர்மறையான அம்சம் என்னவென்றால், அவர்களிடம் இல்லாத செல்வத்தை எப்படியாவது சம்பாதிக்க வேண்டும் என்ற உந்துதல் அவர்களுக்கு இருக்கிறது.

புகைப்படங்களும் இரு வேறு உணர்வுகளும்

கே: புகைப்படங்கள் ஒரே நேரத்தில் எங்களுக்கு மகிழ்ச்சியையும் சோகத்தையும் தருகின்றன. ஏன்?

புகைப்படங்கள் நமக்கு மகிழ்ச்சி மற்றும் சோகமான உணர்வைத் தர இரண்டு காரணங்கள் உள்ளன. ஒன்று தோற்றத்தைப் பற்றியது. புகைப்படத்தில் நாம் அழகாக இருந்தால், அது நம்மை திருப்திப்படுத்துகிறது மற்றும் நமக்கு மகிழ்ச்சியை அளிக்கிறது. நாம் அழகாக இல்லை என்றால், அது நமக்கு வருத்தத்தை அளிக்கிறது. சிலர் நேரில் அழகாக இருக்கிறார்கள், ஆனால் புகைப்படங்களில் அழகாக இருக்கும் அளவுக்கு இல்லை என்பதை புரிந்து கொள்ள வேண்டும்.

இரண்டாவது காரணம், எல்லா புகைப்படங்களும் கடந்த கால நினைவுகள். அந்த தருணத்தில் நீங்கள் மகிழ்ச்சியாக இருந்தீர்களா அல்லது சோகமாக இருந்தீர்களா என்பதைப் பொருட்படுத்தாமல், உங்கள் கடந்த காலம் எப்போதும் ஏக்கம் நிறைந்ததாகவே தோன்றுகிறது. காரணம் அது முடிந்துவிட்டது, அதன் முடிவு உங்களுக்குத் தெரியும். அது நடப்பதன் நேர்மறையான பக்கத்தை மட்டுமே நீங்கள் காண்பீர்கள். பெரும்பாலான புகைப்படங்கள் கடந்த கால நினைவுகள் மற்றும் இனிமையாக இருக்கும். தற்போதைய மற்றும் எதிர்காலத்தைப் பற்றி மட்டுமே நீங்கள் கவலைப்படுவீர்கள். இந்த தற்போதைய தருணம் பிற்காலத்தில் ஒரு இனிமையான நினைவகமாக மாறக்கூடும், அது இப்போது உணரப்படாமல் போகலாம்.

பெரும்பாலான புகைப்படங்கள் அல்லது நினைவுகள் அவற்றைப் பார்க்கும்போது ஆரம்பத்தில் மகிழ்ச்சியைத் தரும், ஆனால் சிறிது நேரத்திற்குப் பிறகு நீங்கள் தற்போதைய மற்றும் எதிர்கால நிலையைப் பற்றி கவலைப்படத் தொடங்குவீர்கள். கலவையான உணர்வை நாம் பெறுவதற்கு காரணம் இதுதான்.

ஆன்மீக குருக்களுக்கு அன்பும் மரியாதையும்

கே: மக்கள் ஏன் ஆன்மீக குருக்களை இவ்வளவு நேசிக்கிறார்கள், மதிக்கிறார்கள்?

மகான்கள், சுவாமிஜிகள், ஆன்மீக குருக்கள் மற்றும் சிறந்த தலைவர்கள் உங்களைப் போன்றவர்கள் தான். அவர்கள் உங்களைப் போலவே நல்ல மற்றும் கெட்ட தன்மையைக் கொண்டுள்ளனர். ஆனால் அவர்கள் பச்சாதாபம் காட்டுவதால் நேசிக்கப்படுகிறார்கள், மதிக்கப்படுகிறார்கள். அவர்கள் பொறுமையை வளர்த்துக் கொள்கிறார்கள், மக்களைத் துன்புறுத்துவதற்கு முன்பு இருமுறை சிந்திக்கிறார்கள்.

சிறந்த அன்பான மக்கள் பச்சாதாபம் கொண்டவர்கள். மனித மனதின் பல்வேறு குணாதிசயங்களை அவர்கள் அறிவார்கள் - மக்கள் ஏன் கோபப்படுகிறார்கள், ஏன் அவர்கள் தந்திரமாக இருக்கிறார்கள், ஏன் அவர்கள் கடுமையாக இருக்கிறார்கள், ஏன் அவர்கள் புத்திசாலிகள், அவர்கள் ஏன் மந்தமானவர்கள், ஏன் நல்லவர்கள் அல்லது கெட்டவர்கள் போல இருக்கிறார்கள். சூழ்நிலைகள், சந்தர்ப்பங்கள் மற்றும் மரபணு காரணிகள் மக்களை அவர்கள் செய்யும் விதத்தில் செயல்படச் செய்கின்றன, மேலும் புரிந்துகொள்ளும் விதத்தையும் தீர்மானிக்கின்றன என்பதை அறிந்து வைத்துள்ளனர். இது அவர்களை அமைதிப்படுத்துகிறது, அவர்கள் ஒருபோதும் யாரிடமும் கோபப்படுவதில்லை.

மனித மனம், ஒருவரின் மீது மோசமாக வினையாற்றியும் அந்த நபர் எதிர்வினையாற்றவில்லை என்றால், திருப்தி அடைகிறது. அழகு என்னவென்றால் - எதிர்வினையாற்றாத நிலையில் எதிர் கட்சி இருந்தால், “நான் என்ற அகங்காரம்” திருப்தி அடைகிறது. சில நேரங்களில், அது தனது தவறுகளை கூட உணர்ந்து மன்னிப்பு கேட்கிறது. ஒருவர் கடுமையான அல்லது கோபமாக இருக்கும்போது, அவரை அல்லது அவளை உணர வைப்பதற்கான மிகச் சிறந்த வழி, எதிர்வினையாற்றாதது தான். அவ்வாறு செய்கையில் உண்மையில், அந்த நபர் உங்களுக்கு நெருக்கமாகி விடுகிறார்.

அமைதியாக இருப்பதன் மூலமும், மிகுந்த பொறுமையுடன் இருப்பதாலும் ஆச்சரியமான விஷயங்கள் நடக்கும். எதிர்வினை சுயத்தைப் பாதிக்கிறது மற்றும் தீர்வை ஒருபோதும் கண்டுபிடிக்க

முடியாது. 90 சதவீத பிரச்சினைகள் எதிர்வினைகள் காரணமாக ஒரு போதும்தீர்க்கப்படாது.எனவேநல்லதலைவர்கள்,சுவாமிஜிகள்மற்றும் பெரிய மகான்கள் மற்றவர்களின் மனதைப் புரிந்துகொள்கிறார்கள், பொறுமை காக்கிறார்கள், அவர்களுடன் பச்சாதாபம் கொள்கிறார்கள். இது அவர்களை மற்றவர்களிடமிருந்து வேறுபடுத்துகிறது. நீங்கள் அப்படி ஆக முடியுமா?

இளமைக் காலத்து உறவுகள்

கே: இளைஞர்கள் காதலித்து சிறு வயதில் உறவில் ஈடுபடுவதன் ஆபத்துகள் என்ன?

மோகம் மற்றும் உணர்ச்சிகளின் காரணமாக இளைஞர்கள் எதிர் பாலினத்தை காதலிக்கிறார்கள். நிதி, கல்வி மற்றும் சில சமயங்களில் உடல் ஆளுமை, தோற்றம் அல்லது கூட்டாளியின் நிலை குறித்து கூட அவர்கள் கவலைப்படுவதில்லை. ஹார்மோன்களின் வேதியியல் எல்லாவற்றையும் அழகாகக் காண்பிக்கும் மற்றும் பிற நிலைகளைப் பற்றிய விழிப்புணர்வு இல்லாமல் இருக்கும். எல்லா முரண்பாடுகளுக்கும் எதிராக அவர்கள் ஒருவரை ஒருவர் சந்திக்கிறார்கள். அவர்கள் சிறிது நேரம் மட்டுமே சந்திக்கிறார்கள். இந்த குறுகிய காலம் மிகவும் உற்சாகமானது, மேலும் 24x7 ஒன்றாக இருப்பது மிகவும் உற்சாகமாக இருக்கும் என்று அவர்கள் கற்பனை செய்கிறார்கள்.

வழக்கமாக, நமது மனித மனம் மிக அரிதாக சந்திக்கும் வாய்ப்புள்ள மக்கள், அரிதாகக் கிடைக்கும் விசயங்களுக்கு அதிக முக்கியத்துவம் அளிக்கின்றன. நபர் எளிதில் கிடைக்கும் போது, முக்கியத்துவம் குறைந்து, நபர் சலிப்படையத் தொடங்குகிறார். எனவே, அவர்கள் திருமணம் செய்து கொள்ளும் போது, இணையர் 24 x 7 மணி நேரமும் இருக்கிறார் என்பது முன்பு இருந்த உற்சாகத்தைக் குறைக்கிறது. குறைபாடுகள் வெளிச்சத்திற்கு வருகின்றன. திடீரென்று, இணையரின் நிதி, கல்வி மற்றும் ஆளுமை நிலைகளைப் பார்க்கத் தொடங்குகிறார்கள். அவர்கள் பெற்றோரின் முக்கியத்துவத்தை அறிந்து கொள்ள ஆரம்பிக்கிறார்கள். இது சிக்கல்களின் ஆரம்பம். அவர்கள் தங்கள் பக்கத்து நியாயத்திற்கென வாதிடுகிறார்கள் அதனை ஆதரித்து போராடுகிறார்கள்.

நடைமுறைச் சாத்தியங்களை கருத்தில் கொண்டு சிந்திப்பதன் மூலம் இந்த சிக்கல்களை அனுமானிக்கலாம் மற்றும் கட்டுப்படுத்தலாம். ஒத்த நிலையிலுள்ள நபர்களின் உறவுகளில் வெற்றி விகிதம் அதிகமாக உள்ளது. இதேபோல், சம்பந்தப்பட்ட நபர்கள் உண்மையான இயல்புடையவர்களாகவும், கலாச்சாரங்களை மதிப்பவராகவும் மற்றும் சமூகத்தைப் பற்றி விழிப்புடன் இருந்தால், உறவின் வெற்றி விகிதம் அதிகமாக இருக்கும். இல்லையெனில், மோகம் மற்றும் உணர்ச்சிகளின் காரணமாக மக்கள் உறவுகளில் நுழைவது எளிதில் பிரிந்து போகும்.

உறவில் இருந்தவரில் ஒருவர் உறவை நோக்கி உண்மையானவராக இருந்த போதிலும், மற்றவர் பிரிந்து சென்றாலும், உண்மையானவர் பின்வருவதை நினைவில் வைத்துக் கொள்ள முயற்சிக்க வேண்டும்:

1. உணர்ச்சிகள் மற்றும் மோகம் ஆகியவற்றிலிருந்து எடுக்கப்பட்ட முடிவுகள் பெரும்பாலும் தோல்வியடைகின்றன.

2. எதிர்நிலைகள் ஈர்க்கின்றன. ஒருவருக்கு எதிராக ஒரு வலுவான எதிர்ப்பு இருந்தால், நல்ல அல்லது கெட்ட தன்மையைப் பொருட்படுத்தாமல் அந்த நபரிடம் நீங்கள் ஈர்க்கப்படுவீர்கள். இது முற்றிலும் உளவியல். இது தவறான கூட்டாளரைத் தேர்ந்தெடுப்பதற்கு வழிவகுக்கும்.

3. கண்ணில் படாதோர் நினைவிலும் இருப்பதில்லை. ஆரம்பத்தில் பிரிந்து செல்வது கடினம், ஆனால் ஒரு குறிப்பிட்ட காலப்பகுதியில், அந்த நபர் பார்வைக்கு வெளியே இருந்தால், மனம் மெதுவாக மறந்துவிடும்.

4. ஆரம்பத்தில் தீவிரமாகத் தோன்றும் மோதல்கள் பின்னர் பார்க்கும்போது அற்பமானதாகத் தோன்றும். இவை அனைத்தையும் பற்றி நீங்கள் பின்னர் சிந்திக்கும் போது, அது வேடிக்கையானதாகத் தோன்றும், இதற்காக நீங்கள் ஏன் போராடினீர்கள் என்று நீங்கள் ஆச்சரியப்படுவீர்கள்.

5. நீங்கள் எதையும் எளிதில் மறந்துவிடலாம், அது பயனற்றது என்றால், அதை விட்டு விட நீங்கள் தயாராக இருந்தால்.

6. வாழ்க்கையில் எல்லாமே தற்காலிகமானது, அடுத்த நிலைமை எப்போதும் சிறந்ததாக இருக்கும்.

பிரிவைத் தவிர்த்தல்

கே: பிரிவுகளுக்கு பொதுவான காரணங்கள் யாவை? இதை நாம் எவ்வாறு தீர்க்க முடியும்?

உள்முக சிந்தனையாளர், பாராட்டாதவர், ஊக்குவிக்காதவர், முதலில் பேசுவதற்கான முன்முயற்சி இல்லாதவர், மற்றவரின் முதுகுக்குப் பின்னால் பேசுவபவர், சமூக ஊடகங்களில் மற்றவர்களுக்கு பதிலளிக்காதவர், கவர்ச்சிகரமான அல்லது இழிவான உடையணிந்தவர்கள் போன்றவர்களுடன் தொடர்புகொள்வது அல்லது உறவைப் பராமரிப்பது பெரும்பாலான மக்களுக்கு பிடிப்பதில்லை. இத்தகைய இயல்பு அல்லது நடத்தைகள் உறவுகளில் தாக்கத்தை ஏற்படுத்துகின்றன அல்லது சில நேரங்களில் நிரந்தர பிரிவுக்கு வழி செய்கின்றன.

பெரும்பாலான மக்கள் முதுகுக்குப் பின்னால் மற்றவர்களைப் பற்றி பேசுகிறார்கள். இது ஒரு நல்ல விஷயம் என்று நீங்கள் கூற முடியாது, ஆனால் அது மோசமானதல்ல. மற்ற நபரை நேரடியாக காயப்படுத்த விரும்பாததால், பெரும்பாலான மக்கள் இதைச் செய்கிறார்கள். மற்றவரின் முகத்திற்கு நேரடியாக விஷயங்களைச் சொன்னால், பதிலடி, மோசமான விளைவுகள் அல்லது உறவு இழப்பு ஏற்படுமோ என்று அவர்கள் அஞ்சுகிறார்கள். மற்றவரின் நடத்தை, கருத்துகள், அணுகுமுறை போன்றவைகளை அறியாத போது அவர்களின் உள் உணர்வு அவர்களை நடைமுறைச் சாத்தியமானவைகளுக்கு தக்கபடியும் மற்றும் இராஜதந்திரமாக இருக்கச் சொல்கிறது.

சில நேரங்களில், நேரடி மற்றும் வெளிப்படையான பேச்சுக்கள் ஆக்ரோஷமான விமர்சனங்களுக்கும் உறவுகளின் நிரந்தரத் துண்டிப்புக்கும் வழிவகுக்கும் ஆகையால் அவற்றைத் தவிர்ப்பது உண்மையில் நல்லது. நாம் அத்தகைய சூழலைச் சந்திக்கும் போதெல்லாம் அறிந்துணர்தலோடு சூழலுக்குத்தக்கபடி இருக்க முயற்சிப்பது ஒரு நல்ல விஷயம். பின்னர், திடீரென மனநிலை மற்றும் புரிதல் மாறும் போது ஒரு வலுவான உறவுக்கு வழிவகுக்கும். ஆனால், உங்கள் கருத்துக்களை நீங்கள் நம்பகமான மற்றும் நம்பிக்கையுடன் காணக்கூடிய ஒருவருடன் பகிர்ந்து கொள்ளலாம். இந்த பகிர்வு உங்கள் மன அழுத்தத்தைக் குறைக்கும்.

உறவுகளில் மிகவும் சிக்கலை உருவாக்கும் நபர்கள் இடையிலிருப்போர்கள். அவர்கள் வந்து ஒரு நபரிடம் மற்றவர் அவர்களைப் பற்றி என்ன கருத்து தெரிவித்தார் அல்லது விமர்சித்தார் என்பதைச் சொல்கிறார்கள். இது முதல் மற்றும் இரண்டாவது நபருக்கு இடையிலான உறவை பாதிக்கிறது.

எல்லா முயற்சிகளும் இருந்தபோதிலும், மக்களிடையே பிரிவு ஏற்பட்டால், ஒரு தவறான புரிதலுக்குப் பிறகு அவர்கள் மீண்டும் அந்த நபரைச் சந்திக்கும் போது, புரிந்துணர்வு புதுப்பிக்கப்படுவதற்கான வாய்ப்பும் உள்ளது. தவறான புரிதலினை தீர்க்க வழி தவறான புரிதலுக்கு தீர்வை வழங்கும் சூழ்நிலைகள் மற்றும் சந்தர்ப்பங்களைப் பொறுத்தது. பிரிவுக்குப் பிறகு, நீங்கள் மற்றவருடன் பேச முயற்சி செய்யலாம் அல்லது குறைந்த பட்சம் முயற்சி செய்து ஒரு வாய்ப்பு கிடைக்கும் போதெல்லாம் அவர்களை அணுகலாம். நீங்கள் அவர்களிடம் அதிகம் பேசாவிட்டாலும் இது ஒரு நல்லுறவை ஏற்படுத்தும். இது மக்கள் மீதான வெறுப்பைக் குறைப்பதற்கான வாய்ப்பாக இருக்கும். வெறுப்பு உங்கள் உடலையும் மனதையும் பாதிக்கிறது. புரிந்துணர்தலோடு இருக்க முயற்சி செய்யுங்கள், அவர்களை நோக்கி எதிர்மறையான எண்ணங்களைத் தவிர்க்கவும். உங்களின் இந்த நிலை உங்களை அதிகமாகத் தொந்தரவு செய்யாது.

கடுமையான குற்றச்சாட்டுகள் மற்றும் பரிமாறிக்கொள்ளப்பட்ட கருத்துக்களால் சில உறவுகள் வலுவிழந்திருக்கலாம். இத்தகைய நிலையில் மீண்டும் இணைவது மிகவும் கடினமாக இருக்கலாம். இந்த சந்தர்ப்பங்களில், அதைச் சரி செய்ய நீங்கள் முயற்சி செய்ய வேண்டியதில்லை. மன்னிப்பு கேட்க சில வாய்ப்புகள் தாங்களாகவே வரும். சில நேரங்களில், அவர்கள் தங்கள் தவறுகளை உணர்ந்து மன்னிப்பு கேட்கலாம். இந்த ஒன்று அல்லது இரண்டு முறிந்து போன உறவுகளைத் தவிர்த்து, நீங்கள் மக்களுடன் இயல்பாகவும் புரிந்துணர்தலோடும் இருக்க ஆரம்பிக்கலாம். இது உங்கள் எதிர்மறை எண்ணங்களையும் மன அழுத்தத்தையும் குறைக்கும் மற்றும் மக்களுடன் நல்ல உறவை வளர்க்கும்.

மதிப்பு மிகுந்த நேரமா? அதிக அளவு நேரமா?

கே: பெற்றோர்கள் தங்கள் குழந்தைகளுடன் அதிக நேரம் செலவிடுவது நன்மை பயக்குமா?

பெற்றோர்களைப் பொறுத்தவரை, குழந்தைகளுடன் நீண்ட நேரம் செலவிடுவது முக்கியமல்ல. மிகக் குறுகிய மற்றும் தரமான நேரத்தை குழந்தைகளுடன் கலந்துரையாட செலவிடுவது மிகவும் முக்கியமானது. சில நேரங்களில் நம் மனநிலை பிடிவாதமாகவும், கடினமானதாகவும் இருக்கிறது. அது, தான் நினைத்ததை செயல்படுத்த எந்த விலையும் கொடுக்க தயராயிருக்கிறது.

இங்கே ஒரு ஒப்புமை உள்ளது - வழக்கமாக, நான் 2 செட் டென்னிஸ் விளையாடும்போது, சரியான அளவு மனநிறைவை உணர்கிறேன். நான் 6 - 6 டை இடைவெளியுடன் ஒரு செட்டை விளையாடுகிறேன் (டை பிரேக் கிட்டத்தட்ட 2 ஆட்டங்களுக்கு சமம் என்பதை நினைவில் கொள்க), அது மொத்தம் 14 ஆட்டங்கள் கொண்டது. ஆனால் நான் 6-1, 6-0 என்ற கணக்கில் இரண்டு செட்களை விளையாடினால், அது 13 ஆட்டம் மட்டுமே. முதல் முறையில், இரண்டாவது முறையில் நான் விளையாடியதை விட ஒரு செட்டில் அதிக விளையாட்டுகளை விளையாடியுள்ளேன். ஆனால் மனம் திருப்தி அடைய இரண்டு செட் ஆட்டத்தை விளையாட வலியுறுத்துகிறது. சரியான புரிதலின்றி மனம் 2 செட்களுடன் விளையாடுவதில் திருப்தி அடைய பழகியுள்ளது.

இந்த உணர்தலின் அடிப்படையில் உங்கள் குழந்தைகளுடன் செலவழிக்கும் நேரத்தினை தரம் மற்றும் நேர அளவு இவைகளுக்கிடையேயான விளைவுகளைப் பற்றிய புரிந்துணர்ந்து அதற்கேற்ப செயல்படுங்கள்.

பச்சாத்தாபத்துடன் தொடர்பு கொள்வது

கே: மற்றவர்கள் கேட்கும் வகையில் நான் எவ்வாறு தொடர்பு கொள்ள முடியும்?

உங்கள் கருத்துக்களைப் பற்றி நீங்கள் அதிக நம்பிக்கையுடனும் அதிகாரப்பூர்வமாகவும் இருக்கும்போது, நீங்கள் சொல்வதைப் பற்றி நீங்கள் சரியான கண்ணோட்டத்தில் இருக்க முடியும், ஆனால் மற்ற நபரின் சூழ்நிலைகள் மற்றும் சந்தர்ப்பங்களுக்கான பச்சாதாபம் இருக்காது. உங்கள் கருத்துக்களை மற்றவர்கள் மீது திணித்து அவர்கள் உங்கள் பேச்சைக் கேட்பார்கள் என்று எதிர்பார்க்கலாம். மற்றவர் சத்தியத்தின் காரணமாகவோ அல்லது அந்த தருணத்தில் அவர்களின் பலவீனமான தன்மை காரணமாகவோ அதைக் கேட்கலாம். ஆனால் அது நிச்சயமாக அவர்களின் சுயத்தைப் புண்படுத்தும், மேலும் அவர்கள் உங்களுக்கு அதைத் திருப்பிக் கொடுக்கும் வாய்ப்புக்காக காத்திருப்பார்கள்.

நீங்கள் சொல்வது தவறு என்றால், அவர்கள் எப்படியும் அதைக் கேட்க மாட்டார்கள். ஆனால் சில நேரங்களில், அது சரியாக இருந்தாலும், அவர்கள் அதை ஏற்றுக்கொள்ள மாட்டார்கள், ஏனென்றால் கோபமாகவோ அல்லது பலமாகவோ சொல்லப்படும் எதுவும் அவர்களின் சுயத்தைப் பாதிக்கும். சொல்லப்பட வேண்டியவை அமைதியாகவும் நம்பிக்கையுடனும் தெரிவிக்கப்படும் போது, நீங்கள் சொல்வதைக் கேட்கும் வாய்ப்புகள் அதிகம்.

பிணைப்புகளை விட்டு விடுவது

கே: மக்கள் என்னை எப்போதும் வீழ்த்துவதாக உணர்கிறேன். அது நடக்கும்போது என்னை வருத்தப்படுத்துகிறது, காயப்படுத்துகிறது. காயத்தைத் தவிர்ப்பதற்கும் சிறந்த உறவைப் பெறுவதற்கும் நான் என்ன செய்ய முடியும்?

நாம் அதிகம் நம்பியிருக்கும் நபர்கள் அல்லது விஷயங்கள் மீது தான் நாம் மிகுந்த பிணைப்பைக் கொண்டிருக்கிறோம். ஆனால் அவர்கள் நம் எதிர்பார்ப்புகளை நிறைவேற்றாத போது, அதனால் நாம் மனச்சோர்வடைகிறோம் அது நம்மை மிகவும் மோசமாக பாதிக்கிறது. உணர்ச்சிகளுடன் பிணைக்கப்பட்டிருப்பதும் மற்றும் வெளிப்படையாக எதிர்பார்ப்புகளைக் கொண்டிருப்பதும் மனித இயல்பு.

யாராவது உங்களை மிகவும் விரும்பினால், நீங்களும் அவரை விரும்புகிறீர்கள், நீங்கள் அந்த நபருடன் நெருக்கமாக இருக்க விரும்புகிறீர்கள். அந்த நபரிடமிருந்து உங்களுக்கு அதிக எதிர்பார்ப்பு உள்ளது. அவரது கவனத்தை சில சதவிகிதம் குறைத்துவிட்டால் அல்லது அவர் / அவள் உங்களுக்கு அந்த முக்கியத்துவத்தை கொடுக்கவில்லை என்று நீங்கள் நினைத்தால், நீங்கள் உணர்ச்சிவசப்படலாம், மனதில் தாழ்வாக உணரலாம் அல்லது அந்த கவனத்தை திரும்பப் பெற போராடலாம். உங்கள் நேர்மறை அல்லது எதிர்மறை உணர்ச்சிகளும் மகிழ்ச்சியும் இப்போது மற்றவரின் செயல்களைப் பொறுத்ததுள்ளது. சில சூழ்நிலைகள் அல்லது சந்தர்ப்பங்கள் காரணமாக, அவன் அல்லது அவள் உங்களிடமிருந்து விலகிச் சென்றால் என்ன செய்வது? நீங்கள் வருத்தப்படுவீர்கள், உணர்ச்சிவசப்படுவீர்கள்.

மேற்கண்ட உதாரணம் நம் அனைவருக்கும் ஏற்படலாம், ஆனால் உணர்ச்சிவசப்படுவதன் பயன் என்ன? உணர்ச்சிகள் இருக்கக்கூடும், ஆனால் உணர்ச்சிகளை நாம் உணர்ந்து கட்டுப்படுத்த வேண்டிய ஒரு காலம் இருக்கிறது. எனவே, பிணைப்பு மற்றும் உணர்ச்சி வயப்படாமல் மக்களை எவ்வாறு நேசிக்கலாம்?

தீர்வு, தவறாமல் சுவாச அடிப்படையிலான மூச்சுப் பயிற்சி மற்றும் தியானப் பயிற்சி செய்வதாகும். தொடர்ச்சியான பயிற்சி உங்கள் உடலையும் மனதையும் அமைதியாகவும் உணரவும் வைக்கும். மனம் அமைதியாகி, உணர்ந்தவுடன், ஆழ்ந்த பிணைப்பும் உணர்ச்சியும் இருப்பது அர்த்தமற்றது என்பதை நீங்கள் புரிந்துகொள்வீர்கள். அவை

தேவையற்ற வேதனையையும் துன்பத்தையும் ஏற்படுத்துகின்றன என்பதை நாம் உணருவோம். நீங்கள் தொடர்ந்து நேசிப்பீர்கள், உங்கள் கடமைகளைச் செய்வீர்கள், சமூக நெறிமுறைகளுக்குட்பட்டு வாழ்வீர்கள், ஆனால் அதிக பிணைப்பு மற்றும் உணர்ச்சிவயப்படுதல் இல்லாமல். நீங்கள் யதார்த்தத்தை ஏற்றுக்கொள்வீர்கள், எல்லாம் நிலையற்றவை என்பதை உணருவீர்கள்.

துரோகத்தின் கோபத்தை சமாளிப்பது

கே: என்னை ஏமாற்றும் கேலியாக விளையாடும் ஒரு நபர் மீதான கோபத்தையும் கவலையையும் எவ்வாறு சமாளிப்பது?

ஒரு நபர் ஏமாற்றுகிறார், கேலி செய்து விளையாடுகிறார், அது உங்களைப் பாதிக்கிறது என்பதை நீங்கள் உணர்ந்திருந்தால், நீங்கள் அவரிடமிருந்து விலகிச் செல்லலாம், ஏனெனில் "பார்வையிலிருந்து விலகினால் நினைவிலிருந்தும் விலக்கிடலாம்". அவரைப் பார்ப்பது அல்லது அவருடன் பேசுவது போன்ற நடவடிக்கைகளின் எண்ணிக்கையைக் குறைக்கவும். நீங்கள் ஒவ்வொரு நாளும் அவரைப் பார்க்கிறீர்கள் அல்லது பேசுகிறீர்கள் என்றால், அதை 2 நாட்களுக்கு ஒரு முறை செய்யுங்கள். மெதுவாக, வாரத்திற்கு இரண்டு முறை, பின்னர் வாரத்திற்கு ஒரு முறை அல்லது இரண்டு வாரங்களுக்கு ஒரு முறை, பின்னர் ஒரு மாதத்திற்கு ஒரு முறை செய்யுங்கள். உங்கள் மனம் புதிய சூழ்நிலைக்கு பழகும், நீங்கள் அவரை முழுமையாக மறந்து விடலாம்.

எந்தவொரு எதிர்மறையான சூழ்நிலை, நெருக்கடி அல்லது அன்பானவரின் இழப்புக்குப் பிறகு ஒரு சிறந்த சூழ்நிலை காத்திருக்கிறது என்பதை எப்போதும் நினைவில் கொள்ளுங்கள். புதிய சூழ்நிலைக்கு மனம் பழகியவுடன், முன்பை விட நீங்கள் நன்றாக உணருவீர்கள்.

இதைக் கையாள மற்றொரு விஷயம், மற்ற நபர் உங்களுக்காகச் செய்த நேர்மறைகளைப் பற்றி மட்டுமே சிந்திக்க வேண்டும். இது அவருக்கு எதிரான வெறுப்பை மெதுவாக மறக்கச் செய்கிறது. அவர் உங்களுக்கு ஏதேனும் தீங்கு செய்திருந்தால், வினை-வினைப்பயன் கோட்பாடு அதை சரியான நேரத்தில் அவருக்குத் தரும். நீங்கள் அதைப் பற்றி கவலைப்பட வேண்டியதில்லை. உங்கள் கோபத்தை அவர் மீது வைத்திருந்தால், நீங்களே கெட்ட வினைப்பயனை உருவாக்குகிறீர்கள், அதன் விளைவுகளை வினை-வினைப்பயன் கோட்பாட்டின் மூலம் நீங்கள் எதிர்கொள்ள வேண்டியிருக்கும்.

பிரிவால் ஏற்படும் காயம், கோபத்தை வெல்லுதல்

கே: என் உறவில் ஏற்பட்ட பிரிவினால் நான் மனதளவில் காயமடைந்துள்ளேன். அதைப் பற்றிய எண்ணங்கள் என் மனதில் நிறைந்திருக்கின்றன. இது எந்த காரணமும் இல்லாமல் என் பெற்றோர், உடன்பிறப்புகள் மற்றும் நண்பர்கள் மீது எனக்கு கோபத்தையும் எரிச்சலையும் ஏற்படுத்துகிறது. எனது கோபத்தை எவ்வாறு கட்டுப்படுத்துவது?

பெரும்பாலான மக்களின் அன்றாட வாழ்க்கையில் இது நிகழ்கிறது. எதனாலாவது அல்லது யாராலாவது மக்கள் மனதளவில் காயமடைந்திருக்கும் போது, அவர்கள் எந்தவிதமான ஆத்திரமூட்டலும் இல்லாமல் அதில் தொடர்பில்லாத மற்றவர்களிடமும் கோபத்தை வெளிப்படுத்துகிறார்கள். அந்தக் கோபத்தையும் மென்மையான, எதிர்வினை ஆற்றாத மற்றும் எளிதான இலக்குகளாக இருக்கும் மக்களின் மீதே காட்டுகிறார்கள். அவ்வாறு பாதிக்கப்படுபவர்கள் ஒரு குறிப்பிட்ட அளவிற்கு அமைதியாக இருந்து பின்னர் எதிர்வினையாற்ற துவங்கக் கூடும்.

கோபம் குவிந்தால், அடுத்தடுத்த எதிர்வினை ஒரு பெரிய பிரச்சினையாக மாறும். இது நெருப்பில் நெய் விடுவது போலாகிவிடும். சில சந்தர்ப்பங்களில், இந்த வினை-எதிர்வினை முந்தைய காயத்தை விட பெரிய சிக்கலாக வளரும், மேலும் நீங்கள் இதில் கவனம் செலுத்தத் தொடங்குவீர்கள். முந்தைய சில சிக்கல்களும் உங்கள் நினைவுக்கு வரும், இவை அனைத்தும் ஒன்றாக இணைந்தால் உங்களை பைத்தியமாக்கி விடும்.

ஆகவே, நீங்கள் எதாவது காரணத்தால் மனம் புண்பட்டிருக்கும் போது, உங்கள் கோபத்தை மற்றவர்கள் மீது காண்பிப்பதன் மூலம் சிக்கல்களைச் அதிகரிக்க வேண்டாம். இது சிக்கலை இருமடங்காக்கும் மற்றும் பைத்தியம் பிடிக்கச் செய்யும். தற்போதைய தருணத்தில் கவனம் செலுத்துங்கள். உங்கள் முன்னாள் உறவுடன் நடந்த சூழ்நிலையை உணர்ந்து கொள்ளுங்கள். உங்கள் பங்கில் நீங்கள் சரியாக இருந்தால், வினை-எதிர்வினை கோட்பாட்டின் அடிப்படையில் உங்களுக்கு நல்ல விஷயங்கள் நடக்கும். நீங்கள் தவறு செய்திருந்தால், சூழ்நிலையிலிருந்து கற்றுக்கொள்ள முயற்சிக்கவும், அது மீண்டும் நடக்காது பார்த்துக் கொள்ளவும். இது காரணமின்றி நடந்திருந்தால்,

அதை ஏற்றுக்கொள்ளவும். இது உங்கள் நன்மைக்காக நடந்ததைப் போல ஏற்றுக்கொள்ளுங்கள். ஏற்றுக்கொள்வது உங்களுக்கு உடனடி நிவாரணம் அளிக்கிறது.

உங்கள் முன்னாள் உறவுடன் நீங்கள் பச்சாதாபம் கொள்ளலாம். மக்கள் தங்கள் சூழ்நிலைகளுக்கும் சந்தர்ப்பங்களுக்கும் ஏற்ப நடந்து கொள்கிறார்கள், செயல்படுகிறார்கள், பேசுகிறார்கள். இந்தப் புரிதலோடு மற்றவருடன் ஒத்துழைப்பது காயத்தையும் அதன் விளைவாக வரும் கோபத்தையும் நம்மிடம் இருந்து நீக்குகிறது.

கோபமான மற்றும் புண்படுத்தும் எண்ணங்கள் அடிக்கடி வருகின்றன என்றால், அந்த எண்ணங்களை வெறுமையாக்க தொடங்குங்கள். வரும்போதெல்லாம் அந்த தேவையற்ற எண்ணங்களை தொடர்ச்சியாக வெறுமையாக்குவது, இந்த எண்ணங்கள் உங்கள் மனதில் இருந்து மங்கிவிடும் ஒரு நிலையை அடைந்திட வழி செய்யும்.

பிரிவுக்குப் பிறவு சமாளித்தல்

கே: எனது கூட்டாளருடன் இருந்த உறவிலிருந்து சமீபத்தில் பிரிந்துவிட்டேன். அந்த நபரை மீண்டும் பார்ப்பது கூட எனக்கு மிகவும் உணர்ச்சிவசமாக அழுத்தம் கொடுப்பதாக இருக்கிறது. இதை நான் எவ்வாறு சமாளிப்பது?

ஒரு உறவின் முறிவுக்குப் பிறகு கட்டுப்படுத்தப்பட வேண்டியது எண்ணங்களும் உணர்ச்சிகளும் தான். இல்லையெனில், நீங்கள் பாதிக்கப்படாமல் பல ஆண்டுகளாக ஒன்றாக ஒருவரை ஒருவர் பார்த்துக் கொள்ளலாம். உணர்ச்சிகளுடன் இணைந்த எண்ணங்கள் நம்மை பைத்தியம் பிடிக்க தூண்டுகின்றன. இந்த எண்ணங்கள் கட்டுப்படுத்தப்பட வேண்டும் அல்லது வெறுமையாக்கப்பட வேண்டும்.

முறிவு தொடர்பான எதிர்மறை எண்ணங்கள் வரும்போதெல்லாம் வெறுமையாக்கிடுங்கள். இந்த எண்ணங்களை வளர்ப்பது, தீர்ப்பது அல்லது நியாயப்படுத்துவது என நீங்கள் நினைத்தால் - அதைச் செய்யாதீர்கள். அது வரும்போதெல்லாம் அதை வெறுமையாக்குவது இந்த எண்ணங்கள் உங்கள் மனதில் இருந்து மங்கிவிடும் ஒரு கட்டத்திற்கு வழிவகுக்கும்.

இதை ஒரு நாள் செய்ய முயற்சிக்கவும். அந்த குறிப்பிட்ட நாளை நீங்கள் வெல்ல முடியும். எதிர்வரும் நாட்களில் தவறாமல் அதையே செய்யத் தொடங்குங்கள். விரைவில் நீங்கள் அதிலிருந்து வெளியேறுவீர்கள். கவனம், பார்வைக்கு வெளியே இருப்பதால், சிந்தைக்கு வெளியே செல்லும் வாய்ப்பு அதிகரிக்கிறது என்பதை மனதில் வைத்து செயல்படவும். ஒரு குறிப்பிட்ட காலப்பகுதியில், நீங்கள் அதைப் பழக்கப்படுத்திக் கொண்டு புதிய நண்பர்களைக் கண்டுபிடிக்கத் தொடங்குவீர்கள். உண்மை என்னவென்றால், ஒவ்வொரு நெருக்கடிக்கும் பின்னர் ஒரு சிறந்த வாழ்க்கை எப்போதும் காத்திருக்கிறது.

வேலை மற்றும் படிப்புகளில் செயல்திறனை உருவாக்குதல்

முக்கியமான விஷயங்களில் கவனம் செலுத்துங்கள்

கே: உங்கள் மூளையை முக்கியமான விஷயங்களில் மட்டுமே கவனம் செலுத்துச் செய்வது எப்படி?

ஒருமுகப்படுத்துதல் அல்லது கவனக்குவிப்போடு இருத்தல் என்பது எந்தவொரு விஷயத்திலும் ஒருவரின் மேலாதிக்கத்தை அதிகரிக்கக்கூடிய மிகப்பெரிய நன்மை தரும் விசயமாகும். தியானம் நிச்சயமாக கவனம் செலுத்துவதற்கும் கவனச்சிதறல்களைத் தவிர்ப்பதற்கும் உதவுகிறது. ஏதோ ஒன்று உங்களைத் திசைதிருப்ப வரும், ஆனால் நீங்கள் அதைப் புறக்கணிக்கக் கற்றுக்கொள்ள வேண்டும். தியானம் உதவுகிறது, ஏனெனில் – எளிய தியான முறைகளின் அடிப்படை ஒரு மந்திரத்தில் கவனம் செலுத்துவதோடு மற்ற எண்ணங்களிலிருந்து விலகிச் செல்வதும் ஆகும். நிலையான மற்றும் தொடர்ச்சியான தியானப் பயிற்சி ஒரு விஷயத்தில் நல்ல கவனம் மற்றும் ஒருமுகப்படுதலைப் பெற உதவுகிறது.

நீங்கள் என்ன செய்ய விரும்புகிறீர்கள் என்பதில் உங்கள் விழிப்புணர்வை உணர்வுபூர்வமாக கொண்டு வாருங்கள். உங்கள் அறிவுசார் விழிப்புணர்வின் மூலமாக உங்கள் மனதை எதன் மீதும் கவனமாய் குவிந்திருக்கச் செய்யலாம். அந்த நேரத்தில் வரும் பிற விஷயங்களை புறக்கணிக்கவும். உங்கள் விழிப்புணர்வை நீங்கள் விரும்பும் பகுதிகளுக்கு எடுத்துச் செல்லலாம் - இது மகிழ்ச்சி, கவனம், பயன்தரும் விசயங்களை நம்மிடம் கொண்டு வருகிறது. சில தீங்கு தரும் விஷயங்களையும், உங்களுக்கு நல்லதல்லாதவர்களையும் புறக்கணிப்பதில் நீங்கள் கவனமாகவும் விடாப்பிடியாகவும் இருந்தால், அதில் உறுதியாக இருங்கள். நீங்கள் அவர்களுடன் சென்றால், அவர்கள் உங்கள் விழிப்புணர்வை இயக்குவார்கள்.

உங்கள் ஆற்றலின் பயன்பாட்டை புரிந்து கொள்ளுங்கள். ஆற்றல் என்பது பணம் போன்றது. நீங்கள் விரும்பும் இடத்தில் உங்கள் ஆற்றலை புத்திசாலித்தனமாகப் பயன்படுத்துங்கள். உங்கள் வாழ்க்கையில் ஆற்றலை வீணடிப்பவர்கள் உலகில் இருக்கிறார்கள். சிலருடன் நேரத்தை செலவிடுவது உங்கள் சக்தியை வீணடிப்பதாக நீங்கள் உணர்ந்தால், அவர்களைத் தவிர்க்கவும். சமூக ஊடகங்களில்

அதிக நேரம் செலவிடுவது உங்கள் சக்தியை வீணடிப்பதாக நீங்கள் உணர்ந்தால், அதைத் தவிர்க்கவும். நீங்கள் இதையெல்லாம் செய்தால், நீங்கள் மொத்த கவனத்தைப் பெறுவீர்கள், முடிவுகள் ஆச்சரியமாக இருக்கும்.

கவனம் செலுத்தும் பகுதியைத் தேர்ந்தெடுப்பது

கே: நான் காணும் மக்கள் செய்வது என் மனதை பாதிக்கிறது, அந்த எண்ணங்களுக்கு அப்பால் என்னால் சிந்திக்க முடியவில்லை. எனது சொந்த எண்ணங்களில் செல்வாக்கு செலுத்த நான் என்ன செய்ய முடியும்?

யாரோ பாடிய பாடல்களை நீங்கள் கேட்கும் போது, பாடகரைப் பற்றியும் அவர் பாடும் விதத்தைப் பற்றியும் நீங்கள் பைத்தியம் பிடித்தவர் போலாகி விடுவீர்கள். உங்கள் மனம் ஒரு பாடகராக மாற துடிக்கும். நீங்கள் சில சமயங்களில் பாட ஆரம்பிக்கிறீர்கள், நிச்சயமாக உங்களிடம் உள்ள அறிவைக் கொண்டு ஓரளவு சிறப்பாக பாடுகிறீர்கள். யாரோ ஒருவர் சமூகப் பணிகளைச் செய்வதையும், உலகம் முழுவதாலும் பாராட்டப்படுவதையும் நீங்கள் கண்டால், நீங்கள் ஈர்க்கப்பட்டு அதைச் செய்வதைப் போல உணர்கிறீர்கள். ஒரு கிரிக்கெட் வீரர் அல்லது ஒரு டென்னிஸ் வீரர் அற்புதமான விளையாட்டு விளையாடுவதைப் பார்த்து, நீங்கள் விளையாடத் தொடங்க வேண்டும் என்று நினைக்கிறீர்கள். இந்த பல கவனம் அல்லது கவனச் சிதறல், பயனற்றது மற்றும் குழப்பமாக இருக்க வழிவகுக்கிறது.

அனைத்து வெற்றிகரமான மக்களும் நிறைய கடின உழைப்பு மற்றும் குறிப்பாக அந்த குறிப்பிட்ட துறையில் வலுவான கவனம் செலுத்திய பின்னர் வெற்றியை அடைந்துள்ளனர். அவர்கள் துறையை வலுவாக தேர்வு செய்கிறார்கள், அவர்கள் அதில் மட்டுமே கவனம் செலுத்துகிறார்கள். அதில் அவர்கள் சிறந்து விளங்குவதற்கான காரணம் அதுதான். உதாரணமாக: உலகின் முதல் தர டென்னிஸ் வீரர் ரஃபேல் நடால் கால்பந்தாட்டத்தைப் பார்த்து அதைப் பாராட்டுகிறார். தனது ஆரம்ப ஆண்டு டென்னிஸில் விளையாடும் போது, அவர் தவறாமல் கால்பந்தாட்டத்தைப் பார்த்தார், மேலும் கால்பந்து வீரர்களின் ரசிகராகவும் மாறினார். ஆனால் அவர் டென்னிஸில் தன்னம்பிக்கையுடனும் திறமையுடனும் இருந்ததால் டென்னிஸை தனது விளையாட்டாகத் தேர்ந்தெடுத்தார். அவர் அதைத் தேர்ந்தெடுத்து, கவனம் செலுத்தி உலகின் சிறந்த டென்னிஸ் வீரர் ஆனார். அவர் கால்பந்து பற்றி வெறித்தனமாக இருந்தார், அதைப் பாராட்டினார், ஆனால் அதை முயற்சிக்க அவரது மனதில் ஒருபோதும் செல்வாக்கு செலுத்தவில்லை. ஏனென்றால், அவரது திறமை டென்னிஸில் இருப்பதை அவர் அறிந்திருந்தார்.

அதே வழியில், நீங்கள் உங்கள் வலிமையின் பகுதியைக் கண்டுபிடித்து அதில் மட்டுமே கவனம் செலுத்தத் தொடங்க வேண்டும். நீங்கள் மற்ற விஷயங்களை விரும்பினாலும், அதைப் போற்றுங்கள். நீங்கள் 100% வெற்றிகரமாக இருப்பீர்கள்.

பணிகளை நினைவில் கொள்வது

கே: அடிக்கடி நான் செய்ய வேண்டியதை மறந்துவிடுவேன், இது திறமையின்மை மற்றும் முழுமையற்ற பணிகளுக்கு வழிவகுக்கிறது. ஒரு நாளுக்கான முடிக்க வேண்டிய பணிகளை நினைவில் கொள்ள ஏதேனும் வழி இருக்கிறதா?

முதலில், நீங்கள் ஒரு குறிப்பிட்ட பணியை மறக்காமல் செய்ய வேண்டும் என்பதை உணர்வுபூர்வமாக உங்கள் மனதிடம் சொல்லுங்கள். பெரும்பாலான நேரங்களில், நீங்கள் அதைப் பற்றி மனதிற்குச் சொன்னவுடன், மனம் உங்களுக்குச் சரியாக நினைவூட்டுகிறது. இல்லையென்றால், அதை மறுநாள் செய்ய நினைவூட்டுகிறது. இதை ஒரு வழக்கமான பயிற்சியாக ஆக்குங்கள், நீங்கள் எதையும் மறக்க மாட்டீர்கள். உங்கள் சொந்த மனதினால் சரியான நேரத்தில் விஷயங்கள் உங்களுக்கு நினைவூட்டப்படும்.

எவ்வாறாயினும், நாம் செய்ய விரும்பிய ஒரு குறிப்பிட்ட நேரத்தில் மனம் நமக்கு நினைவூட்டும் போது, சோம்பல் காரணமாக அதை நாம் செயல்படுத்தவில்லை என்றால் அல்லது செயல்பாட்டை குறைந்த முக்கியத்துவம் வாய்ந்ததாகக் கருதினால், மனம் அதைக் குறித்துக் கொள்கிறது. இது முன்னுரிமையின் அடிப்படையில் பணியைக் குறைக்கிறது, மேலும் அது நம் மனதில் இருந்து நழுவக்கூடும். இந்த வழியில், சில குறிக்கோள்களை அடைவதை நாம் இழக்க நேரிடும்.

இரண்டாவதாக, திட்டமிடல் மற்றும் அதை எழுதி வைத்தல் தேவை. திட்டமிடலுக்கான தாளில் செய்ய வேண்டிய உங்கள் தனிப்பட்ட மற்றும் அலுவலகப் பணிகளை எழுதுங்கள். எது முக்கியமானது அல்லது கடமை என்று நினைவுக்கு வந்தாலும் அந்த திட்டமிடலுக்கான தாளில் எழுத வேண்டும். பணிகள் எப்போது செய்யப்பட வேண்டும் அல்லது அவசரத்தின் அடிப்படையில் அவற்றின் முன்னுரிமைகளை ஒதுக்குங்கள். எடுத்துக்காட்டாக, தாளில் 100 செயல்பாடுகள் இருந்தால், ஒரு குறிப்பிட்ட நாளின் செயல்பாடுகளை முன்னுரிமையுடன் எடுத்து அதைச் செய்யுங்கள் அல்லது குறைந்தபட்சம் அதற்கு முயற்சி செய்யுங்கள். முன்னுரிமையின் அடிப்படையில் ஒவ்வொரு நாளும் அந்த திட்டமிடலுக்கான தாளில் இருந்து ஒரு பணியைத் தேர்ந்தெடுத்து அதை செயல்படுத்தவும். நீங்கள் இதை ஒவ்வொரு நாளும் செய்தால்,

அது ஒரு பழக்கமாக மாறும், நீங்கள் ஒருபோதும் விஷயங்களை மறக்க மாட்டீர்கள். அனைத்து பணிகளையும் நிறைவேற்றுவதில் நீங்கள் 100 சதவீதம் வெற்றி பெறுவீர்கள். இது ஒரு நடைமுறையாக மாறினால், நீங்கள் எதையும் மறக்க மாட்டீர்கள்.

செயல்பாடுகளில் ஆர்வத்தைத் தக்கவைத்தல்

கே: நாம் செய்யும் எந்தவொரு செயலும் முதலில் சுவாரஸ்யமாகத் தெரிகிறது, ஆனால் சிறிது நேரத்திற்குப் பிறகு சலிப்பை ஏற்படுத்துகிறது. ஆர்வம் குறைவதற்கு காரணம் என்ன?

நம் வாழ்க்கையில் எதுவும் புதிதாக இருக்கும்போது, உதாரணத்திற்கு திருமணம், உறவு, நட்பு, வணிகம், விளையாட்டு, வகுப்பு, கல்லூரி, பள்ளி, வேலை போன்றவற்றை எடுத்துக் கொள்வோம், நாம் ஒரு நேர்மறையான வழியில் தொடங்கி சிறந்து விளங்க விரும்புகிறோம். நாம் உற்சாகமாக இருக்கிறோம். நாம் அதை பெரிதாக்க விரும்புகிறோம். இது புதியது என்பதால், இது உற்சாகமாகத் தெரிகிறது. நாம் முயற்சிகளை மேற்கொள்கிறோம், வாக்குறுதிகளை வழங்குகிறோம், நிறைய அன்பையும் உணர்ச்சிகளையும் காட்டுகிறோம். ஆனால் அப்போதும் நினைவில் கொள்வது முக்கியம், உணர்ச்சிவயப்படாமல் அதை படிப்படியாக அனுபவிக்க வேண்டும். இந்த விஷயத்தைப் பற்றிய முன் புரிதலுடன் நாம் புதிய விஷயங்களில் இறங்க வேண்டும். புதியதாக இருந்தாலும் நாம் செய்யப்போகும் சில விஷயங்களை நாம் முன்கூட்டியே அனுமானித்துப் பார்க்க வேண்டும்.

எதுவும் ஆரம்பத்தில் சுவாரஸ்யமாகத் தெரிகிறது, ஏனென்றால் அது புதியது. ஒரு குறிப்பிட்ட காலப்பகுதியில், அதே விஷயம் சாதாரணமாகவும் சலிப்பாகவும் இருக்கும், ஏனெனில் அது எளிதில் கிடைப்பதும் மாற்றமற்ற ஒரே வகைத் தன்மையானதாகவும் இருப்பதே ஆகும். காந்திஜியும் கலாம் அவர்களும் திடீரென்று உங்களுக்கு எளிதில் அணுகக்கூடியவர்களாக மாறினால் ஆரம்பத்தில் நீங்கள் அவர்களைச் சந்தித்த போது வேறு உலகத்தில் இருப்பதாக நீங்கள் உணர்ந்தாலும் அவையும் உங்களுக்கு சில காலத்தில் ஆர்வமற்றுப் போய்விடும்.

இங்கே தீர்வு என்னவென்றால், புதிதாக சந்திக்கும் எதற்கும் அதீத உற்சாகப்படுத்துவது அல்ல. சலனமற்று நிதானமாக இருப்பது. அமைதியுடன் மகிழ்ச்சியுடன் புரிந்துகொண்டு வாழ்தல் குறிப்பிட்ட விசயம், பொருள், அல்லது செயல்பாட்டுடனான உறவு எப்போதும் சீரானதாகவும் சமநிலை தவறாமலும் இருக்க உதவும்.

மீண்டும் மீண்டும் செய்யும் வேலையில் சலிப்பைக் குறைத்தல்

கே: சில செயல்களை மீண்டும் மீண்டும் செய்யும்போது எனக்கு சலிப்பு ஏற்படுகிறது. ஆனால், என்னால் அவற்றைத் தவிர்க்க முடியாது. எனது சலிப்பைக் குறைத்து, தொடர்ந்து அந்தச் செயல்களைச் செய்வது எப்படி?

அதிகப்படியானதாக மாறினால் எதுவும் சலிப்படையும் மன நிலையை ஏற்படுத்தி விடலாம், அதில் ஒரு விளையாட்டு, திரைப்படம் பார்ப்பது, பிடித்த விசயம், படிப்புகள், உங்கள் நெருங்கிய நண்பர், மனைவி அல்லது உங்கள் குழந்தைகள் கூட அடங்கும். அதனால்தான் ஒரு கணவன் சில சமயங்களில் மனைவியுடன் எரிச்சலடைகிறான், மனைவி கணவனுடன் எரிச்சலடைகிறாள்.

தமிழில், ஒரு அழகிய பழமொழி உள்ளது, "அளவுக்கு மீறினால் அமிர்தம் நஞ்சு" அதாவது அளவுக்கு அதிகமாக எடுத்துக் கொள்ளும்போது சாவா வரம் தருவது என நம்பப்படும் அமிர்தம் கூட விஷமாகிறது.

மீண்டும் மீண்டும் செய்ய வேண்டிய மற்றும் சலிப்பான செயல்களில் இருந்து சலிப்பைக் குறைக்க, பல செயல்களில் உங்களை ஈடுபடுத்துங்கள். பிற பழக்கவழக்கங்கள், செயல்பாடுகள் மற்றும் பொறுப்புகளுக்கும் முக்கியத்துவம் கொடுங்கள். ஒரு செயலில் அதிக நேரம் செலவிட வேண்டாம்.

ஒரு நாளை, உங்களுக்கு ஆர்வமானவை, குடும்ப நேரம், யோகா, தியானம் மற்றும் விளையாட்டு, இசை, நண்பர்களின் நேரம் ஆகியவற்றைக் கொண்டு திட்டமிடுங்கள். ஒரு செயலில் அதிக நேரம் செலவழிக்கும் போது மனம் இயல்பாகவே சலிப்படைகிறது.

உங்களுக்கு பிடித்த செயல்பாட்டிலிருந்து சிறிது நேரம் ஒதுக்கி, பலவற்றைச் செய்த பின் மீண்டும் வாருங்கள். இது சுவாரஸ்யமாக இருக்கும். மேலும், இந்த முறையில் வேலை செய்வதன் மூலம் எந்தவொரு செயலுக்கும் படைப்பாற்றல் மற்றும் தெளிவைக் கொண்டு வர முடியும்.

மனதின் மறதி

கே: என் மனம் பல முறை வெறுமையாகி விடுகிறது, நான் என்ன செய்ய வேண்டும் என்று எனக்கு நினைவில் இல்லை. இதற்கு காரணம் என்ன?

பல விஷயங்களில் கவனம் செலுத்த முயற்சிக்கும்போது நம் மனம் சில நேரங்களில் செய்வதறியாமல் திகைத்து நிற்கிறது. இது நீங்கள் மன அழுத்தத்தில் இருக்கும் போது, நீங்கள் குழப்பமாக இருந்தால், அல்லது நீங்கள் அதிகமாக சிந்திக்கும் போது சில நேரங்களில் நிகழலாம். எதையாவது நினைவில் வைக்க வேண்டும் என்ற கட்டாயத்தால் ஏற்படும் பயம் கூட உங்கள் மனதை வெறுமையாக்குகிறது. எதையாவது நினைவில் வைத்திருப்பதற்காக உங்களுக்கு நீங்களே அழுத்தம் தராதீர்கள். நீங்கள் கொடுக்க விரும்பும் ஒரு பேச்சுக்காக நீங்கள் பயிற்சி செய்யும் போது, அல்லது நீங்கள் நன்றாக எழுத விரும்பும் ஒன்றைப் படிக்கும் போது, அதை எளிதாக எடுத்துக் கொள்ளுங்கள். அதை அடிக்கடி நினைவில் வைக்க முயற்சிக்காதீர்கள். உங்கள் நினைவகத்தை சரிபார்க்க முயற்சித்தால், ஒரு பயம் உருவாகிறது, அது மனதை வெறுமையாக்குகிறது.

சில நேரங்களில் கவலை கூட மறதி அல்லது வெறுமையாவதற்கு காரணமாக இருக்கிறது. உங்களில் "நான் மறந்துவிடுவேன்" என்ற ஒரு பயம் இருந்தால், நீங்கள் அதை அதிகம் சிந்திக்கும்போது, அது உண்மையிலேயே நடக்கலாம். ஆகவே, இந்த ஆர்வமும் பயமும் நிறைந்த எண்ணங்கள் வரும்போது, இந்த எண்ணங்களை உங்கள் மனதில் இருந்து வெறுமை செய்து விடுங்கள். அவற்றை வளர்க்காதீர்கள். ஒரு அமைதியான மற்றும் கவனம் செலுத்திய மனதுக்கு இந்த அனுபவம் இருக்காது. கவனமாய் இருத்தல் மற்றும் ஒரு நேரத்தில் ஒரு செயல்பாட்டில் கவனம் குவிப்பது கவனச் சிதறலைக் கடக்க உதவும்.

அமைதியான மற்றும் கவனம் செலுத்தும் மனதைக் கொண்டிருக்க தியானம் உங்களுக்கு உதவுகிறது. தியானத்தின் தொடர்ச்சியான பயிற்சியால் ஒரு செயலில் நீங்கள் மிக எளிதாக கவனம் செலுத்தலாம் மற்றும் கவனச்சிதறல்களிலிருந்து விலகி இருக்க உதவுகிறது.

சார்புத்தன்மையை கையாள்வது

கே: எனது பணியிடத்தில் எனக்கு எதிராக நிறைய ஒரு தலைப்பட்ச சார்புத்தன்மை இருப்பதாகத் தெரிகிறது, எனது பணிக்கான வெகுமதிகளையும் அங்கீகாரத்தையும் நான் பெறவில்லை. இது என் வேலையில் என்னை வளர விடவில்லை. அதைச் சமாளிக்க நான் என்ன செய்ய முடியும்?

நம்மை நாமே மாற்றிக் கொள்ள முடியும். நாம் மற்றவர்களை மாற்ற முடியாது. மற்றவர்களின் அணுகுமுறை, அவர்களின் விருப்பு வெறுப்புகள், விருப்பத் தேர்வுகள், வசதி, நன்மைகள் பற்றிய சார்புகளை நாம் சுமந்து கொண்டு வாழ்கிறோம். நம்முடைய சொந்த ஒரு தலைபட்சமான சார்புகளைக் கவனித்து நம்மை மாற்றிக் கொள்வது எப்போதும் நல்லது. புரிந்து கொள்ள வேண்டிய மிக முக்கியமான விஷயம் என்னவென்றால், உங்கள் மனதை ஒரு பக்கச் சார்பற்றவராகவும், மற்றவர்களின் சார்புகளால் பாதிக்கப்படாமலும் இருக்க நீங்கள் கட்டுப்படுத்தலாம். ஆனால் நீங்கள் மற்றவர்களின் மனதை பக்கச்சார்பற்றவராக மாற்ற முடியாது.

உங்கள் பணியிடமானது பக்கச்சார்பானதாகத் தோன்றினால், இரண்டு சாத்தியங்கள் உள்ளன. ஒன்று - உங்கள் தொழில் அல்லது வேறு எந்த வாய்ப்பையும் பாதிக்காமல் அந்த இடத்திலிருந்து விலகிச் செல்ல முடிந்தால், மாற்றிக் கொள்வது சிறந்தது. ஆனால் நீங்கள் நகரும் புதிய இடம் பக்கச்சார்பற்றதாக இருக்கும் என்பதற்கு இது உத்தரவாதம் அளிக்காது. எனவே, மற்ற சாத்தியம் என்னவென்றால் - உங்கள் சொந்த சார்புகளைப் பார்க்கத் தொடங்குவது மற்றும் உங்கள் சொந்த நலனுக்காக நடப்பது போல் விஷயங்களை ஏற்றுக் கொள்ளத் தொடங்குவது.

உங்களுக்கும் சர்வவல்லவருக்கும் இடையே ஒரு வலுவான இணைப்பை உருவாக்கவும். அவர் எப்போதும் எல்லாவற்றையும் பார்த்துக் கொண்டிருப்பார் என்பதை அறிந்து கொள்ளுங்கள். உங்களுக்கு எதிராக ஒரு பக்கச் சார்பான செயல் நடந்தாலும், அது கவனிக்கப்படும் என்ற நம்பிக்கையை இது தருகிறது. உங்கள் முயற்சிகளுக்கு ஒரு கட்டத்தில் உங்களுக்கு வெகுமதி கிடைக்கும். கிரியாக்கள் மற்றும் தியான நடைமுறைகள் எல்லாம் வல்லவருடனான உங்கள் தொடர்பை வலுப்படுத்தவும் இந்த மனநிலையை மிக எளிதாக உருவாக்கவும் உதவும்.

சுய ஒழுக்கமாக இருப்பது

கே: கவனம் மற்றும் சுய ஒழுக்கத்தை நான் எவ்வாறு வளர்க்க முடியும்?

நீங்கள் செய்கிற எந்தவொரு காரியத்திலும் நீங்கள் முழுமையாக கவனம் செலுத்தினால், நீங்கள் என்ன செய்கிறீர்கள் என்பதை நீங்கள் உணருகிறீர்கள். கவனம் செலுத்துவதும் விழிப்புணர்வுடன் இருப்பதும் ஒன்றோடொன்று தொடர்புடையவை. இதேபோல், நீங்கள் செய்யும் எதையும் நீங்கள் அறிந்துணர்ந்திருந்தால், இயல்பாகவே அதில் கவனம் செலுத்தத் தொடங்குவீர்கள்.

உளவியலின் படி, நீங்கள் செய்ய விரும்பும் உங்கள் பணிகளின் பட்டியலை எழுதும்போது, 50 சதவீத வேலை முடிந்து விடுவதாகக் கருதப்படுகிறது. நீங்கள் முதலில் என்ன செய்ய விரும்புகிறீர்களோ அதை எழுதும் பழக்கத்தை நீங்கள் வளர்த்துக் கொள்ள வேண்டும். அதுவே முதல் வெற்றி. அவ்வாறு எழுதுவது எந்தவொரு விலை கொடுத்தேனும் பணிகளை முடிப்பதில் உள்ள உண்மையான ஆர்வம் அல்லது தவறாமல் அதைச் செய்ய அல்லது முயற்சி செய்யத் தொடங்குவதற்கான நேர்மையான அர்ப்பணிப்பு உங்களிடம் இருப்பதை உங்கள் மனதிற்கு நீங்களே சொல்வதைப் போன்றதாகும். இது சுய ஒழுக்கமாக மாறுவதற்கு உத்தரவாதம் அளிக்கிறது.

ஒழுக்கம் என்பது 90% நடைமுறை மற்றும் நிலைத்தன்மை - நெறிமுறைகள் மற்றும் மனிதநேயத்திற்கு உட்பட்டது. நீங்கள் தொடர்ந்து பயிற்சி செய்யும் எதுவும் ஒரு ஒழுக்கமாக மாறும். நீங்கள் அதைப் பற்றி நம்பிக்கையுடன் இருக்கிறீர்கள். எனவே, எவர் தனது பணிகளை எழுதி, திட்டத்தை பின்பற்ற முயற்சிக்கிறாரோ அவர் பெரும்பாலான நேரங்களில் வெற்றி பெறுவார். இது நிச்சயமாக, செயல்பாடு நெறிமுறை மற்றும் நபர் அல்லது சமூகத்தின் முன்னேற்றத்திற்கு உட்பட்டது. தீங்கு விளைவிக்கும் செயலை தொடர்ந்து கடை பிடிப்பதும் ஒரு ஒழுக்கமாக மாறும்.

நிலைத்தன்மையின் தேவை இருந்த போதிலும், ஒழுக்கம் கூட சில சூழ்நிலைகளில் நெகிழ்வாக இருக்க வேண்டும் என்பதை நினைவில் கொள்வது நல்லது. ஒரு சூழ்நிலைக்கு உணர்ச்சிகள் தேவைப்பட்டால், ஒழுக்கத்திலிருந்து சில விலகல்கள் தேவைப்பட்டால், முன்னுரிமையை நிறைவேற்ற அது சமரசம் செய்யப்பட வேண்டும். பெரும்பாலும்,

ஒழுக்கத்திற்கு ஒரு பகுத்தறிவு மனம் தேவைப்படுகிறது, ஆனால் சில சமயங்களில் அதற்கு உணர்ச்சிபூர்வமான மனம் தேவைப்படுகிறது. மனிதாபிமானமற்றதாக மாறினால், ஒரு ஒழுக்கத்தில் நீங்கள் நிலைத்து இருக்க முடியாது.

ஒழுக்கமாக இருப்பதன் மன அழுத்தத்தைக் குறைத்தல்

கே: நான் எதையும் சீராகவும் ஒழுக்கமாகவும் செய்தால், என்னால் பெரிய விஷயங்களை அடைய முடியும் என்று எனக்குத் தெரியும். ஆனால், சில விஷயங்களை தவறாமல் செய்வதில் நான் அழுத்தமாக உணர்கிறேன். மன அழுத்தத்தை நான் எவ்வாறு தவிர்க்கலாம்?

மக்கள் மிகவும் கடுமையான ஒழுக்கம், விதிகள், ஒழுங்குமுறைகள் மற்றும் சம்பிரதாயங்களுக்கு தங்களைக் கட்டுப்படுத்துவதன் மூலம் வாழ்க்கையில் மகிழ்ச்சியையும் இன்பத்தையும் இழக்கிறார்கள். சாதாரணமாகவும், இயல்பாகவும் இருப்பது முக்கியம், நீங்கள் எல்லை தாண்டிச் செல்லும் போதோ அல்லது சில கொள்கைகளை மீறும் போதோ உங்களுக்கு தெரிவிக்க உங்கள் மனதிடம் கூறி விடுங்கள். மனம் நிச்சயமாக அதை உங்களுக்குக் குறிப்பிடும். அது சொல்லும் போது, அதன்படி செல்லுங்கள். ஏதேனும் பிரச்சினைகள் ஏற்பட்டால், அமைதியான மற்றும் நிதானமான மனதுடன் இதைப் பற்றி சிந்தியுங்கள். நீங்கள் எளிதாக தீர்வுகளைப் பெறுவீர்கள். நிதானமாக, இயல்பாக இருந்து, உங்கள் வாழ்க்கையை அனுபவிக்கவும்.

ஒழுக்கமாக இருப்பதால் அனுபவிக்கும் மன அழுத்தத்தை நான் எவ்வாறு குறைத்தேன் என்பதற்கான எடுத்துக்காட்டு இங்கே - வழக்கமாக, இரவு உணவிற்குப் பிறகு, நான் உடனடியாக தூங்கப் போய்விடுவேன். நான் கனமாகவும், சோர்வாகவும், தூக்கம் நிறைந்தவராகவும் உணர்ந்தேன், இது என் எடையை அதிகமாக்கியது. இரவு உணவுக்குப் பிறகு குறைந்தது 15 நிமிடங்கள் நடக்க வேண்டும் என்று நினைத்தேன். சலிப்பைத் தவிர்க்க, நான் நடக்கும் போது பாடல்களைக் கேட்க ஆரம்பித்தேன். 3 பாடல்களைக் கேட்க திட்டமிட்டேன். ஒவ்வொரு பாடலும் சுமார் 700 காலடி தூரம் கடப்பதற்கு வசதியாக இருக்கும். 2000 காலடி தூரத்தைக் கடக்க 15 நிமிடங்களுக்கு மேல் காலம் தேவைப்படுவதை நான் விரும்பவில்லை.

நான் தொடங்கியபோது, ஒரு பாடலுக்குள் 700 காலடி தூரத்தை கடந்து முடிப்பது குறித்து அது எனக்கு மன அழுத்தத்தை ஏற்படுத்தியது. பாடல்களைக் கேட்பதை ரசிப்பதை விட காலடி தூரங்களை எண்ணுவதில் என் கவனம் இருந்தது. இது என்னுள் கவலையைத்

தூண்டியது. என் மனம் அமைதியாக இருந்தபோது இந்த விஷயத்தைப் பற்றி நினைத்தேன். ஒரு பாடலுக்கு 400 காலடி தூரம் கூட சரி என்பதை உணர்ந்தேன். இப்போது, நான் வசதியாகவும் நம்பிக்கையுடனும் ஆனேன். எண்ணாமல் கூட, ஒரு பாடலைக் கேட்பது நிச்சயமாக 400 காலடிகள் ஆகும் என்று நான் உறுதியாக நம்புகிறேன். பாடல் கேட்பதில் என் கவனம் மாறியது, நடைபயிற்சியின் போது பாடல்களை ரசிக்க ஆரம்பித்தேன்.

மற்றொரு கவலை என்னவென்றால், நான் 15 நிமிடங்களில் 2000 காலடி தூரத்தை முடிக்க மாட்டேன். ஆனால், இன்பத்தை எனது முன்னுரிமையாக மாற்ற முடிவு செய்தேன். நான் 5 பாடல்களைக் கேட்டால், அது 100 சதவிகிதம், 2000 காலடி தூரத்தை கடக்க உதவும் என்று ஒரு எண்ணத்தை அறிமுகப்படுத்தினேன். ஆனால் நான் எண்ணிக்கையற்ற முறையில் தொடங்குவதும், 2000 காலடி தூரத்தை முடிக்கும்போது எனக்கு அது பற்றி அறிவிப்பது நல்லது என்று என் ஆழ் மனதில் சொன்னேன். எனக்கு ஆச்சரியமாக, ஒரு குறிப்பிட்ட காலப்பகுதியில், எனது 2000 காலடி நடை தூரம் முடிந்ததும் என் மனம் என்னிடம் சுட்டிக்காட்டியது.

மனம் ஒரு அலாரம் போன்றது. ஒரு குறிப்பிட்ட காலப்பகுதியில் நீங்கள் ஏதாவது செய்யும் போது, அது அலாரம் போல வேலை செய்யத் தொடங்குகிறது. மன அழுத்தமோ பதட்டமோ இல்லாமல் நிகழ்வுகளை அனுபவிக்கும் போது நடைபயிற்சி மற்றும் பாடல்களைக் கேட்பது ஆகிய இரு குறிக்கோள்களையும் என்னால் அடைய முடிந்தது.

நம்பிக்கையையும் ஒழுக்கத்தையும் ஒப்பிடுவது

கே: நம்பிக்கையுடன் ஒப்பிடும்போது ஒழுக்கம் ஏன் உலகத்தால் மதிப்பிடப்படுகிறது?

நம்பிக்கை எதையாவது செய்ய அல்லது எதையாவது வெல்ல தேவையானஒன்றாகும்.இது உடனடியாகசெயலில்இறங்கஉதவுகிறது. உங்களுக்கு நம்பிக்கை இருக்கும் போது, நீங்கள் ஆக்ரோஷமாகவும் கவர்ச்சியாகவும் இருப்பீர்கள், மக்கள் உங்களை நம்பி இருப்பார்கள். இது வெளிப்படையாக நம்பிக்கையை மிகைப்படுத்தப்படுவதற்கு வழிவகுக்கிறது. ஆனால் நம்பிக்கையுள்ளவர்கள் கூட அழுத்தத்தை அனுபவிக்கிறார்கள், ஒருமுறை அவர்கள் அதை இழக்க ஆரம்பித்தால், அந்த வீழ்ச்சியிலிருந்து மீண்டு வருவது கடினம்.

எதையாவது தொடர்ச்சியாக அடைய, ஒழுக்கத்தைத் திட்டமிட்டு பின்பற்ற வேண்டியது அவசியம். ஒழுக்கத்தின் முடிவுகள் மெதுவாக ஆனால் சீராக இருக்கும். முடிவுகள் மெதுவாக இருப்பதால், அது குறைவாக மதிப்பிடப்படலாம்.

ஒழுக்கமுள்ளவர்கள் அமைதியாக இருக்கிறார்கள், நம்பிக்கை நிலைகளை வெளிப்படையாகக் காட்டிக் கொள்வதில்லை. அவர்கள் குறைவாக மதிப்பிடப்படுவதற்கு இதுவும் ஒரு காரணம். ஆனால் ஒழுக்கமுள்ளவர்கள் தோற்றால், அவர்கள் அமைதியாகவும், அழுத்தமாகவும் இல்லாமல் இருப்பார்கள். எனவே அவற்றின் முடிவுகள் நீண்ட காலத்திற்கு மிகவும் பயனுள்ளதாக இருக்கும்.

வெற்றிக்கான பழக்கங்களை வளர்ப்பது

கே: நிரந்தர வெற்றியை வாழ்க்கையில் தரக்கூடிய, சிறுவயதிலேயே நாம் வளர்த்துக் கொள்ளக்கூடிய பழக்கங்கள் ஏதேனும் உள்ளதா?

நம் அன்றாட வாழ்வில் தூக்கம், துலக்குதல், சாப்பிடுவது, குளிப்பது போன்ற செயல்களை இயற்கையாகவும் மற்றும் அவசியமானவையாகவும் கருதி நாம் செய்து வருகிறோம். இவைகளை ஒரு ஒழுக்கம் மற்றும் கடமையாக நாம் செய்கிறோம். ஆதலால் அவை ஒருபோதும் சலிப்பதில்லை. ஆனாலும் இவை நமக்கு சுவாரஸ்யமானவையாக இல்லை.

ஆர்வம், உற்சாகம் மற்றும் விருப்பம் ஆகியவற்றின் இடத்திலிருந்து நாம் எதையும் செய்தால், அது சலிப்பாக இருக்காது. ஆனால் இந்த நடவடிக்கைகளில் கூட, ஆர்வத்தை ஒரு குறிப்பிட்ட நிலைக்கு மட்டுமே தக்க வைத்துக் கொள்ள முடியும். நீங்கள் ஆர்வமாக இருக்கும் ஒன்றில் கூட அந்த அளவைத் தாண்டியவுடன் சலிப்பை உணரத் தொடங்குவோம். இது நம் நெருங்கிய நட்பு, உறவுகள், ஆர்வம், எல்லாவற்றிற்கும் பொருந்தும். வாழ்க்கை என்பது விட்டுக் கொடுத்தல் மற்றும் புரிந்துணர்ந்து செயல்படுதலின் கலவையாகும், மேலும் மகிழ்ச்சியுடன் வாழ நாம் அதற்கேற்ப செயல்பட வேண்டும்.

வாழ்க்கையின் ஆரம்பத்தில் வளர்த்திட சில பழக்கங்கள் உள்ளன, அவை பெரிய சாதனைகளுக்கு வழிவகுக்கும்:

உங்கள் எல்லா பணிகளையும் திட்டமிட்டு எழுதுங்கள், குறைந்தபட்சம் அவைகளைச் செய்வதற்கான முயற்சி மேற்கொள்ளப்படுவதை உறுதி செய்யுங்கள். இதை நீங்கள் வழக்கமான பழக்கமாக மாற்றினால், அது உங்களை 100 சதவீதம் வெற்றிகரமாக ஆக்கும்.

மற்ற பழக்கம் தவறாமல் தியானத்தை மேற்கொள்வது. இது ஒரு அமைதியான மற்றும் அறிந்துணரப்பட்ட மனதை அளிக்கிறது. ஒரு மனிதனால் செய்யபடக்கூடிய மிகப்பெரிய சாதனை அவர் மனதை அமைதியானதாக, அறிந்துணர்ந்ததாக, குறைவான உணர்ச்சிவசப்பட்டு, தேவையற்ற விஷயங்களுக்கு எதிர்வினையாற்றாமல், எதிர்பார்ப்புகள் இல்லாமல், ஏற்றுக்கொள்ளும் இயல்புடன் இருக்கும் நிலைக்கு உயர்த்துவதே ஆகும். இது ஒரு நாட்டின் பிரதமராக அல்லது உலகின் மிகப்பெரிய பணக்காரனாக மாறுவதை விட மதிப்புமிக்கது.

போதுமான நேரத்தைக் கண்டறிதல்

கே: நான் எப்போதும் எனது நேரத்தை நிர்வகிப்பதில் சிரமப்படுகிறேன். ஒரு நாளில் எனக்கு போதுமான நேரம் இல்லை என்று ஏன் எப்போதும் உணர்கிறேன்?

உங்கள் வெற்றிக்கு திட்டமிடல் மிகவும் முக்கியமானது. நீங்கள் தினமும் காலையில் எழுந்தவுடன், செய்ய வேண்டிய விஷயங்களின் பட்டியலை உருவாக்கவும். வெவ்வேறு முன்னுரிமைகளின் அடிப்படையில் அவற்றை வகைப்படுத்தி, முன்னுரிமைகளுக்கு ஏற்ப பணிகளைச் செய்யத் தொடங்குங்கள். முன்னுரிமை பெற்ற பணிகளை நீங்கள் செய்ய அல்லது குறைந்தபட்சம் முயற்சிக்கிறீர்களா என்பதைப் பாருங்கள். உங்கள் திட்டத்தின் படி நீங்கள் சென்றால் உங்களுக்கு நிறைய நேரம் இருக்கும்.

திட்டமிடும் போது, உங்கள் அலுவலகப் பணிகளுடன் உங்கள் தனிப்பட்ட பணிக்கு நல்ல நேரத்தை ஒதுக்க வேண்டும் என்பதை நினைவில் கொள்ளுங்கள். இது உங்களை மகிழ்ச்சியாகவும் திருப்தியாகவும் வைத்திருக்கும். சரியான சமநிலை பராமரிக்கப்படும் மற்றும் நிறைவான உணர்வு அனுபவிக்கப்படும். போதுமான நேரம் இல்லை என்ற உணர்வு இருக்காது.

நன்கு படிப்பதற்கான ரகசியங்கள்

கே: நன்கு படிப்பதற்கும், கல்வியாளராக வெற்றி பெறுவதற்கும் சில ரகசியங்களை பகிர்ந்து கொள்ள முடியுமா?

முதலில் - நீங்கள் விரும்புவதைப் படிக்கத் தேர்வு செய்யுங்கள். இது படிப்பில் மிகுந்த ஆர்வத்தை உருவாக்குகிறது. ஆசிரியர் உங்களிடம் ஒரு கேள்வியைக் கேட்கும் போது, நீங்கள் பதிலளிக்க முடிந்தால், அது உங்களில் உற்சாகத்தைத் தூண்டுகிறது. மனப்பாடம் செய்வதன் மூலம் ஒருபோதும் ஒரு விஷயத்தைக் கற்றுக்கொள்ள வேண்டாம். இது உங்களுக்கு மதிப்பெண்களைப் பெறக்கூடும், ஆனால் விஷயத்தைப் புரிந்து கொள்ள உதவாது. இத்தகைய புரிதல் உங்கள் வாழ்க்கையில் நீங்கள் ஒருபோதும் மறக்க முடியாத அறிவை உருவாக்குகிறது.

நல்ல மதிப்பெண்களைப் பெற முயற்சிக்கவும், ஆனால் உங்கள் கற்றல் மதிப்பெண்கள் மட்டுமே சார்ந்ததாக இருக்க வேண்டாம். நிஜ வாழ்க்கையில், மதிப்பெண்கள் மட்டுமே உங்களை ஒருபோதும் வெல்ல வைக்காது. முதல் நிலையை எப்போதும் தக்க வைத்துக் கொள்ள இது உங்களுக்கு மன அழுத்தத்தை உருவாக்குகிறது. நற்பெயரை அல்லது முதல் நிலையைத் தக்கவைக்க எப்போதும் அழுத்தத்தில் இருப்பதால் மிகச் சில முதல் மதிப்பெண் பெற்ற மாணவர்கள் வெற்றி பெறுகிறார்கள். அவர்கள் ஒருபோதும் சவால்களுடைய எதையும் கையிலெடுப்பதில்லை நடைமுறை வாழ்வுக்கு ஏற்றாற்போல் தம்மைத் தகவமைத்துக் கொள்வதுமில்லை.

கற்றலில் கவனம் செலுத்துங்கள். நீங்கள் வகுப்பில் இருக்க முடியும், ஆனால் உங்கள் மனம் வேறு எங்காவது இருக்கலாம். கவனம் செலுத்த தியானம் உங்களுக்கு உதவுகிறது. தியானத்தின் அடிப்படை ஒரு மந்திரத்தில் கவனம் செலுத்துவது மற்றும் தேவையற்ற எண்ணங்களிலிருந்து விலகிச் செல்வது. தியானம் உணர்ச்சி ரீதியாகவும் வலுவாக மாற உதவுகிறது. உங்கள் படிப்பு விஷயத்தில் கவனம் செலுத்துவதற்கும் சிறப்பாக செயல்படுவதற்கும் தேவையான கவனத்தை வளர்க்க தியானம் உதவும்.

பரீட்சைகளுக்குத் தயாராவதற்கு, அனைத்துப் பாடங்களுக்கான ஒரு முழுத் திட்த்தைத் தயார் செய்து, படிப்பதற்கான நேரத்தைப் பற்றிய தகவலையும் அதில் சேருங்கள். அனைத்து பாடப்பகுதிகளுக்கும் அந்தந்த நேரம் மற்றும் தேதியையும் எழுதுங்கள். ஒரு திட்டத்தை

நடைமுறையில் வைத்து, அந்த குறிப்பிட்ட பாடத்தை அந்த குறிப்பிட்ட நேரத்திற்குள் முடிக்கிறீர்களா என்று பாருங்கள். நீங்கள் இதைப் பின்பற்றினால், நீங்கள் படிப்புகளுக்கு குறைந்த நேரத்தை செலவிடலாம் மற்றும் பிற செயல்பாடுகளைச் செய்ய ஓய்வு நேரமும் இருக்கும். மற்ற நடவடிக்கைகளுக்குப் பிறகு ஒரு இடைவெளி கொடுப்பதும், படிப்பைத் தொடங்குவதும் படிப்புகளில் ஆர்வத்தைத் தக்கவைத்து, ஒரே வகையான செயலைச் செய்யும் அலுப்பு மற்றும் சலிப்பைக் குறைக்கும்.

படிப்பில் கவனம் செலுத்துதல்

கே: வரவிருக்கும் எனது தேர்வுகளுக்கு நான் என்னைத் தயார் செய்ய வேண்டும். தேவையற்ற கவலைகள் மற்றும் எண்ணங்களால் என்னால் கவனம் செலுத்த முடியவில்லை. நான் என்ன செய்ய வேண்டும்?

நம் அனைவருக்கும் எப்போதும் சில எண்ணங்கள் நம் மனதில் இருக்கும். நீங்கள் எண்ணங்களை நிறுத்த முடியாது. ஒரே விஷயம் என்னவென்றால் - ஒரே நேரத்தில் பல விசயங்களில் எண்ணங்கள் இருக்கக்கூடாது. எதையாவது சிந்திக்கும் போது, ஒரே நேரத்தில், நீங்கள் வேறு எதையும் பற்றி சிந்திக்கக்கூடாது. இது கையில் உள்ள ஒரு விஷயத்தில் கவனம் செலுத்த முயற்சிப்பதே. ஒரு விஷயத்தில் கவனம் செலுத்துவது அதற்கான தெளிவையும் படைப்பாற்றலையும் தரும்.

ஒரு விஷயத்தில் கவனம் செலுத்த தியானம் உங்களுக்கு உதவுகிறது. வழக்கமாக தியானத்தின் போது, ஒரு மந்திரம் வழங்கப்படுகிறது, அதில் நீங்கள் கவனம் செலுத்த வேண்டும். மந்திரத்தைப் பற்றி சிந்திப்பது ஒற்றைச் சிந்தனை. தியானத்தின் போது நீங்கள் பல எண்ணங்களைக் கொண்டிருக்கலாம் மற்றும் மந்திரத்திற்கு திரும்பி வர விழிப்புணர்வுடன் முயற்சியை மேற்கொள்ள வேண்டும். நீங்கள் சிந்தனையற்ற இடத்திற்குச் செல்லும் போது தான் மிகவும் பயனுள்ள தியானம் நிகழ்கிறது. நமது தியான பயிற்சியின் நோக்கம், நம் எண்ணங்களை ஓரிடத்தில் / ஒரு விசயத்தில் குவிப்பதாகும் அதன் மூலம் கற்றலை மேம்படுத்துவதும் கற்றலுக்கு உதவும் தெளிவான மனநிலையை வளர்த்தெடுப்பதாகும். எனவே, எண்ணங்கள் இருப்பது இயற்கையானது, அது இயல்பாகவே நடக்கிறது என்பதை நினைவில் கொள்வது அவசியம். எண்ணங்களை கவனக்குவிப்பு நிறைந்ததாகவும், பயனுள்ளதாகவும், ஆக்கபூர்வமாகவும் மாற்றுவது மட்டுமே தேவை.

எண்ணங்களைக் கட்டுப்படுத்த சிறந்த வழி உங்கள் மனதின் மீதான கட்டுப்பாட்டைப் பெறுவதாகும். உங்கள் மனதின் கட்டுப்பாட்டை நீங்கள் பெற்றவுடன், எதிர்மறை எண்ணங்கள் அல்லது தேவையற்ற எண்ணங்களிலிருந்து எளிதாக விடுபட்டு தற்போதைய தருணத்தில் கவனம் செலுத்தலாம். விழிப்புணர்வுடனான காட்சிப்படுத்தல் நேர்மறை ஆற்றலை உருவாக்கவும், நம் இலக்குகளை அடைய தேவையான ஆதாரங்களையும் வாய்ப்புகளையும் உருவாக்கவும் உதவும்.

தேர்வில் சிறப்பாக செயல்படுவது

கே: தேர்வுகளில் சிறப்பாக செயல்படுவதற்கு ஏதேனும் வழிகாட்டுதல்கள் உள்ளதா?

ஒரு தேர்வுக்கு வழிவகுக்கும் தயாரிப்புகளுக்கு சில படிகள் உள்ளன. ஒரு தேர்வுக்கு முன் கடைசி நிமிட அவசரத்தைத் தவிர்க்க இவற்றைப் பின்பற்றலாம். பரீட்சைகளுக்கு முன்னர் தயாரிப்புகளைச் செய்யும்போது, மாணவர்கள் பொதுவாக சில கவலை தொடர்பான சிக்கல்களை உருவாக்குகிறார்கள். நீங்கள் படித்ததை மறந்து விடுவீர்கள் என்று நீங்கள் பயப்படலாம். நீங்கள் அதை நினைவில் கொள்ள முடியுமா என்று நீங்கள் ஆர்வமாக இருக்கலாம். கேள்விகள் பாடத்திட்டத்திற்கு வெளியே இருக்குமா, சரியான நேரத்தில் நீங்கள் பரீட்சை நடைபெறும் இடத்தை அடைவீர்களா, உங்களுக்கு உடல்நிலை சரியில்லாமல் போகுமோ என்ற கவலை இருக்கலாம்.

படிப்பதெற்கென திட்டமிட்டு வைத்து அதற்கேற்ப தேர்வுக்கு தயார் செய்யுங்கள். நீங்கள் திட்டமிட்டதைப் சரியாகப் பின்பற்றினால், உங்கள் படிப்பை நேரத்திற்குள் முடிப்பீர்கள், நிறைய ஓய்வு நேரம் கிடைக்கும்.

தேர்வுக்கு முந்தைய நாளில் உங்கள் அனைத்து தயாரிப்புகளையும் மாலை நேரத்திற்குள் முடிக்கவும். சில நல்ல இசையைக் கேளுங்கள். லேசான இரவு உணவை உட்கொண்டு சீக்கிரம் தூங்கச் செல்லுங்கள். நல்ல தூக்கத்திற்குப் பின் பரீட்சை நாளில், அதிகாலையில் எழுந்திருங்கள். 20 நிமிடங்கள் தியானம் செய்யுங்கள். இது உங்கள் மனதை அமைதிப்படுத்துகிறது மற்றும் உங்கள் கவலையை நீக்குகிறது. பரீட்சையை நன்றாகவும் அமைதியான மனநிலையிலும் எழுதுவதை நீங்களே காட்சிப்படுத்துங்கள். காட்சிப்படுத்த 5 நிமிடங்கள் செலவிடவும்.

தேர்வு அறையில் பரீட்சை எழுதும் போது, வினாத்தாளை முழுமையாக பார்த்த பின்பு உங்கள் நேரத்தை திட்டமிடுங்கள். ஒவ்வொரு சிறிய, நடுத்தர மற்றும் பெரிய கேள்விகளுக்கும் நேரம் ஒதுக்கி, கண்டிப்பாக அதைப் பின்பற்றுங்கள். உங்களுக்கு வசதியான எல்லா கேள்விகளையும் குறிக்கவும், முதலில் அந்த கேள்விகளை முடிக்கவும். ஒரு கேள்விக்கான பதிலில் தேவையான அளவு விவரங்களை மட்டும் எழுதுங்கள். நீண்ட பதில்களை எழுதுவதற்கு அதிக மதிப்பெண்கள்

வழங்கப்படும் என்று நினைக்க வேண்டாம். அதற்காக நேரத்தை வீணாக்காதீர்கள். நீங்கள் இதை இந்த வழியில் திட்டமிட்டால், நீங்கள் கவலை மற்றும் மன அழுத்தமின்றி தேர்வுகளை எழுதலாம் மற்றும் சிறப்பாக செயல்படுவதை உறுதிப்படுத்திக் கொள்ளலாம்.

எந்த நேரத்திலும் நீங்கள் கவலை அடிப்படையிலான அல்லது எதிர்மறை எண்ணங்களைப் பெறும்போது, அதை வெறுமையாக்குங்கள். அது வரும் நேரத்தில் தொடர்ச்சியாக அதை வெறுமையாக்குவது, இந்த எண்ணங்கள் உங்கள் மனதில் இருந்து மங்கிவிடும் ஒரு கட்டத்திற்கு வழிவகுக்கும். தொடர் தியான பயிற்சி இதைச் செய்ய உங்களுக்கு உதவுகிறது.

நல்ல வேலையைச் செய்வது

கே: நான் போதுமான தகுதியுடன் இல்லை என்று நினைக்கிறேன், அதனால் ஒரு நல்ல வேலையைப் பெறவும் நல்ல வேலையைச் செய்யவும் முடியவில்லை. இது என்னை கவலையடையச் செய்கிறது. எனது பணி வாழ்க்கையை எவ்வாறு தொடரலாம்?

பலர் எதையும் படிக்காமல் கூட வாழ்க்கையில் மிகப்பெரிய வெற்றியைப் பெற்றிருக்கிறார்கள். உண்மையில், அவர்கள் சில வியாபாரங்களைச் செய்வதன் மூலம் வெற்றி பெறுகிறார்கள், நன்கு படித்தவர்கள் அவர்களுக்கு கீழ் வேலை செய்கிறார்கள். நம் அனுபவங்களின் மூலம் நாம் பெறும் ஒட்டுமொத்த அறிவோடு ஒப்பிடும் போது, பள்ளிகளிலும் கல்லூரிகளிலும் படிப்பதன் மூலம் சேகரிக்கப்பட்ட அறிவு மிகக் குறைவு.

எந்தவொரு வேலையும் செய்வதில் தவறில்லை. ஒரே விஷயம் என்னவென்றால், வேலை சமூக நெறிமுறைகளுக்கு ஒத்திசைவில் இருக்க வேண்டும் மற்றும் புத்திசாலித்தனத்துடன் செய்யப்பட வேண்டும். சமீபத்தில், ஆன்லைனில் மொத்த விலையில் காய்கறிகளை வாங்கிய ஒரு பெண்ணை நான் கண்டேன், அவர் உள்ளூர் பகுதியில் முச்சக்கர வண்டியில் வைத்து நல்ல விலையில் விற்க ஆரம்பித்தார். அவர் மிகவும் வெற்றிகரமாக ஆனார் மற்றும் அதிக தயாரிப்புகளுடன் தனது வணிகத்தை விரிவுபடுத்தத் தொடங்கினார். அதே வழியில், நீங்கள் ஒரு சிறு வணிகத்தைத் தொடங்கலாம். உங்களிடம் கொஞ்சம் பணம் இருந்தால், நீங்கள் சில பொருட்கள், உணவுப் பொருட்கள், பழங்கள் அல்லது காய்கறிகளை மொத்த விலையில் வாங்கி உங்கள் உள்ளூர் பகுதியில் ஒரு சிறிய லாபத்திற்கு விற்கலாம்.

நீங்கள் நல்ல மனநிலையில் இருக்கும் போது நல்ல வேலை நடக்கும். நீங்கள் நல்ல மனநிலையில் இல்லாத போது, நல்ல வேலையைச் செய்வதற்கான வாய்ப்புகள் நிச்சயமற்றவை ஆகிவிடும். இது நல்ல வேலை நடப்பதற்கு 50 - 50 வாய்ப்பு போன்றது. அமைதியான மற்றும் சீரான மனதுடன், ஒழுக்கமாக, கவனம் செலுத்தி, தேவையற்ற எண்ணங்களுக்கு எதிர்வினையாற்றாமல், கடினமாக உழைத்து, ஏற்றுக்கொள்ளும் தன்மையைக் கொண்ட ஒரு நல்ல ஆளுமையை நீங்கள் உருவாக்கியிருந்தால், நல்ல வேலையைச் செய்வதற்கான வாய்ப்புகள் 95 சதவீதம் ஆகும். நீங்கள் ஒரு நல்ல ஆளுமையுடன்

இருந்தால் நல்ல வேலை நிகழ்ந்திட 95 சதவீதம் உத்தரவாதம் உள்ளது. நீங்கள் ஒரு கலவையான ஆளுமையாக இருந்தால், வாய்ப்புகள் 50-50 ஆகும்.

எனவே, நல்ல வேலைக்கு தகுதிகள் மற்றும் வாய்ப்புகளுடன் எந்த தொடர்பும் இல்லை. இது முற்றிலும் நம் மனப்பான்மை மற்றும் விருப்பத்தைப் பொறுத்தது அல்லது நம் மனநிலையை பொறுத்ததெனக் கூறலாம்.

வேலையின்மை விரக்தியை நீக்குதல்

கே: நான் பல மாதங்களாக வேலை இல்லாமல் வேலை தேடிக்கொண்டிருக்கிறேன். நான் கவலையும் அவநம்பிக்கையும் உடையவனாகி விட்டேன். என்னைச் சுற்றியுள்ள மற்றவர்கள் வேலை செய்யும் போது என்னால் ஏன் வேலை பெற முடியவில்லை?

உங்களைச் சுற்றியுள்ள ஒவ்வொருவரும் தங்கள் வாழ்க்கையில் ஒரு வேலையை அல்லது அர்த்தமுள்ள ஒன்றைச் செய்யும் போது, மற்றவர்கள் செய்து கொண்டிருப்பதை நீங்கள் ஏன் செய்ய முடியாது? என்று ஆச்சரியப்படுவது மிகவும் இயல்பானது. இது உங்களை கவலையாகவும், அழுத்தமாகவும், பொறாமைப்படவும் வழி நடத்தலாம். உங்கள் முயற்சிகள் அனைத்தையும் மீறி நீங்கள் ஒரு வேலையில் இல்லாத போது இந்த எண்ணங்கள் இருப்பது மிகவும் இயல்பானது என்பதை நினைவில் கொள்ளுங்கள்.

முதலில், நீங்கள் இருக்கும் சூழ்நிலையை ஏற்றுக்கொள்ளுங்கள். இது உங்களுக்கு மட்டும் ஏன் நடக்கிறது என்று யோசிக்க வேண்டாம்.

அடுத்து, உங்கள் வேலைத் தேவை பற்றி சில விவரக் குறிப்புகள் இருந்தால், அதில் நெகிழ்வுத் தன்மையுடன் தொடங்கவும். ஒரு குறிப்பிட்ட வேலை வாய்ப்பில் மட்டுமே உங்கள் மனதை செலுத்துவதை நிறுத்துங்கள். நெகிழ்வாக இருங்கள். நம்பிக்கையைப் பெற, குறைந்த வாய்ப்புகள் மற்றும் குறைந்த சம்பளம் தரும் வேலைகளை முயற்சிக்கவும். நீங்கள் நிச்சயமாக ஒன்றைப் பெறுவீர்கள். துவங்கி அதனுடன் கொஞ்சம் நம்பிக்கையைப் பெறுங்கள். இதைப் பற்றி அதிகம் சிந்திக்கவோ அல்லது உணரவோ வேண்டாம். மேலும், உங்கள் வேலையைப் பற்றி மற்றவர்கள் என்ன நினைக்கிறார்கள் என்று யோசிக்க வேண்டாம். தங்களுக்கு ஒரு நன்மை கிடைக்காவிட்டால் அது குறித்து யாரும் கவலைப்படுவதில்லை.

நிகழ்காலத்தில் இருங்கள், சில வேலைகளில் உங்களை ஈடுபடுத்திக் கொள்ளுங்கள். சும்மா இருக்கும் மனதில் தேவையற்ற எண்ணங்கள் அனைத்தும் இருக்கும். கடந்த காலத்தைப் பற்றிய எதிர்மறை எண்ணங்கள் அல்லது எதிர்காலத்தைப் பற்றிய கவலையான எண்ணங்களைப் பெறும் போது, அந்த எண்ணங்களை வெறுமை செய்யுங்கள். அந்த எண்ணங்களை வளர்ப்பது போல் நீங்கள்

நினைத்தால், அதைச் செய்யாதீர்கள். இந்த எண்ணங்களை தொடர்ச்சியாக வெறுமையாக்குவது, இந்த எண்ணங்கள் உங்கள் மனதில் இருந்து மங்கிவிடும் ஒரு கட்டத்திற்கு வழிவகுக்கும்.

தியானம் மற்றும் சுவாச அடிப்படையிலான பயிற்சிகளைச் செய்யத் தொடங்குங்கள். இது நிகழ்காலத்தில் இருக்கவும் தேவையற்ற எண்ணங்களிலிருந்து விலகி இருக்கவும் உங்களுக்கு உதவுகிறது. இது உணர்ச்சிகளைக் கட்டுப்படுத்த உதவுகிறது மற்றும் எதிர்பார்ப்புகள், மன அழுத்தம், பதட்டம் போன்றவை இல்லாமல் இருக்க உதவுகிறது. அமைதியான உடல் மற்றும் மனதுடன், பொருத்தமான வேலையைத் தேடுவதற்குத் தேவையான செயல் திட்டத்தில் கவனம் செலுத்துவதும் செயல்படுவதும், செயல்படுத்துவதும் எளிதாக இருக்கும்.

தனக்குத் தானே உத்வேகம் அளித்தல்

கே: பெரிய வேலையைச் செய்ய நான் என்னை எவ்வாறு ஊக்குவிக்க முடியும்? தொடங்குவதற்கு கூட எனக்கு உத்வேகம் இல்லை என்று தெரிகிறது. நான் எதையும் ஆரம்பிக்காமல் தள்ளி போட்டுக் கொண்டே செல்கிறேன்.

வேலையில் உந்துதல் பெற சிறந்த வழி பொறுப்புகளை ஏற்றுக்கொள்வதாகும். நீங்கள் பொறுப்புகளை ஏற்றுக்கொண்டவுடன், அறிவைச் சேகரிப்பது அவசியம். தேவையான அறிவு இல்லாமல் நீங்கள் அந்த பொறுப்புகளை நிறைவேற்ற முடியாது. உயிர் தப்பிப் பிழைத்து வாழும் சூழ்நிலைகளுக்கு வரும் போது, உயிர் பிழைத்து வாழ உங்களுக்கு புத்திசாலித்தனம் தேவை. புத்திசாலியாக மாற, நீங்கள் அறிவுடையவராக இருக்க வேண்டும். எனவே நீங்கள் உயிர்வாழ தேவையான அறிவை வளர்த்துக் கொள்ள வேண்டும். அறிவு சேகரிக்கப்பட்டு வேலை தொடங்கியதும், வேலையின் வேகமே பணிகளை முன்னேற்றவும் முடிக்கவும் உங்களை ஊக்குவிக்கும். சிறிய பொறுப்புகளை ஏற்றுக்கொள்வதன் மூலம் தொடங்கவும், சுறுசுறுப்பாகவும் உந்துதலாகவும் இருங்கள்.

நாம் கடினமாக உணரக்கூடிய வேலையை அல்லது அப்பணி பற்றித் தெளிவான தகவலில்லை என்றால் தள்ளிப்போடுகிறோம். உளவியல் ரீதியாக, நாம் தொடங்க வேண்டுமென்று உணரவில்லை. இதை சமாளிப்பதற்கான எளிய விஷயம் என்னவென்றால் - அந்த வேலையைத் தொடங்க தன்னை கட்டாயப்படுத்துவது. மற்ற விஷயம் என்னவென்றால், அதை முடிக்க பல்வேறு வழிகள், நிலைகள் மற்றும் யோசனைகளை எழுதி துவக்கத்தை எளிதாக்குவது. நீங்கள் இந்த வழியில் தொடங்கினால், வேலை எளிதானது மற்றும் சுவாரஸ்யமானது என்பதைக் கண்டு நீங்கள் ஆச்சரியப்படுவீர்கள்.

கடின மற்றும் நீண்ட நேரம் வேலை செய்வதற்கு பதிலாக புத்திசாலித்தனமாக வேலை செய்வது பற்றி நீங்கள் சிந்திக்கலாம். புத்திசாலித்தனமாக வேலை செய்தல் கவனத்திலிருத்த வேண்டியதாகும். உங்கள் மனதை அமைதியாக வைத்திருப்பதன் மூலம் இதை அடைய முடியும். நல்ல தூக்கத்திலிருந்து எழுந்த பின் அல்லது ஒரு தியானத்திற்குப் பிறகு மனம் மிகவும் அமைதியாக இருக்கிறது. மனம் அமைதியாக இருக்கும் போது, வேலையை திறம்பட முடிப்பது

குறித்த பல ஆக்கபூர்வமான யோசனைகளைப் பெறுவீர்கள். நீங்கள் திட்டமிட்டு அதை எழுதும் போது, உங்கள் எல்லா பணிகளையும் நேரத்திலும் திறமையாகவும் முடிக்க முடியும்.

உங்கள் வேலையின் வெகுமதிகளையும் விளைவுகளையும் தேடாதீர்கள். உங்களின் உண்மையான முயற்சிகள் மட்டுமே முக்கியம். வினை-வினைப்பயன் கோட்பாட்டின் படி, உண்மையான முயற்சிகள் நல்ல விளைவுகளுக்கு வழி வகுக்கும். வெற்றி மற்றும் தோல்வியின் இந்த வரையறைகள் மனிதர்களால் உருவாக்கப்பட்டவை, சர்வவல்லமையினரால் அல்ல. இந்த உணர்தல் விளைவுகளைப் பொருட்படுத்தாமல், மகிழ்ச்சியடையவோ அல்லது மனச்சோர்வடையவோ கூடாது என்ற நன்மையை உங்களுக்கு வழங்கும். எதிர்பார்ப்புகள் மற்றும் குற்றமின்றி உங்கள் பணியை நீங்கள் தொடர்ந்து செய்யலாம், இறுதியில் ஒரு நல்ல பலன் உங்களை வந்தடையும்.

நெருக்கடி காலங்களில் தொடர்ந்து பணியாற்றுவது

கே: இந்த தொற்றுநோய்களின் போது, நான் வேலை செய்வதற்கான உந்துதலை இழந்துவிட்டேன். இந்த உணர்விலிருந்து மீண்டு நான் மறுபடியும் பயனுள்ள வகையில் உற்பத்தி ரீதியாக தொடர்ந்து செயல்படுவது எப்படி?

முழுவதுமாக முடக்கப்படுதல் மற்றும் தனிமைப்படுத்தல் போன்ற சவாலான காலங்களில் கூட உற்பத்தி ரீதியாக செயல்பட தன்னைத் தூண்டுவதற்காக, நினைவில் கொள்ள சில விஷயங்கள் உள்ளன.

தனிப்பட்ட மட்டத்தில் நீங்கள் செய்யக்கூடிய சில விஷயங்கள் இவை:

1. ஏற்றுக்கொள்வது ஒரு சிறந்த தீர்வு. தற்போதைய சூழ்நிலையை ஏற்றுக் கொள்ளுங்கள், நீங்கள் தொடரவும், தொடர்ந்து வாழ்வினை வாழவும் அது உதவும்.

2. நிகழ்காலத்தில் இருப்பதில் கவனம் செலுத்துங்கள். இன்று மட்டும் கவனம் செலுத்துங்கள். முழுவதுமாக முடக்கப்பட்ட எதிர்கால நிகழ்வுகளைப் பற்றி சிந்திக்க வேண்டாம்.

3. இந்த முடக்கப்பட்ட காலத்தின் போது செய்ய வேண்டிய அனைத்து தனிப்பட்ட மற்றும் அலுவலக பணிகளையும் எழுதுங்கள். அவைகளுக்கு முன்னுரிமையை ஒதுக்கி, முன்னுரிமைகளின் அடிப்படையில் அவற்றை செயல்படுத்த முயற்சிக்கத் தொடங்குங்கள்.

4. ஆன்லைனில் கிடைக்கும் சில யோகா மற்றும் தியானங்களை செய்வதன் மூலம் உங்கள் ஆரோக்கியத்தை மேம்படுத்த நேரத்தை செலவிடுங்கள்.

5. உங்கள் பெற்றோர் மற்றும் குழந்தைகளுடன் தரமான நேரத்தை செலவிடுங்கள். அவர்களை நன்கு அறிய இது மிகப்பெரிய வாய்ப்பு.

6. சிறிது நேரம் நல்ல இசையைக் கேளுங்கள். இது நேர்மறை ஆற்றலையும் நல்ல அதிர்வுகளையும் தருகிறது.

உலகில் சில பெரிய நேர்மறையான விஷயங்களை நினைவில் கொள்ள இது ஒரு நல்ல நேரம் - மக்கள் குப்பை உணவுகளை

சாப்பிடாமல் வாழ்கின்றனர். மதம் மற்றும் சாதி பற்றி முன்பு பேசிய அளவுக்கு யாரும் பேசுவதில்லை, ஏனெனில் அவர்கள் தங்கள் உடல் இருப்பைப் பாதுகாப்பதில் மட்டுமே ஆர்வம் காட்டுகிறார்கள். மக்கள் தங்கள் குடும்பங்களுடன் நல்ல தரமான நேரத்தை செலவிடுகிறார்கள். சுற்றுச்சூழல் மாசு இல்லாததாகி வருகிறது.

மிகப் பெரிய ரகசியம் என்னவென்றால் - எந்தவொரு சூழ்நிலையிலும் எவ்வளவு கடினமாக இருந்தாலும் பெரும்பாலான மக்கள் பழகிவிடுவார்கள். உண்மையில், பெரும்பாலான மக்கள் முன்பை விட நன்றாக உணர ஆரம்பிப்பார்கள்.

தவறுகளைச் செய்வதற்கான கவலையை நீக்குதல்

கே: பணியில், நான் தவறுகள் குறித்தும் அதைப் பற்றி என் முதலாளியால் கேள்வி கேட்கப்படுவது குறித்தும் எப்போதும் கவலையோடு இருக்கிறேன். இதைத் தவிர்க்க நான் என்ன செய்ய முடியும்?

உங்கள் வேலையைப் பற்றிய அறிவைப் வளர்த்துக் கொள்ளுங்கள். தேவையான அறிவும் திறமையும் இருப்பது உங்களுக்கு நம்பிக்கையைத் தருகிறது.

கவலையை அகற்றுவதற்கான மற்றொரு வழி கவனம். நீங்கள் உங்கள் மனதை அதன் சொந்த விருப்பத்திற்கு விட்டு விட்டால், அது பல எண்ணங்களுக்கு வழி வகுக்கிறது மற்றும் கவனச்சிதறலை உருவாக்குகிறது. கவனமாயிருத்தல் தேவையற்ற எண்ணங்களிலிருந்து விலகி இருக்க உதவுகிறது மற்றும் செயல்களைச் செய்து முடிக்க உதவுகிறது.

உங்கள் வேலையைத் திட்டமிட்டு எழுதுங்கள். பின்னர், உங்கள் முயற்சிகளில் ஈடுபடுங்கள். நீங்கள் என்ன நடக்க விரும்புகிறீர்கள் என்பதைப் பற்றி நேர்மறையாகக் காட்சிப்படுத்துங்கள்.

மிக முக்கியமானது என்னவென்றால், உணர்ச்சிகளைக் கட்டுப்படுத்தக்கூடிய அமைதியான மனநிலையை கடைப்பிடிப்பது மற்றும் வளர்ப்பது. சுவாச அடிப்படையிலான மூச்சுப்பயிற்சிகள் மற்றும் தியானம் உங்கள் உடலையும் மனதையும் அமைதிப்படுத்தி உணர்ச்சிகளைக் கட்டுப்படுத்தும். அமைதியான மனம் நேர்மறையானது மற்றும் பதட்டம் இல்லாதது, எனவே உங்கள் எதிர்பார்ப்புகளுக்கு எதிராக ஏதேனும் நடந்தாலும், அது உங்கள் நன்மைக்காக நடந்ததைப் போல விஷயங்களை ஏற்றுக்கொள்ளும் வலிமையைக் கொண்டிருக்கும்.

நிச்சயமாக, நீங்கள் தவறுகளைச் செய்வீர்களா என்பது குறித்த கவலை அல்லது பயம் சார்ந்த எண்ணங்கள் வரும்போதெல்லாம், அதை வெறுமை செய்திடுங்கள். அதை வளர்ப்பது அல்லது தீர்ப்பது என நீங்கள் நினைத்தால், அதையெல்லாம் செய்ய வேண்டாம். தொடர்ச்சியாக.. எப்போது வந்தாலும் அதை வெளியேற்றுவது.. இந்த எண்ணங்கள் உங்கள் மனதில் இருந்து மங்கிவிடும் ஒரு கட்டத்திற்கு வழிவகுக்கும். இதை மிக எளிதாக செய்ய தியானம் உங்களுக்கு உதவும்.

சமுதாயத்தில் உங்கள் கடமைகளைச் செய்வது

கே: நான் சிறிது காலமாக நிறைய சமூகப் பணிகளைச் செய்து வருகிறேன். இதுவரை நான் செய்த முயற்சிகளுக்கு வெகுமதி கிடைக்கும் என்று நான் எதிர்பார்க்கவில்லை. ஆனால் சமீபத்தில், வெகுமதிகளாலும், சிலரின் அங்கீகாரத்தாலும் நான் ஏமாற்றப்பட்டதாக உணரத் தொடங்கினேன். என்னால் என்ன செய்ய முடியும்?

சமுதாயத்தை நோக்கி நமது கடமைகளைச் செய்வது நல்லது. எதிர்பார்ப்புகள் இல்லாமல் உங்கள் கடமைகளைத் தொடர்ந்து செய்யுங்கள், சரியான நேரத்தில் உங்களுக்கு நிச்சயமாக வெகுமதி கிடைக்கும். நீங்கள் ஏமாற்றப்படுகிறீர்கள், அல்லது தேர்ந்தெடுக்கப்படவில்லை, அல்லது சிலரால் உங்கள் பணிக்கு தகுதியின் அடிப்படையில் வெகுமதி அளிக்கப்படவில்லை என்று நீங்கள் நினைத்தாலும், சமூகத்தை குறை கூற வேண்டாம். அதை ஏற்று முன்னேறுங்கள். வேறு இடங்களில் தகுதிக்காக பல்வேறு வாய்ப்புகள் காத்திருக்கின்றன. உங்கள் முயற்சிகள் நல்லதாகவும் உண்மையானதாகவும் இருந்தால், ஒரு கட்டத்தில், அதற்கான வெகுமதியைப் பெறுவீர்கள்.

நீங்கள் சமுதாயத்தைப் பற்றி அக்கறை கொள்ளத் தொடங்கினால், அது உங்களைப் பற்றி அக்கறை கொள்ளத் தொடங்கும் - அது பரஸ்பரம். சமுதாயத்தால் கவனிக்கப்படுவதற்கு நீங்கள் பரஸ்பர, குரல் மற்றும் விவேகமானவராக இருக்க வேண்டும் என்ற உண்மையைப் புரிந்து கொள்ளுங்கள். பெற்றோரின் பிள்ளைகள் மீதான அன்பு கூட குறைந்த பட்சம் நீங்கள் ஒரு குறிப்பிட்ட அளவிற்கு பரஸ்பரம் இருந்தால் மட்டுமே நிலைத்திருக்கும். அவர்கள் உங்களுக்காக ஒரு பெரிய அளவிற்கு சமரசம் செய்யலாம், ஆனால் நீங்கள் அவர்களை பெரிய அளவில் தொந்தரவு செய்கிறீர்கள் என்றால், அவர்களும் முயற்சித்து தூரத்திலிருப்பதையே விரும்புவார்கள். பரஸ்பர மற்றும் தொந்தரவாக இல்லாத குழந்தைகளை அவர்கள் விரும்புவார்கள். ஆகவே, உங்கள் வேலையை அதிக எதிர்பார்ப்புகள் இல்லாமல் சமூகத்தை நோக்கி விடாமுயற்சியுடன் செய்யுங்கள், அதன் பலன்களை நீங்கள் சரியான நேரத்தில் பெறுவீர்கள்.

மகத்துவத்தை அடைதல்

அன்றாட வாழ்க்கையில் உற்சாகத்தைக் கண்டறிதல்

கே: அன்றாட வாழ்க்கையில் நாம் எவ்வாறு மகிழ்ச்சியையும் உற்சாகத்தையும் கொண்டு வர முடியும்?

நாம் அனைவரும் பல முறைமைகளுக்கும் விதிகளுக்கும் கட்டுப்பட்டிருக்கிறோம், நம்மை மகிழ்விக்க சில சாதாரண அல்லது வேடிக்கையான விஷயங்களைக் கூட நாம் செய்ய மாட்டோம். மற்றவர்கள் நம்மைப் பார்த்துக் கொண்டிருக்கிறார்கள் என்று கருதுகிறோம், அவர்களின் கருத்துகளைப் பற்றி நாம் கவலைப்படுகிறோம். அப்படியானால், மற்றவர்கள் நம் வாழ்க்கையை இயக்குகிறார்கள் என்றே அர்த்தம்.

அழகான காலை, இசை கேட்பது, மக்கள் மற்றும் சூழ்நிலைகளைப் பற்றிய நேர்மறையான எண்ணங்கள், புதிய நபர்களைச் சந்திப்பது, நண்பர்களுடன் பேசுவது, புதிய யோசனைகளைப் பற்றி சிந்திப்பது மற்றும் மக்களுக்கு உதவுவது போன்ற சிறிய விஷயங்கள் ஒவ்வொரு நாளும் வாழ்க்கையில் உற்சாகத்தைத் தருகின்றன. நீங்கள் பொருளாதார ரீதியாக நலமாக இருந்தாலும், பொதுப் போக்குவரத்தில் பயணிக்க தயங்காதீர்கள், குழப்பத்தில் சிக்கி இருக்கும் போக்குவரத்தை ஒழுங்குபடுத்த தயங்காதீர்கள், ஒரு பள்ளியில் குழந்தைகளுக்குச் சென்று கற்பிக்கவும், ஒரு முதியோர் இல்லத்திற்குச் சென்று சேவையை வழங்கவும், பல ஆண்டுகளாக நீங்கள் பேசாத உங்கள் உறவினர்களை சந்திக்கவும், தேனீர் சாப்பிட நண்பருடன் ஒரு சிறிய தேநீர் கடைக்குச் செல்லுங்கள். இந்த வேடிக்கையான மற்றும் சாதாரணமான விஷயங்கள் அனைத்தும் உங்கள் வாழ்க்கையை உற்சாகப்படுத்தும்.

நாம் நம் சிறிய உலகங்களிலிருந்து வெளியேறி, மற்ற மனிதர்களையோ அல்லது பிற உயிரினங்களையோ, அவர்களின் அணுகுமுறைகளையோ, அவற்றின் நோக்கங்களையோ, அவற்றின் தன்மையையோ, அவர்களின் ஆடை, தகவல் தொடர்பு போன்றவற்றையோ பார்க்கும் போது, நாம் எவ்வளவு சிறிய மற்றும் அற்பமானவர்கள் என்பதை சிந்திக்கவும் புரிந்து கொள்ளவும் முடியும். எதையும் ஒப்பிடுகையில் நமது முக்கியத்துவம், நான் என்ற ஆணவம், அழகு, அணுகுமுறை, அறிவுத்திறன், புலன்கள், உடலமைப்பு போன்றவற்றின் அடிப்படையில் எல்லையற்ற சக்திக்கு முன் நாம் 0.0000000000000000000000001க்கும் குறைவு தான்.

நாம் உலகைப் பார்த்து பாராட்டும்போது அந்த சிந்தனையுடன் இருப்பது எப்போதும் நல்லது. இவ்வாறு நினைக்கும் எவரும் வாழ்க்கையைப் பற்றி உற்சாகமாக இருப்பார்கள். பொருள்சார்ந்த மற்றும் உணர்ச்சிகரமான இன்பங்களின் அடிப்படையில் அவர் எல்லாவற்றிலும் திருப்தி அடைவார். எல்லாவற்றையும் உங்கள் நன்மைக்காக நடப்பது போல் ஏற்றுக்கொண்டு, எதிர்பார்ப்புகள் இல்லாமல் உங்கள் கடமைகளைச் செய்யுங்கள். இந்த அணுகுமுறையை நீங்கள் வளர்த்துக் கொண்டால், நீங்கள் எப்போதும் உங்கள் வாழ்க்கையில் உற்சாகமாக இருப்பீர்கள்.

மன ஆரோக்கியத்தின் முக்கியத்துவம்

கே: உடல் ஆரோக்கியத்தைப் போல மன ஆரோக்கியத்தில் மக்கள் ஏன் அதிக கவனம் செலுத்துவதில்லை?

நம்மில் பெரும்பாலோருக்கு ஆரோக்கியமான வாழ்வென்பது உடல் ஆரோக்கியத்தைக் குறிக்கிறது. ஏனென்றால் உடலில் அதன் வடிவத்தில் ஏற்படும் சிரமங்களை நம்மால் காண முடிகிறது. நாம் அதை யதார்த்தமாக பார்க்க முடிகிறது. 15 அல்லது 16 வயது வரை, மன ஆரோக்கியம் என்றால் என்ன என்று கூட நமக்குத் தெரியாது. 16 ஆண்டுகளுக்குப் பிறகு, நம் உடலில் நிறைய ஹார்மோன் மாற்றங்கள் நிகழ்கின்றன, மேலும் ஏதோ நம் மனதைத் தொந்தரவு செய்வதாக உணர்கிறோம். அந்த நேரத்தில், நம் மூளை தொந்தரவு அடைவதாகவும், மனமும் உணர்ச்சிகளும் மெதுவாக கவனத்தில் முந்துவதாகவும் உணர்கிறோம். நம் மூளை தொடர்ந்து மனதில் ஒரு கஷ்டத்திற்கு வழிவகுக்கும் ஒன்றைப் பற்றி சிந்திப்பதாக நாம் உணர்கிறோம்.

மனதில் திரிபு இருப்பதை அறிந்தவுடன், அதற்கு காரணமானவர்கள் என்று நாம் நம்பும் நபர்களையும் சூழ்நிலைகளையும் குறை கூறவோ அல்லது திட்டவோ ஆரம்பிக்கிறோம். இங்கே மீண்டும், நாம் அதை உடல் வடிவத்தின் மூலம் மட்டுமே வெளிப்படுத்துகிறோம். இது தற்காலிகமாக சிக்கலைத் தீர்க்கிறது, ஆனால் அது சிறிது நேரம் கழித்து மீண்டும் தோன்றும். நம் மனம், எண்ணங்கள் மற்றும் உணர்ச்சிகளின் தேர்ச்சி மூலம் அனுபவிக்கும் கஷ்டத்தை கட்டுப்படுத்த கற்றுக் கொள்ளாவிட்டால், அது நிரந்தரமாக தீர்க்கப்படாது.

எந்தவொரு மன உளைச்சலும் அல்லது பிறரின் குழப்பமான செயல்களையும் பொருட்படுத்தாமல் நம் மனதை அமைதியாக வைத்திருப்பது தான் நல்ல மன ஆரோக்கியம். நல்ல மன ஆரோக்கியத்தைபராமரிக்கதியானம்மற்றும்சுவாசஅடிப்படையிலான மூச்சுப்பயிற்சிகளைக் கற்றல் அவசியம்.

அ.தி.ராஜ்குமார்

உடல்-மனதை அமைதிப்படுத்தும் நடைமுறைகளின் முக்கியத்துவம்

கே: நம் வாழ்க்கையில் எல்லா நிகழ்வுகளும் இருந்தபோதிலும் ஒரு அழகான, அமைதியான மற்றும் சலனமில்லாத மனதையும் உடலையும் எவ்வாறு பராமரிக்க முடியும்?

உலகில் தற்போதைய சூழ்நிலை, வேகமான தொழில்நுட்பம், கலாச்சார மாற்றங்கள் மற்றும் மிக உயர்ந்த நுண்ணறிவு மற்றும் ஆற்றல் நிலைகள் ஆகியவற்றை கணக்கில் கொண்டு பார்க்கையில், நம் மனதை அமைதியாக வைத்திருப்பது மிகவும் கடினம். பொருள் சார்ந்த மற்றும் சுகமான வாழ்வியல் தேவைகளின் நிலை முன்பு எப்போதையும் விட மிகப்பெரிய வளர்ச்சியடைந்துள்ளது. மனித இருப்பில் உடல் மற்றும் மனதின் அமைதியைப் பேணுவதற்கு இது ஒரு பெரிய சவாலாக உள்ளது.

ஒழுக்கமான மற்றும் சீரான முறையில் ஆன்மீக பயிற்சிகள் தவறாமல் செய்யப்படாவிட்டால், நம் மனதை அமைதியாக வைத்திருப்பது மிகவும் கடினம். உங்கள் உடலை அமைதியாக வைத்திருக்கவும், பயனுள்ள தியானத்திற்கு அடித்தளத்தை அமைக்கவும் கிரியாக்களும் பிராணயாமாக்களும் நமக்குக் கற்பிக்கின்றன. இரண்டுமே தொடர்ச்சியாக செய்யப்பட்டால், அது நம் மனதை உணர்ந்து நெறிமுறையாக வைத்திருக்கிறது. எனவே, நம் மனதை அமைதியாக வைத்திருக்க கிரியாக்கள், பிராணயாமாக்கள் மற்றும் தியானம் ஆகியவை சரியான கலவையில் செய்யப்பட வேண்டும்.

இதையெல்லாம் செய்த பிறகும், சிலர் உணர்தல்களுக்கு எதிராக செயல்பட்டு அந்தந்த வினைப்பயனை எதிர்கொள்ளக்கூடும். வினை-வினைப்பயன் கொள்கை என்னவென்றால் - "நீங்கள் நன்மை செய்தால், நீங்கள் நல்லதை எதிர்கொள்வீர்கள், நீங்கள் தீயவைகளைச் செய்தால், நீங்கள் தீயவைகளை எதிர்கொள்வீர்கள்." இது எளிமையானது மற்றும் 100 சதவிகிதம் உண்மையானது. சில கேள்விகள் எழலாம் - இன்று நன்மை செய்கிறவர்கள் ஏன் மோசமான சூழல்களை எதிர்கொள்கிறார்கள். சில மதங்களின்படி, இது முந்தைய பிறப்புகளின் வினைப்பயனாக இருக்கலாம், அதில் சில காலக்கெடுவும் இருக்கு. இருப்பினும், கடந்த காலத்தின் நல்ல அல்லது கெட்ட வினைப்பயன்களை பொருட்படுத்தாமல், ஒரு நபர் தற்போது நல்ல

செயல்களைச் செய்ய வேண்டும். கெட்ட செயல்களை எதிர்கொள்வதில் அவர் சோகமடைந்து கெட்ட காரியங்களைச் செய்யத் தொடங்கினால், அவரது மோசமான வினைகளின் கணக்கு அதிக வரவுகளைப் பெறும். ஆனால் அவர் தொடர்ந்து நல்ல வினைகளைச் செய்தால், அவரது மோசமான வினைப்பயன் கணக்கு குறைந்து, நல்ல வினைப் பயன் நிறைந்த எதிர்காலம் உறுதி செய்யப்பட வாய்ப்பு உள்ளது.

ஆன்மீக வாழ்வியலை கடைபிடித்தல் முந்தைய பிறப்பிலிருந்து ஒருவருக்கு வந்து சேரும் மோசமான வினைப்பயனை உணர்ச்சிவசப்படாமல் எதிர்கொள்ளும் வலிமையை ஒருவர் பெற்றிட உதவலாம். தீய வினைப்பயன் நிகழும் போது தியானமும் மூச்சுப்பயிற்சிகளும் நம் உடலை - மனதை அமைதியாக வைத்திருக்க உதவுகின்றன. வெளியில் நிகழும் எதையும் பொருட்படுத்தாமல் நீங்கள் அமைதியாக இருப்பீர்கள், ஆன்மீக நடைமுறைகளின் உதவியுடன் தொடர்ந்து நல்ல செயல்களைச் செய்வீர்கள்.

எனவே, இந்த கிரியாக்கள், மூச்சுப்பயிற்சிகள், தியானம், அறிந்துணர்தல் மற்றும் நல்ல செயல்களின் சங்கிலியை பராமரிப்பது முக்கியம். இது ஒரு அழகான, அமைதியான மற்றும் சஞ்சலமற்ற மனதையும் உடலையும் அடைந்திட நமக்கு வழிகாட்டுகிறது.

தியானத்திலிருந்து பலன்களைப் பெறுவது

கே: தியானம் ஏன் ஒரு பயனுள்ள நடைமுறை பழக்கம்? நான் எப்படி தியானத்தை நன்றாக செய்ய முடியும்?

நல்ல தூக்கத்தின் ஒரு இரவுக்குப் பிறகு காலையில் நம் மனம் மிகவும் ஆனந்தமாகவும் அமைதியாகவும் இருக்கிறது என்பதை நாம் பொதுவாக புறக்கணிக்கிறோம். மனதிற்கு மிகவும் தேவையான ஓய்வு கொடுக்கப்படும் போது, அது அமைதியாகவும் ஆனந்தமாகவும் மாறும். மனம் அமைதியாக இருக்கும் போது, அது சிறந்த படைப்பாற்றல் மற்றும் தெளிவு மற்றும் பல விஷயங்களை ஆழமாக உணர்ந்து கொள்கிறது.

சீரான இடைவெளியில் மனதிற்கு ஓய்வு அளிப்பதன் மூலம், நாளின் பெரும்பகுதியின் போது உங்கள் மனதை அமைதிப்படுத்த வழி வகை செய்யலாம். மனதிற்கு ஓய்வு அளிக்க தியானமே சிறந்த வழியாகும். நீங்கள் சரியான இடைவெளியில் தியானம் செய்தால், மனம் அமைதியாகவும் ஆக்கப்பூர்வமாகவும் மாறும். எந்த முடிவுகள் எடுக்கப்பட வேண்டும், எதைச் செய்ய வேண்டும் என்பதில் இது நிறைய தெளிவைக் கொண்டுள்ளது. வெளியில் எது நிகழ்ந்தாலும், உங்கள் வாழ்க்கை முழுவதும் அமைதியாகவும் ஆச்சரியமாகவும் மாறும்.

தியானம் என்பது கண்களையும் வாயையும் மூடுவது மட்டுமல்ல; இது உங்கள் எண்ணங்களை மூடுவது பற்றியது. தியானம் நடக்க தேவையான தளத்தை உருவாக்குவது முக்கியம். ஒவ்வொரு நாளும் உங்களுக்கு பயனுள்ள தியான அனுபவம் கிடைக்குமென்று உறுதியளிக்க இயலாது. சில நேரங்களில் அது நடக்கும், சில சமயங்களில் அது நடக்காது. நீங்கள் இந்த பயன் சார்ந்தவராக இருக்க வேண்டாம். இது சலிப்பானதா, அல்லது சில நேரங்களில் பயனற்றதா என்பதைப் பொருட்படுத்தாமல், ஒழுக்கத்துடன் தியானம் செய்வதைத் தொடருங்கள். நீங்கள் அதை 100% அறிந்து பயிற்சி செய்யும் நிலையை அடைவீர்கள்.

உங்கள் அணுகுமுறையில் ஒரு நல்ல மாற்றத்திற்கு தியானம் உதவும். மக்கள் உங்களில் ஒரு நல்ல ஆளுமையைப் பார்க்கத் தொடங்குவார்கள். இது உங்கள் முழு வாழ்க்கையையும் மாற்றி விடும். தொடர்ச்சியான முறையான தியான பயிற்சி மூலம், ஒவ்வொரு

சிக்கலையும் கையாள்வதில் உங்களுக்கு எண்ணங்களின் தெளிவு இருக்கும். இது நீங்கள் செய்யும் செயல்களில் கவனம் செலுத்த உதவுகிறது மற்றும் தேவையற்ற எண்ணங்களை வெறுமையாக்க உதவுகிறது. தியானத்தின் மற்றொரு பெரிய நன்மை என்னவென்றால், முக்கியமான விஷயங்களை நீங்கள் உணர்ந்து கொள்வது அது சரியான மனப்பான்மையுடன் காரியங்களைச் செய்ய வழிவகுக்கும்.

தவறாமல் தியானம் செய்வதற்கு பின்பற்ற வேண்டிய சில எளிய வழிமுறைகள் இங்கே -

1. சாதாரண தளர்வான ஆடைகளுடன் அமைதியான இடத்தில் உட்கார்ந்து கொள்ளுங்கள்.

2. மெதுவாக, கண்களை மூடி, சில ஆழமான சுவாசங்களை எடுத்துக் கொள்ளுங்கள். ஆழமாக உள்ளிழுத்து, குறைந்தது 5 முறை மெதுவாக சுவாசிக்கவும்.

3. உங்கள் சுவாசத்தை 1 நிமிடம் கவனிக்கவும். சுமார் 1 நிமிடம் கழித்து, ஒரு மந்திரத்தைப் பற்றி சிந்திக்கத் தொடங்குங்கள். அது 'ஓம்' ஆக இருக்கலாம் அல்லது உங்களுக்கு பிடித்த கடவுளைப் பற்றி சிந்திக்கலாம்.

4. வழக்கமாக, உங்கள் மனம் மற்ற எண்ணங்களில் அலையும். அது போகட்டும். ஒரு கட்டத்தில், நீங்கள் மந்திரத்திலிருந்து விலகிச் செல்கிறீர்கள் என்பதை உணர்ந்து, மீண்டும் மந்திரத்திற்கு வருவீர்கள். மந்திரத்திலிருந்து விலகி மீண்டும் மந்திரத்திற்கு வரும் இந்த செயல்முறை இறுதியாக தியானம் நடக்கும் வரை தொடரும்.

5. ஒரு நாளைக்கு 20 நிமிடங்கள் இதை செய்யுங்கள். 20 நிமிடங்களுக்குப் பிறகு, மெதுவாக கண்களைத் திறந்து, அதே தோரணையில் மேலும் 2 நிமிடங்கள் அமைதியாக இருங்கள். அவ்வளவுதான்!

திறம்பட வழிபடுதல்

கே: மன அழுத்தத்திற்கு ஆளாகாமல் என்னால் வழிபட முடியாது. கோயிலுக்குச் சென்று வழிபடுவது குறித்து எனக்கு இரண்டாவது எண்ணம் இருக்கிறது. வழிபட சரியான வழி எது?

சில ஆண்டுகளுக்கு முன்பு, எனக்கு இதே போன்ற அனுபவம் ஏற்பட்டது. என் குழந்தைகள், மனைவி மற்றும் உடன்பிறப்புகள் போன்ற என் அன்புக்குரியவர்களுக்காக வழிபடும் போது நான் கவலையுடனும் மன அழுத்தத்துடனும் இருப்பதை உணர்ந்தேன். மற்றவர்களுக்காக பிரார்த்தனை செய்கையில் மிக எளிதாக காட்சிப்படுத்தவும், பிரார்த்தனை செய்யவும், அமைதியாக இருக்கவும் என்னால் முடிந்தது. இதன் பொருள் என்னவென்றால், எனக்கு ஒரு இணைப்பு இருந்த உறவுகளில், ஏதாவது நடக்க வேண்டுமென்று நான் பிரார்த்தனை செய்தால், அது நடக்குமா இல்லையா என்ற கவலையை உணர்ந்தேன். எதிர்மறையை ஏற்க என் மனம் மறுத்து விட்டது. மற்றவர்களுக்காக பிரார்த்தனை செய்கையில் அவர்களுடனான என் பிணைப்பு குறைவாக இருந்ததால், அது என்னைப் பெரிதும் பாதிக்கவில்லை, அமைதியாக வழிபாடு நடத்த முடிந்தது.

பிரார்த்தனை செய்யும் போது, நீங்கள் மன அழுத்தத்திற்கு ஆளானால், குறிப்பிட்ட காலத்திற்கு கோயில்களுக்குச் செல்வதைத் தவிர்க்கலாம். வழிபடும் போது உங்கள் சுவாசத்தை அமைதிப்படுத்துவதே ஒரு சிறந்த தீர்வு. நீங்கள் வழக்கமாக சுவாசம் தொடர்பான கிரியாக்களைச் செய்கிறீர்கள் என்றால், இதைச் செய்வது உங்களுக்கு எளிதாக இருக்கும். உங்கள் சுவாசத்தை அமைதிப்படுத்த 10 முதல் 15 ஆழமான உள்ளிழுக்கும் மற்றும் சுவாசத்தை எடுத்துக் கொள்ளுங்கள். அதனுடன், ஏற்றுக்கொள்ளும் மனப்பான்மையை வளர்த்துக் கொள்ளுங்கள். இது அமைதியாக மாற உதவும். மற்றவர்களுக்காக முழு மனதுடன் வழிபாடு நடத்த தொடங்குங்கள். இது சமநிலையுடன் இருக்கும், மேலும் உங்கள் பிரார்த்தனைகள் அனைவருக்கும் அமைதி தருவதாகவும் பயனுள்ளதாகவும் இருக்கும்.

அமைதி என்பது ஒரு பயணம்

கே: அமைதி ஒரு குறிக்கோளா அல்லது பயணமா?

அமைதி ஒரு பயணம். ஒரு குறிக்கோள் என்பது இலக்கை அடைவது. ஆனால் அதை அடைந்த பிறகு, நாம் அதைப் பற்றி அதிகம் கவலைப்படாமல் அடுத்த இலக்கை நோக்கிச் சென்று விடுவோம். அமைதியைப் பொறுத்தவரை அது ஒரு தொடர் பயணம்.

உங்களுக்கு இதுவரை மன அமைதி இல்லை என்றால், அதை நீங்கள் அடைய விரும்பினால், அதை ஒரு இலக்காகக் கருதலாம். ஆனால் மற்ற எல்லா குறிக்கோள்களையும் தக்க வைத்துக் கொள்ள அமைதியை அடைவதற்கான குறிக்கோள் ஒருவரின் வாழ்நாள் முழுவதும் தொடர்ந்து பராமரிக்கப்பட வேண்டும். எனவே, தியானம், பிராணயாமாக்கள் மற்றும் பிற மன நுட்பங்கள் போன்ற பல்வேறு ஆன்மீக நடைமுறைகள் மூலம் மன அமைதிக்கான இலக்கை அடைந்த பிறகு, அதை ஒரு பயணமாக பராமரிக்கவும் தொடரவும் வேண்டும். இது மற்ற எல்லா குறிக்கோள்களையும் திறம்பட அடைய உதவுகிறது மற்றும் எந்தவொரு வெளியுலக சூழ்நிலையையும் மீறி மகிழ்ச்சியான மற்றும் சீரான வாழ்க்கையை வாழ உதவும்.

ஒருவரின் வாழ்க்கையை மாற்ற நடவடிக்கை எடுப்பது

கே: 100 நாட்களில் எனது வாழ்க்கையை வியத்தகு முறையில் மாற்ற முடியுமா? நான் என்ன செய்ய வேண்டும்?

ஒவ்வொரு சிக்கலையும் ஒரு பிரச்சினையாக மாற்ற முயற்சிக்கிறோம். எதிர்மறையான அம்சங்களை நீங்கள் நினைக்கும் போது ஒரு சிக்கல் பிரச்சினையாக மாறுகிறது. அதன் நேர்மறையான அம்சங்களை மட்டுமே நீங்கள் நினைக்கும் போது, அது ஒரு வாய்ப்பாக மாறும். 100 நாட்களில் உங்கள் வாழ்க்கை வியத்தகு முறையில் மாற விரும்பினால், இந்த வழிமுறைகளைப் பின்பற்றத் தொடங்குங்கள். ஒரு குறுகிய காலத்திற்குத் தொடங்குங்கள்; 21 நாட்களென துவங்குங்கள், மெதுவாக அதை 100 நாட்கள் வரை பின்பற்ற எளிதாக இருக்கும்.

1. நிகழ்காலத்தில் வாழ்தல் - தற்போதைய தருணத்தில் தேவையான அளவு பணிகள் நிறைந்தவராக வாழ்வதைத் தொடங்குங்கள். உங்களுக்கு இப்போது நிறைய சிக்கல்கள் இருப்பதாக நீங்கள் உணர்ந்தாலும், கடந்த காலத்தைப் பற்றிய வருத்தம் மற்றும் எதிர்காலத்தைப் பற்றிய கவலை ஆகியவற்றிலிருந்து நீங்கள் வெளியேறுவீர்கள்.

2. தேவையற்ற சிந்தனைகளை வெறுமையாக்குங்கள் - நீங்கள் இந்த நொடியில் இருந்தால், கடந்த கால அல்லது எதிர்கால பிரச்சினைகள் குறித்து தேவையற்ற எண்ணங்களைப் பெற்றால், இந்த தேவையற்ற எண்ணங்களை வெறுமையாக்குங்கள். எண்ணங்களை வளர்ப்பது அல்லது அவற்றைத் தீர்ப்பது என நீங்கள் நினைத்தால், அதைச் செய்யாதீர்கள். அவைகள் வரும்போதெல்லாம் அவற்றை வெறுமையாக்குவது இந்த எண்ணங்கள் உங்கள் மனதில் இருந்து மங்கி விடும் ஒரு கட்டத்திற்கு வழி வகுக்கும்.

3. நாட்களைத் திட்டமிடவும் – செய்ய விரும்பும் பணிகளுக்கான திட்டமிடல் தாளை உருவாக்கி, உங்கள் மனதில் வரும் அனைத்தையும் எழுதுங்கள். இது தனிப்பட்ட மற்றும் அலுவலக சம்பந்தப்பட்டதாக இருக்கலாம். இதை ஒரு நாட்குறிப்பேட்டில் எழுதலாம் அல்லது திறன் பேசியில் குறித்து வைக்கலாம்.

முன்னுரிமையின் அடிப்படையில் பணிகளை முயற்சி செய்து செய்யத் தொடங்குங்கள்.

4. உடல் மற்றும் மன பயிற்சிகள் - உடலை உற்சாகமாக வைத்திருக்க, யோகா, சில விளையாட்டு அல்லது உடற்பயிற்சியின் வடிவத்தை பயிற்சி செய்யுங்கள். மனதை அமைதியாக வைத்திருக்க, ஒருவித தியானம் அல்லது சுவாச கிரியாக்களைப் பயிற்சி செய்யுங்கள். இந்த நுட்பங்களைக் கற்றுக் கொண்டு அவற்றை தொடர்ந்து செய்யத் தொடங்குங்கள். நீங்கள் முற்றிலும் உற்சாகமடைவீர்கள், உங்கள் வாழ்க்கையை ஒரு அற்புதமான ஒன்றாக மாற்றுவீர்கள்.

5. உங்கள் குறிக்கோளை அல்லது நோக்கத்தை உறுதி செய்யவும் - உங்கள் மனம் அமைதியாக இருக்கும்போது, உங்கள் இறுதி இலக்கு அல்லது லட்சியத்தைக் கண்டறியவும். உங்கள் பலம், வளங்கள், நடைமுறை மற்றும் ஆர்வத்திற்கு ஏற்ப தேர்வை சுருக்கவும். ஒரு செயல் திட்டத்தை எழுதி அதை செயல்படுத்தத் தொடங்குங்கள்.

மேலே உள்ள அனைத்தையும் நீங்கள் தொடர்ந்து செய்தால், உங்கள் வாழ்க்கையின் 100 நாட்களில் தொடங்கி, உங்கள் வாழ்நாள் முழுவதும் உங்களை வெற்றிகரமாகவும் திருப்தியாகவும் மாற்றும்.

உடல் நலம் குறித்த விழிப்புணர்வு

கே: இந்த நாட்களில் உடல்நலம் மற்றும் உணவு முறைகளில் ஏன் அதிக ஆர்வம் இருக்கிறது?

அதிகப்படியான வெறித்தனமான சிந்தனை இருக்கும் இடத்தில், எதைப் பற்றியும் கவலைப்படுவதும், எதையும் பற்றி விழிப்புடன் இருப்பதும், அதைப் பற்றிய பயத்தையும் கவலையையும் உருவாக்குகிறது. அச்சம் அந்த விஷயங்கள் சரியாக நடக்குமா அல்லது எதிர்பார்த்தபடி நடக்குமா என்பது பற்றி எதிர்மறையான சிந்தனையை உருவாக்குகிறது. எதிர்மறை சிந்தனை அல்லது பயம் ஒரு எதிர்மறை நிகழ்வுக்கு வழிவகுக்கிறது.

நீங்கள் ஆரோக்கியமாக இருக்க விரும்பினால், நீங்கள் செய்ய வேண்டியது உணவு மற்றும் பயிற்சிகளை ஒழுக்கமான முறையில் திட்டமிட்டு தவறாமல் செய்வது தான். இறுதி முடிவைப் பற்றி வெறித்தனமாக சிந்திக்க வேண்டாம். உங்கள் திட்டத்துடன் நீங்கள் ஒழுக்கமாக இருந்தால், அது தானாகவே நடக்கும். நீங்கள் எப்போதும் அதைப் பற்றி விழிப்புடன் இருக்க வேண்டியதில்லை. உங்கள் உடல் நிலையைப் பற்றி சாதகமான மாற்றத்தைக் காண்பதற்கு நீங்கள் சிறிது நேரம் செலவிடலாம் - எல்லாம் சரியாக இருப்பதாய் சிந்தையில் காட்சிப்படுத்திப் பார்க்கலாம். இது உங்கள் ஆரோக்கியத்தை எப்போதும் நேர்மறையான நிலையில் வைத்திருக்கும். மீதமுள்ள நேரம் நீங்கள் அதைப் பற்றி சிந்திக்க வேண்டியதில்லை.

மகத்துவத்தை அடைதல்

கே: ஏன் மிகச் சிலரே மகத்துவத்தை அடைந்து அதில் நிலைத்தும் இருக்கிறார்கள்?

இந்த உலகில் மிகச் சில பெரிய மனிதர்கள் உள்ளனர். மிகச் சிலரே இந்த மகத்துவத்தை அடைந்து அதைத் தக்க வைத்துக் கொள்ள முடிகிறது. நல்லவர்கள், நெறிமுறைகள் மற்றும் மகத்துவத்தை அடையக்கூடியவர்கள் நிறைய பேர் இருந்தாலும், கடினமான சூழ்நிலைகள் வரும் போது, அவர்கள் அதை நிர்வகிப்பது மிகக் கடினமாகி விடுகிறது. கடினமான சூழ்நிலையை தீர்க்க அல்லது சமாளிக்க எளிதான குறுக்கு வழியை அல்லது நெறிமுறையற்ற வழியை அவர்கள் நாடலாம். சில விஷயங்களை ஒரு முறை சமரசம் செய்வது பெரிய பாவம் அல்ல என்று அவர்கள் நினைக்கிறார்கள். அவர்களால் சிரமத்தையும் வலியையும் தாங்க முடிவதில்லை.

மகத்துவத்தை அடைய, நல்லவர்கள் என்று அழைக்கப்படுபவர்கள் நிறைய விஷயங்களை தியாகம் செய்ய வேண்டும். அவர்கள் நிறைய பொறுப்புகளை எடுக்க வேண்டும், நிறைய கடின உழைப்பைச் செய்ய வேண்டும், மிக முக்கியமாக பொருள்சார்ந்த அல்லது உணர்ச்சிகரமான இன்பங்களை நிறைய தியாகம் செய்ய வேண்டும். சராசரி நல்ல மனிதர் இந்த விஷயங்களைச் செய்ய தயங்குகிறார். மிகப் பெரிய லட்சியங்கள், குறிக்கோள்கள் மற்றும் தலைமைத்துவ திறன்கள் உள்ளவர்கள் மட்டுமே மகத்துவத்தை அடைய இதை சகித்துக் கொள்ள தயாராக உள்ளனர்.

மனப்பான்மையை மாற்றுதல் - குணநலனை மாற்றுதல்

கே: மனப்பான்மை அல்லது அணுகுமுறையில் மாற்றம் குணநலனில் மாற்றத்தை ஏற்படுத்துமா?

அணுகுமுறை என்பது ஒரு நபர் ஒரு பிரச்சினையை அல்லது ஒரு நபரை அணுகும் வழி. குணநலன் என்பது ஒரு நபரின் தகுதிகள், இயற்கையானது அல்லது அணுகுமுறையின் மூலம் உருவாக்கப்பட்டது. ஒரு நபரின் அணுகுமுறை அவர் அல்லது அவள் வாழும் அல்லது இணைந்திருக்கும் நபர்களின் உளவியல் காரணிகளைப் பொறுத்தது. உதாரணமாக, பெற்றோர்கள் நன்கு படித்தவர்கள், வேலை செய்பவர்கள், பண்பட்டவர்கள், பாசமுள்ளவர்கள் மற்றும் அவர்களுக்கு இடையே மோதல் இல்லாமல் இருந்தால், ஒரு குழந்தை நல்ல மனப்பான்மையுடன் வளரும். எதிர் சூழ்நிலைகள் இருந்தால், பெற்றோர்கள் குழந்தைகளுடன் அதிக நேரம் செலவிடவில்லை என்றால், பெற்றோர்களிடையே வாதங்கள் உள்ளன என்றால், குறைந்த பாசம் இருக்கிறது என்றால், இது குழந்தைகள் பாதிக்கப்படுவதற்கும், மோசமான அணுகுமுறையைக் கொண்டிருப்பதற்கும் வழிவகுக்கும்.

எனவே, நேர்மறையான மனநிலையுள்ளவர்கள், லட்சியம் சார்ந்தவர்கள், உங்களைச் சூழ்ந்திருந்தால், நீங்களும் நேர்மறையான மனநிலையுடன் லட்சியத்தை நோக்குவீர்கள். சுற்றியுள்ள நபர்களின் உளவியல் மற்றும் சூழ்நிலைகள் ஒரு நபரின் அணுகுமுறையை தீர்மானிக்கிறது என்பதை இது தெளிவாகக் காட்டுகிறது.

அணுகுமுறை நிச்சயமாக ஒரு நபரின் தன்மையை மாற்றுகிறது. இங்கே ஒரு உதாரணம். ஆட்டோ ரிக்‌ஷா ஓட்டுநர்கள் வித்தியாசமாக நடந்துகொள்வதாக சென்னை நகரில் ஒரு பொதுவான புகார் உள்ளது. அவர்கள் வாடிக்கையாளர்களிடம் அதிக கட்டணம் வசூலிக்கிறார்கள், முரட்டுத்தனமாக பேசுகிறார்கள். நல்ல குணமும் நல்ல பொறுமையும் கொண்ட ஒரு சராசரி நபர் கூட அவர் ஏமாற்றப்படும் போது எரிச்சலடையக் கூடும். அது அவரை கடுமையாக செயல்பட வைக்கிறது. ஆட்டோக்காரர் தன்னை ஏமாற்ற முயற்சிக்கிறான் என்ற உணர்வு இருப்பதால் அவர் வெறுமனே எதிர்வினையாற்றுகிறார். ஆனால் அவர் மக்களுடனும் சூழ்நிலைகளுடனும் பரிவு கொள்ளும்

நல்ல மனப்பான்மையைக் கொண்டிருந்தால், அவர் அச்சமயத்தில் எரிச்சலடையவோ, எதிர்வினையாற்றவோ மாட்டார்.

ஆட்டோ ரிக்ஷா ஓட்டுநர்கள் வித்தியாசமாக நடந்து கொள்வதற்கான காரணத்தை புரிந்து கொள்வது தான் பச்சாதாபம். காரணங்கள் என்னவென்றால் - அரசாங்கத்தால் அவர்களுக்காக நிர்ணயிக்கப்பட்ட கட்டணங்கள் நடைமுறையில் போதுமானதாக இல்லை. உயிர் வாழ்வதற்கு, அவர்கள் அமைப்பைச் சிதைத்து, தங்களுக்கு லாபம் ஈட்ட வேண்டும். எனவே, அவர்கள் வாடிக்கையாளர்களுடன் பேரம் பேசுகிறார்கள் மற்றும் அதிக கட்டணம் வசூலிக்கிறார்கள். மற்ற காரணம் என்னவென்றால் - அவர்கள் அடியில் ஒரு சூடான இயந்திரம் ஒரு இருக்கையில் உட்கார்ந்து நீண்ட நேரம் பணியாற்றுகிறார்கள், மேலும் ஈரப்பதமான வானிலை மற்றும் நாள் முழுவதும் கடுமையான போக்குவரத்தில் ஆட்டோ ஓட்டிக் கொண்டிருக்கிறார்கள். இது ஓட்டுனர்களை சோர்வடையச் செய்கிறது. எப்போதும் முரட்டுத்தனமாக பேச இது அவர்களைத் தூண்டுகிறது.

ஒரு வாடிக்கையாளருக்கு பச்சாத்தாபம் என்ற அணுகுமுறை இருந்தால், அவர் ஆட்டோ ஓட்டுநருடன் பரிவு காட்டுவார். அவர் ஒருபோதும் அவர்களிடம் கோபமடையமாட்டார் மேலும் விஷயங்களை மென்மையாக்க முயற்சி செய்வார். எனவே, அணுகுமுறை அல்லது மனப்பான்மை நிச்சயமாக ஒரு நபரின் தன்மையை மாற்றுகிறது.

கடினமான காலங்களைக் கடப்பது

கே: இந்த தொற்றுநோய் மற்றும் பிற நெருக்கடி சூழ்நிலைகள் போன்ற கடினமான காலங்களை நாம் எதிர்கொள்ளும் போது நம் மன ஆரோக்கியத்தை பாதுகாக்க நினைவில் கொள்ள வேண்டிய விஷயங்கள் யாவை?

கடினமான நேரங்களையும் சூழ்நிலைகளையும் எதிர்கொள்ளும்போது, எதிர்கொள்ளும் நிலைமை தொடர்பான எதிர்மறை, மனச்சோர்வு எண்ணங்களை நீங்கள் பெறுவீர்கள். இந்த எண்ணங்கள் வரும்போதெல்லாம் வெறுமையாக்குங்கள். தொடர்ச்சியாக அவற்றை வெளியேற்றுவது இந்த எண்ணங்கள் உங்கள் மனதில் இருந்து மங்கிவிடும் ஒரு கட்டத்திற்கு வழிவகுக்கும்.

ஏற்றுக் கொள்வதைக் கற்றுக் கொள்ள மனதைப் பயிற்றுவிப்பது மற்றொரு பயனுள்ள வழி. ஏற்றுக் கொள்வது என்பது எதிர்மறை எண்ணங்களையும் சூழ்நிலைகளையும் ஏற்றுக் கொள்வது மட்டுமல்ல. நீங்கள் ஏதாவது சாதிக்க அல்லது செய்ய முயற்சிக்கும் போது, உங்களுக்கு சில முயற்சிகள் தேவை. உங்கள் உண்மையான முயற்சிகள் இருந்தபோதிலும், உங்கள் விருப்பப்படி விஷயங்கள் நடக்காது. இது உங்களை மனச்சோர்வையோ அல்லது ஏமாற்றத்தையோ ஏற்படுத்தக்கூடும். ஏற்றுக்கொள்வது என்பது உங்கள் கட்டுப்பாட்டிற்கு அப்பாற்பட்ட விஷயங்கள் நடக்கும் போது கூட நீங்கள் சாதாரணமாக இருக்க உதவும் ஒரு மிகச் சிறந்த அணுகுமுறை. உங்கள் மனதை அமைதிப்படுத்த "ஏற்றுக்கொள்ளுதலை" இந்த சூழ்நிலைகளில் பயன்படுத்தப்படலாம். ஏற்றுக்கொள்வது என்பது எந்தவொரு பிரச்சினைகள் அல்லது மன அழுத்தத்திலிருந்து வெளியேறுவதற்கான உடனடி வழியாகும். நிலைமையை ஏற்றுக்கொண்டு, உங்கள் நன்மைக்காக எல்லாம் நடப்பது போல் சிந்தியுங்கள். பின்னர், இது உங்கள் நன்மைக்காக நடந்தது என்பதை நீங்கள் புரிந்து கொள்வீர்கள், மேலும் கடினமான சூழ்நிலைகளிலிருந்து நீங்கள் நிறைய கற்றுக்கொள்வீர்கள்.

கடினமான சூழ்நிலைகளில் உங்கள் உணர்ச்சிகளைக் கட்டுப்படுத்த, உங்கள் மனம் அமைதியாகவும் உணரப்படவும் வேண்டும். சுவாச அடிப்படையிலான கிரியாக்கள் உங்கள் உடலை அமைதிப்படுத்துவதன் மூலம் நல்ல தளத்தை அமைக்கின்றன. உடல்

அமைதியானதும், சுமார் 20 நிமிடங்கள் தியானம் செய்யுங்கள். இது உடலையும் மனதையும் முற்றிலும் அமைதியாக்குகிறது. உங்கள் மனம் இப்போது நிறைய உணர்தல்களைப் பெற முடியும், மேலும் ஒவ்வொன்றும் உங்களுக்கு எளிதாக இருக்கும். பெரிய சிக்கல்கள் கூட உங்களுக்கு ஒன்றும் இல்லை. இது உணர்ச்சிவசப்படாத நிலை. எங்கு தேவைப்பட்டாலும், நீங்கள் தர்க்கரீதியாக இருப்பீர்கள், சிறந்த வழியில் முடிவு செய்வீர்கள். இது தர்க்கரீதியான மற்றும் உணர்ச்சிப் பூர்வமான சிறந்த கலவையாகும் நிலை. அதிக உணர்ச்சிகள் அல்லது எதிர்பார்ப்புகள் இல்லாமல் உங்கள் கடமைகளை நீங்கள் சரியாகச் செய்வீர்கள். எதிர்பார்ப்புகளுக்கு எதிராக நடக்கும் விஷயங்களை ஏற்றுக்கொள்வது இயல்பாகவே நடக்கும்.

மனித வாழ்க்கை ஆசீர்வதிக்கப்பட்டது என்பதை நினைவில் கொள்வது நல்லது. அது உங்களுக்கு பரிசளிக்கப்பட்டுள்ளது. நீங்கள் ஒரு நிமிடம் கூட வீணாக்க முடியாது. இது எல்லா நேரத்திலும் இன்பங்களையும் அமைதியையும் கொண்டுள்ளது, ஆனால் அது உங்கள் மனம் அமைதியாகவும், சலனமற்றதாகவும், எதிர்பார்ப்புகளும் உணர்ச்சிவயப்படாததாகவும் இருப்பதைப் பொறுத்து அமைகிறது. இந்த அறிவும் விழிப்புணர்வும் நீங்கள் எப்போதும் உற்சாகத்தோடும் உந்துதலோடும் இருக்க உதவும்.

நேர்மறையான எண்ணங்கள் மற்றும் காட்சிப்படுத்தல் பயிற்சி

கே: தற்போதைய பிரச்சினைகள் மற்றும் சிக்கல்கள் என்னை கீழ் நோக்கி இழுக்கின்றன. நான் விரும்பும் நேர்மறையான ஒன்றை நான் எவ்வாறு உருவாக்க முடியும்?

உங்களுக்கு கவலை தரும் சிக்கல்கள் இருந்தால், அவற்றைத் தீர்த்த பின்னரே நீங்கள் மகிழ்ச்சியாக இருக்க முடியும் என்று நீங்கள் உணரலாம். அது நடக்கும் வரை மகிழ்ச்சி இன்றி காத்திருப்பதற்குப் பதிலாக, அந்த பிரச்சினைகள் தீர்க்கப்படுவதாகவும், உங்கள் விருப்பப்படி நிகழ்வதாகவும் காட்சிப்படுத்தத் தொடங்குங்கள். இது உங்களை சற்று நிதானமடையச் செய்கிறது. தற்போதைய தருணத்தில் இருக்கும் சில முக்கியமான செயல்பாடுகளுடன் கவனம் செலுத்தத் தொடங்குங்கள், அந்த பிரச்சினைகள் தொடர்பான எண்ணங்கள் வரும்போதெல்லாம், அவற்றைப் பற்றிய நேர்மறையான விஷயங்களைக் காட்சிப்படுத்துங்கள்.

தினமும் 5 முதல் 10 நிமிடங்கள் காட்சிப்படுத்துங்கள். ஏற்கனவே நடந்ததைப் போல நீங்கள் நடக்க விரும்புவதைக் காட்சிப்படுத்துங்கள். அதை விரிவாகக் காட்சிப்படுத்துங்கள் - நீங்கள் அதை ஒரு யதார்த்தமான வழியில் அனுபவிப்பது போல. இதன் மிகப்பெரிய நன்மை என்னவென்றால், இது உங்கள் குறிக்கோளை அல்லது லட்சியத்தை அடைய சரியான ஆதாரங்களையும் வாய்ப்புகளையும் உருவாக்கும்.

செய்ய வேண்டிய மற்றொரு விஷயம், நேர்மறையான மனநிலையுள்ளவர்கள் உங்களைச் சூழ்ந்து இருக்கும் சூழலை உருவாக்கிக் கொள்வது. எடுத்துக்காட்டாக, நீங்கள் ஒரு ஐ.ஏ.எஸ் அதிகாரியாக மாற விரும்பினால், ஐ.ஏ.எஸ் அதிகாரிகளாக ஆவதற்கு தீவிரமாக விரும்பும் நண்பர்களின் வட்டத்தை உருவாக்கவும். நீங்கள் அதை அடைய ஆசைப்படுவீர்கள், அதை அடைவதில் வெற்றி விகிதம் அதிகமாக இருக்கும்.

கவனம் செலுத்துவதன் மூலம் மன அழுத்தத்தைக் குறைத்தல்

கே: என்னால் எந்தவிதமான தியானத்தையும் செய்ய முடியாது. மன அழுத்தத்தைக் கட்டுப்படுத்த வேறு ஏதேனும் எளிய வழி இருக்கிறதா, தயவு செய்து விளக்கவும்?

தியானம் என்பது கண்களை மூடிக்கொண்டு அமைதியாக உட்கார்ந்து 20 நிமிடங்கள் உங்கள் மனதைக் கட்டுப்படுத்துவது மட்டுமல்ல. எதன் மீதாவது முழுமையாக கவனம் செலுத்துவதும் ஒரு எளிய வகை தியானம் தான். கண்களை மூடிக்கொள்ளாமல், நீங்கள் மிகவும் திறம்பட ஏதாவது கவனம் செலுத்த முடிந்தால், அதுவும் தியானம் என்று அழைக்கப்படுகிறது. அதை ஒரு பழக்கமாக அல்லது நடைமுறையாக மாற்ற தியானத்தின் ஒரு வழியாக மூடிய கண்களுடன் நாம் விழிப்புணர்வுடன் மௌனமாக அமர்ந்திருக்கிறோம்.

இயற்கையாகவும் முழுமையாகவும் எதன் மீதாவது கவனம் செலுத்தும் திறன் உங்களிடம் இருந்தால், அது போதும். ஒரு சோதனை நேரம் வரும்போது, எதிர்மறையான சூழ்நிலை அல்லது சவாலான நேரத்தின் போது, நீங்கள் அந்த எண்ணத்தை வெறுமையாக்கி, சில முக்கியமான செயல்பாடுகளில் கவனம் செலுத்தத் தொடங்க வேண்டும். உங்களிடம் அந்த திறமை இருந்தால், அது மிகவும் நல்லது.

தேவையற்ற எண்ணங்களை மறந்து மன அழுத்தத்தை சமாளிக்க உதவும் ஏதாவது ஒன்றை மையமாகக் கொண்ட கலையை வளர்த்துக் கொள்ளுங்கள். நீங்கள் அத்தகைய திறனை வைத்திருக்க முடிந்தால், நீங்கள் தியானம் செய்ய வேண்டியதில்லை. தேவையற்ற மன அழுத்த எண்ணங்கள் வரும்போதெல்லாம், ஏதாவது ஒரு விஷயத்தில் கவனம் செலுத்த உங்களை ஊக்கப்படுத்துங்கள். அந்த எண்ணங்களை வளர்ப்பது அல்லது தீர்ப்பது போல் நீங்கள் நினைத்தால், அதைச் செய்யாதீர்கள். ஏதாவது ஒரு விஷயத்தில் கவனம் செலுத்த உங்களை ஊக்கப்படுத்துங்கள். நீங்கள் விரைவில் மன அழுத்த எண்ணங்களிலிருந்து வெளியேறுவீர்கள்.

மூன்றாம் பாகத்தில் சந்திப்போம்...

தியான பயிற்சி

இந்த தியான பயிற்சி தற்போதைய தருணத்தில் மனதை செலுத்துவதற்கு, கவனச்சிதறலை குறைப்பதற்கு, மற்றும் தேவையில்லாத மற்றும் எதிர்மறையான எண்ணங்களிலிருந்து வெளியேற உதவுகின்றது.

வழிமுறைகள்:

1. அமைதியான இடத்தைத் தேர்ந்தெடுத்து, சீரான, தளர்ந்த உடை அணிந்து கொள்ளவும்.
2. அமர்ந்து, கண்களை மெதுவாக மூடிக் கொண்டு, 30 வினாடிகள் முதல் 1 நிமிடம் வரை தோராயமாக உங்கள் சுவாசத்துக்கு கவனம் செலுத்தவும்.
3. ஒரு நிமிடம் கழித்து, உங்கள் கவனத்தை சூரியஒளி, விளக்கு ஒளி அல்லது எந்த ஒளி இமேஜிற்க்கு திருப்புங்கள்.
4. உங்கள் மனம் வேறு சிந்தனைகளில் அலைந்து செல்வது இயல்பு; அது இயற்கை.
5. நீங்கள் ஒளியின் படிமத்தில் இருந்து கவனம் சிதறி எண்ணங்களுக்கு திசைதிரும்பியதை உணரும்போது, மெதுவாக மீண்டும் ஒளி இமேஜை நோக்கி கவனத்தை திருப்புங்கள்.
6. இதை 19 நிமிடங்கள் செய்யுங்கள். பின்னர் கண்களை மெதுவாகத் திறந்து, அதே நிலையில் அமைதியாக 1 நிமிடம் இருங்கள்.

இந்த தியானத்தை நீங்கள் நாளில் குறைந்தது இருமுறை செய்ய வேண்டும். காலை ப்ரேக்ஃபாஸ்ட் செய்யும் முன்பு மற்றும் மதிய உணவுக்குப் பிறகு மூன்று மணிநேரம் கழித்து செய்யுங்கள். முக்கியமான நிபந்தனை என்னவென்றால், நீங்கள் பெரும்பாலும் காலியான வயிற்றில் இருக்க வேண்டும்.

தினமும் இதை பயிற்சி செய்ய ஏற்படும் பயன்கள்:

1. அவசியமற்ற எதிர்மறையான எண்ணங்களை நிறுத்துவது: ஒரு ஒளி படிமத்தில் கவனம் செலுத்தும் போது எண்ணங்கள் வந்தால், அதை உடனே நிறுத்தி மீண்டும் படிமத்தில் கவனம் செலுத்தலாம். இது தேவையற்ற அல்லது எதிர்மறை எண்ணங்களை நிறுத்தி முக்கியமான விஷயங்களில் திரும்ப கவனம் செலுத்த உங்கள் மனதை பயிற்சி செய்ய உதவும்.
2. கவனத்தை மேம்படுத்துவது: ஒளி அல்லது படிமத்தில் தொடர்ந்து கவனம் செலுத்துவதன் மூலம் உங்கள் கவன சக்தி மேம்படும். இது உங்கள் வாழ்க்கையின் பிற பகுதிகளிலும் உதவியாக இருக்கும்.
3. அமைதியான மனம்: தியானத்தை தொடர்ந்து செய்யும்போது மனம் அமைதியாக இருக்கும். அமைதியான மனம் சூழ்நிலைகளை எளிதாக சமாளிக்கவும், நிகழ்வுகளை ஏற்றுக்கொள்வதற்கும், மன அழுத்தமின்றி பதிலளிக்கவும் உதவும்.

கீழுள்ள ஒளி இமேஜை தியானத்தின் போது ஃபோகஸ் செய்யவும்